ఈ పుస్తకం గురించిన [illegible]

'మనసులోని చేతనం సుప్తచేతనావస్థల మధ్య ఉన్న [illegible] మనసులో హత్తుకుపోయేటట్టు, ఇంత స్పష్టంగా వే[illegible] గట్టిగా సిఫారస్ చేస్తున్నాను దీనిని'.

– జా[illegible] సిరీస్‌కి సహ రచయిత, 'ది సీక్రెట్'లో టీచర్‌గా నటుడు.

'ఈ పుస్తకానికి మీ జీవితాన్ని పూర్తిగా మార్చివేసే శక్తి సామర్థ్యాలు ఉన్నాయి. నేను హామీ ఇస్తున్నాను.'

– జార్జ్ జిమ్మర్, ఎక్జిక్యూటివ్ ఛెయిర్మన్, మెన్స్‌వేర్ హౌస్

'ఒక్కోసారి పాఠకుని జీవితాన్నే అనూహ్యంగా మార్చివేసే ఒక్కో పుస్తకం వస్తూ ఉంటుంది. మర్ఫీ, జెన్సన్ సరిగ్గా అలా ప్రభావితం చేసే పుస్తకాన్ని రాసారు. మీ సుప్తచేతనాత్మక మనసు శక్తికి *అతీతంగా* లో వర్ణించిన సూత్రాలని, సిద్ధాంతాలని ఆచరణలో పెడితే మీ జీవితాన్ని ఎలా మెరుగుపరచుకోవచ్చో నేను స్వయంగా ఆచరించాను కాబట్టి చెప్తున్నాను. మీరు ఏడాదికి ఒక్క పుస్తకమే చదివేటట్టయితే, ఈ పుస్తకాన్నే ఎన్నుకోండి.'

– హొవర్ట్ బెహర్, ప్రెసిడెంట్, స్టార్‌బక్స్ కాఫీ ఇంటర్నేషనల్, రిటైర్డ్

'మనిషి పడే దు:ఖాలకి మూలకారణం బాహ్యప్రపంచంలో ఉంది అనుకుంటాం తరచు. కాని మర్ఫీ, జెన్సన్ చెప్పినట్టుగా, అది నిజంగా మన సుప్తచేతనాత్మక మనసులోనే ఉంది. ఇంకోటి కూడా స్పష్టంగా గుర్తుచేసారు వాళ్ళు. మనం గొప్ప సంతోషం పొందటానికి అవకాశం, మూల కారణం కూడా అందులోనే ఉన్నాయి. ఎవరికైనా తను శక్తిసామర్థ్యాలను పూర్తి స్థాయిలో మేలుకొల్పాలని ఉంటే, ఈ పుస్తకం చదివితీరాలి. రచయితలు చెప్పినట్టుగా, చేతనత్వం 'మార్గదర్శకత్వాన్ని, స్వేచ్ఛని, మనసుకి శాంతిని చేకూరుస్తుంది.' మనలో నిక్షిప్త శక్తిని వెలికితీసే సాహసయాత్ర మనందరి కోసం వేచి ఉంది.'

– మార్లిన్ మండేల ష్లిట్స్, పిహెచ్‌డి, ప్రెసిడెంట్/సియివో,
ఇన్‌స్టిట్యూట్ ఆఫ్ నియోటిక్ సైన్సెస్.

'పిలుపు, బదులు' (call and response) అనే ఒక సంగీత రూపం ఉంది. అందులో ఒక పదాల సముదాయాన్ని ఒక సంగీత విద్వాంసుడు వాయిస్తే, రెండో పదాల సముదాయం ఆ మొదటిదానికి వ్యాఖ్యానం లేదా స్పందన అవుతుంది. ఆఫ్రికాలోని, ఆఫ్రికా అమెరికా క్రైస్తవ ప్రార్థనలలోని ఒక సాంప్రదాయ పద్ధతికి అద్దం పడుతుంది. అందులో వక్త ఒక వాక్యం చెపితే, గుంపు ఆ మొదటి వాక్యాన్ని పెద్దది చేస్తూ, స్పష్టం చేస్తూ ఒక ధృవీకరణలో బదులు పలుకుతుంది. మర్ఫీ,జెన్సన్‌ల ఈ పని పిలుపు, బదులు పద్ధతికి అద్భుతమైన ఉదాహరణ – మర్ఫీ నొక్కి వక్కాణిస్తే, జెన్సన్ వివరిస్తున్నాడు. ఒక్కోసారి వాళ్ళు చెప్పే అంశాన్ని నమ్మలేనిదిగా కొట్టిపారేసినా,

విజ్ఞానశాస్త్రంతో బేరీజు వేసి నిజమనలేకపోయినా, ఒక్కొక్క పుటలోనూ పిలుపు స్పష్టంగా ఉంది, నమ్మకాన్ని ఖచ్చితంగా వెలిబుచ్చుతోంది; బదులు సోదాహరణంగా నిరూపిస్తోంది. అంతకంతకూ ముందుకు వెళ్తున్న కొద్దీ నమ్మకాన్ని పెంపొందిస్తూ వస్తోంది. సంశయాత్మక బుద్ధి ఉన్నవాడికి నచ్చచెప్పలేకపోయినా, దీని విమర్శకుల గట్టి నమ్మకాన్ని, ధీటైన విమర్శలను కొట్టి పారేయగలదు. ఇది చదివి,పాడండి!'

- డేనియల్, కె. చర్చ్, పిహెచ్‌డి, ప్రెసిడెంట్, బాస్టిర్ యూనివర్సిటీ.

'మనమంతా, 'చూడటమే నమ్మటం' అన్న సామెతని జీర్ణించుకున్నాము. కాని జిమ్ జెన్సస్, డా. మర్ఫీల పుస్తకం చదివాకే, 'నమ్మటమే చూడటానికి దారితీస్తుంది' అని తెలుసుకున్నాను. విశ్వంలో ఉన్న శక్తి, మంచితనం ప్రతి ఒక్కరిలో ఉంది. మన ఆశలూ, నమ్మకాలూ, వాస్తవరూపం దాల్చటానికి ఆ శక్తిని అందుకుని, దానిమీద ఎలా ఏకాగ్రత చూపాలో ఈ పుస్తకం మనకి నేర్పిస్తుంది. దీని అధ్యాయాల్లో ఉన్న సర్వజనీన విజ్ఞానం నా జీవితాన్ని శాశ్వతంగా మార్చివేసింది... ఇది చదివిన ఎవరినన్నా అలాగే మారుస్తుంది.'

- డే జెవెట్, సియివో, రామ్‌జెన్ పవర్ సిస్టమ్స్, ఐయన్‌సి.

'మీ సుప్తచేతనాత్మక మనసు శక్తికి అతీతంగా లోని ప్రతిపేరా విజ్ఞానంతోనూ, లోతైన అవగాహనతోనూ నిండి ఉంది. బయటశక్తుల చేత అణగద్రొక్కబడి, దాని ఫలితంగా నిర్వీర్యం అయిపోయిన వాళ్లని వేల సంఖ్యలో చూసాను నేను. శక్తి, ఉపశమనం, పెరుగుదలల మూలాలు మనలో నిద్రావస్థలో ఉన్నాయని జిమ్ జెన్సన్ బ్రహ్మాండంగా వెలికితీసారు. ఇంత అద్భుతమైన పుస్తకాన్ని చదివి దీనిలో ఉన్న లోతైన పాఠాలను మనసుపెట్టి అక్షరాలా గ్రహించిన వారంతా దీనివల్ల చక్కగా లాభం పొందుతారు. అక్షరాలా మీ వేలి చివరల ఉన్న శక్తి గురించి మీరు చదివితే, మీరే నిర్ఘాంతపోతారు.

- జాన్ పి. రోచన్, మేరీ కే కాస్మటిక్స్ ఐయన్‌సికి ఫార్మర్ ఛైర్మన్,సియివో

'మీ సుప్తచేతనాత్మక మనసు శక్తికి అతీతంగా లో సాంప్రదాయ విజ్ఞానంలోంచీ నేటి కాలపు పరిశోధనల నుంచీ జ్ఞానాన్ని ప్రోగుచేసి, మనం భవిష్యత్తులో ఎంత ఎత్తుకు ఎదగగలమో దానికి మార్గాలు చూపిస్తుంది. మానవ సరిహద్దుల్లో అతి గొప్పదైన ఈ సాహసయాత్రలో ప్రతి ఒక్కళ్ళూ పాల్గొనవచ్చు.'

- మైకేల్ మర్ఫీ, ఇసాలెన్ ఇన్‌స్టిట్యూట్ వ్యవస్థాపకుడు,
ది ఫ్యూచర్ ఆఫ్ ది బాడీ, రచయిత.

'అత్యంత గొప్ప సరిహద్దు ఆకాశమో, సముద్రమో కాదు. మనలో ఉన్న అద్భుతశక్తులని అర్థం చేసుకోవటం. ఇదుగో అది తెలుసుకోవటానికి ఇక్కడ ఆరంభపాఠం ఉంది. క్రియాత్మకమైన 21వ శతాబ్దంకి జెన్సస్ పుస్తకం అమోఘం. హద్దులని చూపిన డా. మర్ఫీ పుస్తకంలోని ముఖ్య సారాంశం దోవ నిర్దేశించింది. వెనక తరంలోని ఎందరో మేధావుల మాటలలోంచి తీసుకున్న అంశాలు ఈ విషయాన్ని స్పష్టపరచి, ముఖ్యాంశాలను నొక్కివక్కాణిస్తున్నాయి. ఇప్పుడు ఇంకొంచెం దగ్గరగా

ఎవరైనా తమ జీవితంలో అత్యంత శక్తివంతమైన సూత్రాలను ఎలా వినియోగించుకోవాలో జిమ్ ప్రత్యేకంగా వివరించాడు. శక్తి పొందటానికి సంసిద్ధం కండి.'

– స్టాన్ ఫ్రీమత్,రిటైర్డ్ ఛెయిర్మన్ & సియివో, రాజెన్ మాక్‌కెన్సీ ఐయన్‌సి.

'ఈ పుస్తకం ప్రత్యేకంగా రాయబడింది. ఇది ఎంత చక్కగా తీర్చిదిద్దబడిందంటే, ఎవరైనా దీన్ని ఒక్కసారి చదివి, వాళ్ళ జీవితంలో నమ్మశక్యం కాని సానుకూల మార్పులు తీసుకువచ్చే మార్గాలను ఆచరించటం మొదలుపెట్టవచ్చు. 'జ్ఞానోదయం' గురించి రాసిన అధ్యాయాన్ని ముందు చదివి, తర్వాత దీన్ని మొదటిపేజీ నుంచి ఆఖరిపేజీ వరకూ చదవమని నా సలహా. అది మీ జీవితాన్ని ఉన్నతస్థాయికి తీసుకువెళ్తుందని నాకు తెలుసు. ఎందుకంటే అది ఇప్పటికే నన్ను తీసుకువెళ్ళింది.'

– లైల్ ఆండర్సన్, ఛెయిర్మన్, ది లైల్ ఆండర్సన్ కంపెనీస్, ఎల్ఎల్‌సి.

'అద్భుతమైన నవీకరణ, పునశ్చరణ. ప్రాథమిక సూత్రాలు కాలానికి కొట్టుకుపోకుండా నిలిచాయి. జెన్సన్ చేసిన నవీకరణతోపాటు అతను కొత్తగా చెప్పిన విషయాలు ఈ పుస్తకానికి మరింత విలువని చేకూర్చాయి. మీ జీవితాన్ని శాశ్వతంగా మార్చుకునేందుకు శక్తివంతమైన, కానీ తేలిక పద్ధతి. ప్రతి పారిశ్రామికవేత్తా చదివి తీరాల్సిన పుస్తకం.'

– జో అబ్రామ్స్, కో ఫౌండర్ ఇంటర్‌మిక్స్/ మై స్పేస్

'ఈ పుస్తకానికి నేనివ్వగలిగిన అత్యంత గొప్ప ప్రశంస, నా పిల్లలిద్దరూ ఈ పుస్తకాన్ని చదివి, ఇందులో చెప్పిన సిద్ధాంతాలని జీర్ణించుకోవాలి. దీని సూత్రాలని తీసుకుని, మన జీవితంలో చొప్పిస్తే, ఎంత శక్తివంతంగా పనిచేస్తాయో నాకు తెలుసు.'

– మార్క్ గెయిస్ట్, ఫార్మర్ సియివో, మాంట్‌గోమరీ ఎస్సెట్ మానేజ్‌మెంట్

'మానవ మనసులోని క్లిష్టమైన విషయాల గురించి వివరించటం అంటే చాలా కష్టమైన పని. మర్ఫీ, జెన్సన్‌లు రాసిన ఈ అద్భుతమైన పుస్తకాన్ని చదివితే, విజ్ఞానం, లోతైన ఇంగితజ్ఞానంతో నిండిన నమ్మశక్యం కాని ప్రయాణం చేస్తారు. ఈ పుస్తకం చదివి ముగించేసరికి,మీరెవరు, ఈ దైనందిన జీవితం విసిరే సవాళ్ళను ఎలా ఎదుర్కోగలరు అన్న విషయాల మీద అవగాహన మరింత పెరుగుతుంది.

– నిక్ బునిక్, న్యూయార్క్ టైమ్స్ బెస్ట్ సెల్లర్, ది మెసెంజెర్స్, రచయిత,కథావస్తువు

'ఇప్పుడే చదివి ముగించాను, జీవితాన్ని అనూహ్యంగా మార్చివేసే మీ పుస్తకాన్ని. మీకు వ్యక్తిగతంగా ధన్యవాదాలు. అభినందనలు. అనుభవాలు ఎందుకు, ఎలా జరుగుతాయో తెలుసుకోవాలన్న తపనతో నేను అథమపక్షం 200 పుస్తకాల పైనే చదివి ఉంటాను. మీరు దానికి కావాల్సిన అన్ని దశలు, తర్కం చక్కగా ఒక్క పుస్తకంలో అభివర్ణించారు. అంతా ఇక్కడే ఉంది!! మీ పుస్తకం చదవకముందు, నాకొక శూన్యతాభావం కలిగేది. ఎందుకు అన్నది నాకు తెలియలేదు!!'

– బాబ్‌మేయిన్, ఫౌండర్/ఛెయిర్మన్, ది మాడినన్ కంపెనీస్

మీ సుప్తచేతనాత్మక మనసు శక్తికి అతీతంగా

సి. జేమ్స్ జెన్సన్

తెలుగు అనువాదం: మద్దూరి రాజ్యశ్రీ

MANJUL

మంజుల్ పబ్లిషింగ్ హౌస్

First published in India by

Manjul Publishing House

Corporate and Editorial Office
• 2nd Floor, Usha Preet Complex, 42 Malviya Nagar, Bhopal 462 003 - India
Sales and Marketing Office
• C-16, Sector 3, Noida, Uttar Pradesh 201301, India
Website: www.manjulindia.com

Distribution Centres
Ahmedabad, Bengaluru, Bhopal, Kolkata, Chennai,
Hyderabad, Mumbai, New Delhi, Pune

Original English language edition published by
Waterside Productions

Telugu translation of
Beyond the Power of Your Subconscious Mind by C. James Jensen

This edition first published in 2015
Second impression 2022

Copyright © 2012 by C. James Jensen

ISBN   978-81-8322-596-0

Translation by Madduri Rajya Sri

Printed and bound in India by Repro India Ltd.

మనిషి మాత్రమే, భూమ్మీద నివసించే
అన్ని జీవరాసుల్లోనూ, తన పద్ధతిని మార్చుకోగలడు.
మనిషి మాత్రమే తన కర్మకు తానే బాధ్యుడు.
మన తరంలో గొప్ప విప్లవం.
మనుష్యులు తమ మనస్సులోని అంతర్గత
దృక్పథాలను మార్చుకోవటం వల్ల, వాళ్ళ జీవితంలోని
బాహ్య విషయాలను మార్చగలరన్న
పరిశోధన

                         - విలియమ్ జేమ్స్

అంకితం

ఈ పుస్తకాన్ని నా మనవరాలు మాయ, మనవడు టక్కర్‌లకీ, ఈ భూమ్మీద ఉన్న అందరు పిల్లలకీ, అంకితమిస్తున్నాను. మన నాగరికత యొక్క ఉజ్జ్వల భవిష్యత్తు మీ చేతుల్లో ఉంది. మానవ జాతి చైతన్యం పూర్తిగా మార్పు చెందితేనే మనం శాంతి, ప్రేమ, సమభావన ఉన్న ప్రపంచంలో హాయిగా జీవించగలము. 1800 సంవత్సరంమధ్యకాలంలో అమెరికాలో ఎలాగైతే బానిసత్వం అంగీకరించబడలేదో, అలాగే మత:పరమైన, రాజకీయమైన, లేదా ఏ విధమైన సిద్ధాంతాలు లేదా నమ్మకాల విషయాల్లో అభిప్రాయబేధాల వల్ల ఇంకో వ్యక్తి ప్రాణాల్ని బలిచేయటం సబబే అన్న భావనని మన ముందు తరాలు నిర్మూలించాలి.

మన వాస్తవాన్ని మనమే సృష్టించుకు తీరతాము.

బొంపా

విషయసూచిక

11

ఉపోద్ఘాతం

సి. జేమ్స్ జెన్సన్

డా. జోసెఫ్ మర్ఫీ స్వయంచిత్రానికి చెందిన సైకాలజీ విషయంలో ప్రప్రథముడు. నేను ఆయన బోధనల గురించి మొదటిసారి *1969*లో విన్నాను. అప్పటికి నాకు ఆయన పేరు తెలియదు. ఆయన *1963*లో ది పవర్ ఆఫ్ యువర్ సబ్‌కాన్షియస్ మైండ్ అన్న పుస్తకం రాసారనీ తెలియదు.

1969 అక్టోబర్‌లో నా భార్య జెరీ, నేనూ 'ఎక్జిక్యూటివ్ డైనమిక్స్' పేరిట జరిపిన ఒక నాలుగురోజుల సెమినార్‌కి వెళ్లాము. దాని వ్యవస్థాపకుడు, కీర్తిశేషులు జాన్ బాయిల్ నేర్పించారు అందులో (తర్వాత అదే సెమినార్‌ని ఒమేగా పేరుకి మార్చారు). అందులోని అంశాలకి మేము ముగ్ధులమయ్యాము. ఎందుకంటే అంతకుముందెన్నడూ మేము అలాంటి బోధనలు వినలేదు.

ఈ నాలుగు రోజుల్లో మేము నేర్చుకున్న మరో విషయం మనసులోని చేతన,సుప్తచేతనావస్థల మధ్య ఉన్న పరస్పర అనుబంధం. చేతనావస్థలో ఉన్న మనసు తనకి చెప్పిన 'సూచనల'ని సుప్తచేతనం ఎలా నిరంతరం అమలులో పెడుతుందో, మంచికి కాని, చెడుకి కాని,నేర్చుకున్నాం. మనం ఎప్పుడూ మనలో మనం మాట్లాడుకుంటూనే ఉంటాము. ('అంతర్‌భాషణ'), మనకి ఏది ఇష్టమో, ఏది ఇష్టం లేదో, మనం ఎందులో 'ప్రావీణ్యులమో', ఎందులో 'అసమర్థులమో' బేరీజు వేసుకుంటూనే ఉంటాము. ఈ పుస్తకం పొడుగునా మనం నేర్చుకునే అంశం - మన దృక్పథాలు, నమ్మకాలు, అభిప్రాయాలు, నిర్ణయాలు ఎలా మననీ, మన భవిష్యత్తునీ తీర్చిదిద్దుతాయన్నది కొంతమంది తాము 'ఎప్పుడూ' కొన్ని రంగాల్లో ఆరితేరామని, కాకపోతే కొన్నిట్లో దారుణంగా ఉన్నామని తమ గురించి తాము అనుకుంటూనే ఉంటారు.

మేము జాన్ బాయిల్ నుంచి మరొక విషయం నేర్చుకున్నాము. మనకి ఇక ఏమాత్రం పనికిరాని కొన్ని నమ్మకాలని గానీ, ఆలోచనాతీరులని గాని మార్చివేయటానికి లేదా రూపుమార్చటానికి మనమే వ్యక్తిగతంగా బాధ్యత తీసుకోవచ్చు. అలాంటి మార్పులని తీసుకురావటానికి కొన్ని ప్రత్యేక ప్రక్రియలని నేర్చుకోవచ్చు.

అప్పట్నుంచీ *40* ఏళ్లవరకూ, ఒమేగా సెమినార్లకి నేను వెళ్లటమే కాదు, అక్కడ నేను కూడా మనస్సుకి హత్తుకుపోయేలాగా చెప్పగలిగే ఒమేగా టీచర్‌ని అయ్యాను. నేను జాన్‌ని తరచు అడుగుతుండేవాడిని, ఒమేగా సారాంశం ఎక్కడ నేర్చుకున్నాడని.

జోసెఫ్ మర్ఫీ అనే వ్యక్తి దగ్గర నేర్చుకున్నానని, ఎప్పుడూ ఒకటే జవాబు చెప్పేవాడు. ఇది ఇంటర్నెట్ రాకముందు. అందుకని జోసెఫ్ మర్ఫీ ఎవరో 'గూగుల్'లో వెతికే అవకాశం లేదు. జాన్ కూడా మర్ఫీ ఒక పుస్తకం రాసాడని చెప్పలేదు.

ఒమేగా సూత్రాలను బాగా కాచి వడబోసాక, ఒమోగాకి అతీతంగా ఆలోచించటం మొదలుపెట్టాను. సుప్తచేతనం గురించీ, మన అంతర్గత ఆలోచనల గురించీ నా పరిజ్ఞానాన్ని మరింత లోతులకి తీసుకెళ్ళగలిగే ప్రతి పుస్తకమూ చదివాను. ప్రతి సెమినార్‌కి వెళ్ళాను. అన్ని దారులూ చివరికి కలిసేది ఒక రచయిత దగ్గరే: డా. జోసెఫ్ మర్ఫీ.

*2005*లో, నా సహోద్యోగి, టామ్ పోప్, నా ఆఫీసు గదిలోకి వచ్చి, నాకు నచ్చుతుందని అతనికి అనిపించిన పుస్తకం ఒకటి ఇచ్చాడు. ఆ పుస్తకం డా. జోసెఫ్ మర్ఫీ రచించిన ది పవర్ ఆఫ్ యువర్ సబ్‌కాన్షియస్ మైండ్. 'ఓ భగవంతుడా! జాన్ బాయిల్ కి నేర్పించిన జోసెఫ్ మర్ఫీ, ఇతనూ ఒక్కరేనా?' అనుకున్నాను. నిజానికి, అవును.

ఈ పుస్తకం చదువుతుంటే, ఇందులోని ప్రతిపదమూ ఒమేగా సెమినార్‌లోని పాఠ్యాంశంలో చోటుచేసుకుందని గ్రహించాను. జాన్‌బాయిల్ అమోఘమైన తెలివితేటలు దీన్ని నాలుగురోజుల సెమినార్‌గా తీర్చిదిద్దటంలో ఉన్నాయి. దీనివల్ల అందులో పాల్గొన్నవారు దాన్ని 'పొంది', వాళ్ళ జీవితంలో ఏ మార్పులు కోరుకుంటే ఆ మార్పులను తెచ్చుకునేందుకు తోడ్పడే అంబులపొదితో బయటకి వెళ్ళగలిగారు.

ఈ ఉపోద్ఘాతంలో ముందు చెప్పినట్టు, డా. జోసెఫ్ మర్ఫీ అక్షరాలా, 'స్వయంచిత్రానికి చెందిన సైకాలజీ విషయంలో ప్రప్రథముడు.' ఆయన పుస్తకం మొట్టమొదట *1963*లో రాయబడటం వల్ల, అప్పటికీ ఇప్పటికీ ఈ ఉత్సాహకరమైన రంగంలో పరిశోధనల ద్వారా మరెన్నో విషయాలు చోటుచేసుకున్నాయి. అదికాక, ఇప్పుడు మనం జీవిస్తున్న ప్రపంచం కూడా. సుమారు *50* ఏళ్ళ క్రితం ఉన్నప్పటికీ ఇప్పటికీ ఎంతో మార్పు చెందింది.

ముందు నాకు వచ్చిన ఆలోచన డా. మర్ఫీ అసలు పుస్తకాన్ని కొంత మార్పులూ చేర్పులూ చేసి, దాని పేరు ది పవర్ ఆఫ్ సబ్ కాన్షియస్ మైండ్ కింద కేవలం, న్యూలీ రివైజ్‌డ్ అండ్ ఎడిటెడ్, అని కలుపుదామనుకున్నాను అంతే. కాని నా పరిశోధనలోనూ, సంపాదకీయం పనిలోనూ ముందుకు సాగినకొద్దీ నాకు ప్రస్తుత కాలపు మూల సిద్ధాంతం అంతకంతకూ ఎక్కువ దొరకటంతో, నాకు డా. మర్ఫీ అసలు పుస్తకానికి *21*వ శతాబ్దపు ఎడిషన్‌ని ఏర్పాటుచేసే అవకాశం దొరికింది. అందువల్లే వచ్చింది నవీకరణ చేయబడిన ఈ పేరు, బియాండ్ ది పవర్ ఆఫ్ యువర్ సబ్ కాన్షియస్ మైండ్ (మీ సుప్తచేతనాత్మక మనసు శక్తికి అతీతంగా).

డా.మర్ఫీ అసలు పుస్తకానికి మార్పులూ చేర్పులూ చేసిన ఈ పుస్తకంలో నేను చేసిన ప్రయత్నం – ఈ రంగంలో జరిగిన కొత్త పరిశోధనలూ, కనుగొన్న విషయాలూ పాఠకుని ముందు పొందుపరిచాను. 'ఎలా' చేయాలి ప్రక్రియలు కూడా కలిపాను నేను. అవి అసలు పుస్తకంలో లేవు.

డా. మర్ఫీ రాసిన అసలు పుస్తకానికీ, నేను కొత్తగా కలిపిన విషయాలకీ మధ్యతేడాని పాఠకులు తేలిగ్గా గుర్తించటానికి డా. మర్ఫీ రాసిన విషయాలకి ఒక బాణీని వాడాను. నేను రాసిన వాటికి ఆ బాణీ లేదు.

మార్పు చేయబడిన ఈ పుస్తకం ఎందరికో జీవితంలో నిజంగా మార్పులు తేగలదని ఆశిస్తున్నాను. ఎందుకంటే ఈ పుస్తకంలో బోధించిన అంశాలని మన పాఠశాలల్లో గానీ, విశ్వవిద్యాలయాల్లో గాని బోధించరు.

జేన్ రాబర్ట్ యొక్క అద్భుతమైన పుస్తకం సేత్ స్పీక్స్‌లో రాసినట్టుగా :

> ఇక్కడ న్యూయార్క్ పట్టణంలో ఉంటూ ఇంతవరకూ ఎంపయర్ స్టేట్ బిల్డింగ్ దర్శించని వాళ్ళెందరో ఉన్నారనీ, ఎందరో విదేశీయులకు దాని గురించి బాగా తెలుసనీ విన్నాను. అలాగే మీకొక శారీరక చిరునామా ఉండవచ్చు కాని, వాస్తవానికి మీ సిస్టమ్‌లోనే ఉన్నా, మీరు పట్టించుకోని, వింతైన, అద్భుతమైన సైకిక్,సైకలాజికల్ కట్టడాల గురించి నేను చెప్పవచ్చు.
>
> నిర్మొహమాటంగా చెప్పాలంటే, ఇంతకన్నా ఎక్కువే చేద్దామను కుంటున్నాను నేను. మీకు అందుబాటులో ఉన్న వాస్తవపు స్థాయిల మీదుగా మీ చేత ఒక ప్రయాణం చేయిస్తూ, మీ సైకలాజికల్ కట్టడం కొలతల ద్వారా చేసే ప్రయాణంలో మీకు మార్గదర్శకత్వం వహిస్తూ మీకు అట్టే పరిచయం లేని మీ స్వంత చేతనాత్మక అవస్థ మొత్తాన్ని మీకు విప్పి చెప్పాలనుకుంటున్నాను. అందువల్ల కేవలం మీ వ్యక్తిత్వంలోని అనేక కొలతల అంశాలను వివరించటమే కాదు, ఒక్కొక్క పాఠకునికీ తనకే స్వంతమైన ఆ గొప్ప వ్యక్తిత్వాన్ని కొంత రుచి చూపిద్దామని నా ఉద్దేశం.

(గొప్పగా సిఫారస్ చేయబడ్డ పుస్తకం, జేన్ రాబర్ట్స్ రచించిన సేత్ స్పీక్స్)*

మా ఉద్దేశం కూడా అదే. డా. మర్ఫీ, నేనూ మీకు రాబోయే పుటల్లో వీటిని పొందుపరచాలని ఆశిస్తున్నాము.

* రాబర్ట్స్, జేన్. సేత్ స్పీక్స్. ప్రెంటిస్ హాల్, 1972.

ముందుమాట

లీ ఫులాస్, పిహెచ్‌డి, ఎబిపిపి

నేను నలభయి ఏళ్ళ కిందట మొట్టమొదటిసారి చదివినా, అది చదివినప్పుడు నేను పొందిన దార్శనిక, మానసిక ఉత్సాహాన్ని ఇప్పటికీ మర్చిపోలేని పుస్తకానికి నన్ను ముందుమాట రాయమని కోరటం నిజంగా నాకు గర్వకారణం.

కాకపోతే ఇది నేను చదివిన మొదటి పుస్తకంలా లేదు. జిమ్ జెన్సన్ 1963లో పనికివచ్చిన కొన్ని సిద్ధాంతాలని ఇప్పటి కాలానికి తగ్గట్టుగా చాలా జాగ్రత్తగా, తెలివిగా మార్పులు చేసి, వాటికి కొత్త నిర్వచనాలు ఇచ్చి, నవీకరణం చేసారు. అందువల్ల అవి ఇప్పటి న్యూరోసైన్స్‌కి, సైకలాజికల్ థియరీ రీసెర్చిలకీ సరిపోతాయి.

ది పవర్ ఆఫ్ యువర్ సబ్‌కాన్షియస్ మైండ్ సారాంశం మారలేదు. మన అహం లేదా చేతనాత్మక మనసు కేవలం వాస్తవపు పై పై అంచులు తాకి, మన పంచేంద్రియాలకి పరిమితమైన పరిధుల్లోనే దృష్టి నిలుపుతుంది. కాని గుర్తింపు లేకుండా పడి ఉన్న అసలైన గొప్ప శక్తి, సాధారణ జీవితం కింద దాగి ఉంది.

దురదృష్టవశాత్తూ, నేడు చాలామంది శాస్త్రవేత్తల నమ్మకం, మెదడులో ఉండే పరమాణువులు ఒకదానితో ఒకటి జరిపే అర్థంకాని, నిరూపించలేని కదలికల వల్ల ఎలాగో మనసు ఏర్పడుతుందని: అలా పదార్థం మనసుని సృష్టించిందని. దీనివల్ల, మనమేమిటన్న దానికి బాగా తక్కువ చేసే, పరిమితి విధించే వివరణ యిస్తుంది. మానవశక్తి గురించీ, మన లోతైన వ్యక్తిత్వం గురించీ విశ్వంలో నిరాశా వాదన.

కాని, మన తెలివితేటల విభిన్న గుమ్మాలు, చేతనాత్మక అవస్థలోని నడవాల గురించి జోసెఫ్ మర్ఫీ అద్భుతంగా చెప్పిన లోతైన విషయాలు, వేలాది స్త్రీ పురుషులకి వాళ్ళ హృదయాంతరాలల్లోనూ, మనసు లోతుల్లోనూ ముందే తెలిసినవి కనుగొనేలా చేసాయి. అవి ముందే తెలిసినా, మర్చిపోయారు. అంటే మనం మన తార్కిక మనసుకన్నా ఇంకా ఎంతో ఎక్కువ అన్న విషయం.

ఎంతో పురాతన జ్ఞానాన్ని గుర్తుచేస్తోంది ఈ పుస్తకం. ఉదాహరణకి బుద్ధుడు, 'ఒక మనిషి అతని ఆలోచనల నుంచి ఉత్పత్తి చెందాడు' అన్నాడు. అంతకన్నా ప్రాచీన సంస్కృతికి చెందిన భగవద్గీత చెప్తుంది, 'మనిషి తన నమ్మకం వల్లే తయారవుతాడు – అతను ఎలా నమ్మితే, అలా ఉంటాడు.'

మన శక్తిని పూర్తిగా వినియోగించకుండా మన తార్కిక మనసు అడ్డం పడుతుంది. అది గట్టి ఏకాగ్రతతో మన సామర్థ్యాలకి ఎంత పరిమితి విధిస్తుందంటే మనకి శక్తినిచ్చే

అసలైన మూలం అయిన మన సుప్తచేతనమనే ప్రయోగాత్మక నాటకరంగం నుంచి మనని ఆధ్యాత్మికంగా విడదీసేస్తుంది. మన మనసు యొక్క ప్రాచీన అడవుల్లో పెరిగింది మన అసలు శక్తి మన అంతర్వాణి, అసాధారణ ఎరుక, మన కలలు, అంతరిక్ష సమాచార పరిధితో మన సంబంధం, మన మానసిక, ఆధ్యాత్మిక ప్రదేశము, ఆ, అవును, మన అగోచర శక్తి.

ఈ పుస్తకం అన్ని తరాల వాళ్ళకీ సరిపోతుంది. మార్పు చెందే సాహసాన్ని సూచించినట్టుగా కనబడుతుంది. దాన్ని పన్నెండేళ్ళ బాబు నుంచి అతని తాత దాకా అందరూ అర్థం చేసుకుని, చేయగలరు. ఇది ఐన్‌స్టీన్‌కిష్టమైన అతని మాటల్లో ఒకదాన్ని అనుసరించి, పాటిస్తుంది కూడా. 'ప్రతిదాన్నీ వీలున్నంత తేలిగ్గా చేయండి – కాని మరీ తేలిగ్గా కాదు.'

బియాండ్ ది పవర్ ఆఫ్ యువర్ సబ్‌కాన్షియస్ మైండ్ చదువుతుంటే జోసెఫ్ మర్ఫీ, జిమ్ జెన్సన్‌ల ఆలోచనల ప్రవాహం నన్ను గొప్ప సంతోషంలో ముంచెత్తింది. అద్భుతాలను సృష్టించే శక్తితో మొదలుపెట్టి, శారీరక, మానసిక ఉపశమనాలు కలగజేయటానికి మన అంతర్గత మనసుని ఎలా మేలుకొల్పాలి, మనకి పరిమితులు విధించే నమ్మకాలనీ, భయంతో ముంచెత్తే ప్రవర్తననీ ఎలా అధిగమించాలి, ఐశ్వర్యం పెంపొందించుకోవటానికి అర్హత పెంచుకోవటమెలా, ఉపశమనం కలుగజేసే కలలు కనటమెలా, విజయం పొందకుండా కలిగే ఆటంకాలను అధిగమించటమెలా, మన లక్ష్యాలను సాధించటానికి అనువుగా మన సుప్తచేతనానికి మళ్ళీ నేర్పించి, మళ్ళీ ప్రోగ్రామ్ తయారుచేయటం ఎలా చెప్పుకొస్తూ ఉజ్జ్వలమైన, ప్రేమ పూర్వకమైన, విజయవంతమైన, ఆరోగ్యకరమైన భవిష్యత్తుని ఎలా సృష్టించుకుని, అందులోకి ఎలా అడుగుపెట్టాలో కూడా చెప్తుంది. ఆ అవును, అంతకన్నా ఎక్కువ.

కాని పుస్తకం పొడుగూతా నాలో మారుమ్రోగిన విషయం మన జీవితమెలా మన నమ్మకాల ప్రతిరూపమన్నది. మనం దేనిమీద దృష్టి నిలుపుతామో, లేదా ఏకాగ్రత చూపుతామో దాన్ని సృష్టిస్తాము. మనం దేనిమీద ఎక్కువ దృష్టి నిలుపుతామో దానికి ఎక్కువశాతం మన నమ్మకాలే కారణం. అప్పుడు మన ఏకాగ్రత, నమ్మకాలు, ఎదురుచూపులు, ఉద్దేశాలని బట్టి ఉంటాయి మన జీవితానుభవాలు. మర్ఫీ, జెన్సన్ చెప్పిన లోతైన విషయాలు పరిమితి లేనివి. అవి ఏమిటంటే మనని పరిమితి చేసే నమ్మకాలని మనం అదుపులో పెట్టకపోతే, అవి మనని అదుపులో పెట్టాయి మన ఆరోగ్యం, పని, అనుబంధాలు, సంపద లేదా మరే ఇతర రంగంలోనన్నా. కాని ఇంకా ముఖ్యమైన విషయం, మార్పుని అడ్డుకునేటట్టుగా ఒక్కోసారి మనకి మనమే మానసిక క్రిములని ఏర్పాటు చేసుకున్నా వాటిని అధిగమించటానికి అవసరమైన పరికరాలని, ప్రక్రియలని జెన్సన్ ఏర్పాటు చేసారు.

కాని, ప్రతి విజయం లేదా ఓటమి వెనకాల ఆత్మగౌరవం మూలకారణంగా ఉంది. మన జీవితంలోకి ఎటువంటి అనుభవాలను ఆకర్షిస్తామన్న దాన్ని నిర్ణయించే అధికారిక, అత్యంత ముఖ్యమైన నివాసం లేదా కార్యకలాపాలకి ఆధారం అది. జీవితమనే చక్రానికి పిడి అది. మన కలలను తేలిగ్గా, ప్రయాస లేకుండా, అవస్థ పడకుండా

సృష్టించుకుని,సాకారం చేసుకోవటానికి అవసరమైన వాటిని, చక్రంలోని అనేక కొయ్యలని పిడి కలిపి పట్టుకున్నట్టుగా అది కలిపి పట్టుకుంటుంది.

కొన్నేళ్ళుగా అనేక సమస్యలతో నా దగ్గరికి వచ్చిన వేలాది రోగులని తీసుకుంటే, అందులో అధమ పక్షం 95 శాతం మందికి సమస్య ఆత్మగౌరవంతోనే అని నేను చెప్పగలను. అంటే వాళ్ళకి విలువ ఉందనో, లేదనో అనుకునే వారు - ప్రేమ, విజయం, ఆరోగ్యం లేదా సంపద పొందటానికి కావాల్సిన అర్హతని అంతర్గతంగా ఈ భావన ప్రభావితం చేస్తుంది.

కాని దీన్ని తేలిగ్గా చూపటానికి, సుప్తచేతనం బయటకి ప్రకటితమవటానికి లేదా దానికి గొంతు ఇవ్వటానికి అనేక విధాలుగా మూడు అతి ముఖ్యమైన పరికరాలను ఇచ్చింది ఈ పుస్తకం.

కోరిక మొట్టమొదటి పరికరం, మార్పుని తీసుకురావటానికి. అన్ని మార్పులూ కోరికతో మొదలు అవుతాయి. అదే అత్యంత స్వచ్ఛమైన శక్తి. అది ప్రకటితమవటానికి లేదా మార్పు తీసుకురావటానికి ప్రయత్నిస్తుంది. అది జంతువు కడుపులో ఉండే అగ్ని లాంటిది. ప్లాటో కూడ ఆ కోరిక ప్రాముఖ్యతని గుర్తించాడు. ఆయన మాటల్లో చెప్పాలంటే, 'కోరిక, రాజ్యమేలుతున్న తపనతో ఆత్మని వెర్రెక్కిస్తుంది.'

రెండో పరికరం నిరీక్ష. అది కోరికని వెన్నంటే ఉంటుంది. నిరీక్ష మనలో నిద్రపోతున్న రాక్షసుడు, సుప్తచేతనాన్ని, లేపుతుంది. అప్పుడు అది మన ప్రవర్తనని మన కోరిక తీర్చే భవిష్యవాణిగా చేస్తుంది. రెండువిధాల గుడ్డి అధ్యయనం చేయటానికి ఇచ్చే అన్ని దొంగ జవాబులకీ నిరీక్ష మూల కారణం, దానిదే బాధ్యత కూడా. మీ నిరీక్ష స్థాయిని తగ్గిస్తే మాత్రం మీరు గెలవకుండా చూసి తీరుతుంది.

రూపుదిద్దుకోవటానికి మూడో పరికరం ఊహాగానం. మీరు పొందాలనుకున్న విజయవంతమైన భవిష్యత్తు యొక్క ఊహాచిత్రాలను, మానసిక చిత్రాలను సృష్టిస్తుంది అది. మీ లక్ష్యాలకి ఊపిరిపోస్తుంది ఊహాగానం. మీ ఉన్నతమైన, ఉజ్జ్వల భవిష్యత్తుని సృష్టించుకోవటానికి మానసిక శక్తిని ఇస్తుంది.

ఈ పుస్తకం పూర్తిగా ఒక మానసిక అంబుల పొది. ఇది తరతరాల విజ్ఞానాన్ని అందిపుచ్చుకుని, మనం తేలిగ్గా అర్థం చేసుకుని, ఆచరించటానికి వీలుగా ఉన్న పదజాలంతో దీన్ని చట్టబద్ధం చేసింది. గతానికి గొళ్ళెం పెట్టేసి, మనం ఊహించిన దానికన్నా ఉన్నతస్థాయికి చేరుకునేలా చేస్తుంది. అన్నింటినీ మించి, మన బలమైన అంతర్గత శక్తితో మనని కలుపుతుంది. రూపుదిద్దుకోవాలని తపనపడుతున్న అద్భుత శక్తి అది.

లీ పులాస్, పిహెచ్‌డి, ఎబిపిపి
క్లినికల్ సైకాలజిస్ట్
ది బయాలజీ ఆఫ్ ఎంపవర్‌మెంట్,
ది పవర్ ఆఫ్ విజువలైజేషన్‌ల రచయిత
నవంబర్, 2011.

మీ సుప్తచేతనాత్మక మనసు శక్తికి అతీతంగా

ఈ పుస్తకం మీ జీవితంలో ఎలా అద్భుతాలను చూపించగలదు

డా. జోసెఫ్ మర్ఫీ

ప్రపంచంలో అనేక రంగాలకి చెందిన అనేక స్త్రీ పురుషుల జీవితాల్లో అద్భుతాలు జరగటం కళ్ళారా చూసాను నేను. మీ జీవితాల్లోనూ అద్భుతాలు జరుగుతాయి. మీరు కూడా మీ సుప్తచేతనావస్థలో (subconscious mind) ఉన్న మీ మనసులోని అద్భుత శక్తిని వినియోగించటం మొదలుపెడితే. అలవాటుగా మీరు చేసే ఆలోచనలు, ఊహాశక్తి ఎలా మీ భవిష్యత్తుని మలచి, తీర్చిదిద్ది, అందంగా సృష్టిస్తుందో మీకు నేర్పించటమే ఈ పుస్తకం యొక్క లక్ష్యం; ఎందుకంటే ఒక వ్యక్తి తన సుప్త చేతనంలో ఎలా ఆలోచిస్తాడో, అలాగే ఉంటాడతను.

ఈ పుస్తకం ప్రత్యేకత

ఈ పుస్తకం ప్రత్యేకత నిజ జీవితంలో అక్షరాలా ఆచరించగలిగేలా ఉండటమే. ఇందులో తేలిగ్గా, వాడగలిగిన కిటుకులు, సూత్రాలూ ఉన్నాయి. వాటిని మీ దైనందిన జీవితంలో తేలిగ్గా చొప్పించవచ్చు. ప్రపంచమంతటా అనేకమంది స్త్రీ పురుషులకి ఈ తేలిక పద్ధతులని నేర్పించాను నేను. ఇటీవల లాస్ ఏంజిల్స్‌లో ప్రత్యేకంగా నడిపిన ఒక క్లాస్‌కి ప్రపంచం నలుమూలలనుంచీ వేలాది స్త్రీపురుషులు వచ్చారు. వాళ్ళకి ఈ పుస్తకంలో ఉన్న ముఖ్యాంశాలు బోధించాను. ఈ పుస్తకంలోని ప్రత్యేకత మీకు హత్తుకుపోతుంది. ఎందుకంటే తరచు మీరు అనుకున్న దానికి భిన్నంగా ఎందుకు జరుగుతుందో చూపిస్తుంది. అదికాక అలా ఎందుకు జరుగుతుందో కారణాలు కూడా చూపిస్తుంది. ప్రపంచం నలుమూలలనుంచీ వేలాది ప్రజలు నన్ను అడుగుతూనే ఉన్నారు, 'ఎందుకు నేను ఎంతగా ప్రార్థించినా నాకు జవాబు రావటం లేదు?' అందరినీ పట్టి పీడిస్తున్న ఈ సాధారణ సమస్యకి మీకు ఈ పుస్తకంలో జవాబులు దొరుకుతాయి. సుప్తచేతనావస్థను మెప్పించటానికి చూపించిన అనేక మార్గాలు, తద్వారా వచ్చిన సరియైన సమాధానాలూ చూస్తే ఈ పుస్తకం అసాధారణమైన విలువ ఉన్న పుస్తకంగా రూపుదిద్దుకుంది. కష్టకాలంలో ఎప్పటికీ నిలిచే తోడూనీడా అవుతుంది.

అందరిలోనూ సమానంగా ఉంది

ఒక మనసు (ఎమర్సన్)

మీరూ, నేనూ పుట్టకముందు నుంచే మీ సుప్తచేతనావస్థకి అద్భుతాలు చేయగల శక్తి ఉంది. ఈ ఆలోచనలతో అద్భుతమైన, శక్తివంతమైన, జీవితాల్ని అమోఘంగా మార్చగల ఈ సుప్తచేతనాన్ని పట్టుకోమని కోరుతున్నాను నేను. అది మీ మానసిక,శారీరక బాధలని బంధించేసి భయాలతో నిండిన మీ మనసుకి స్వేచ్ఛని ప్రసాదించి; పేదరికం, ఓటమి, దు:ఖం, లేమి, నిరాశానిస్పృహలు కలగజేసే పరిమితుల నుంచి మిమ్మల్ని పూర్తిగా విడుదల చేస్తుంది. మీరు చేయాల్సింది మీరు కోరుకుంటున్న మంచి గురించి మానసికంగానూ, భావోద్రేకపరంగానూ కలిసికట్టుగా ఉంటే మీ సుప్తచేతనం సృజనాత్మక శక్తి దానికి తగ్గట్టుగా స్పందిస్తుంది. ఇప్పుడే, ఇవాళే మొదలుపెట్టండి, మీ జీవితంలో అద్భుతాలు జరగటానికి.

"ఆలోచనలన్నీ ప్రార్థనలు, ప్రార్థనలన్నీ ఫలిస్తాయి" - సానుకూలమైనా, ప్రతికూలమైనా.

దీని గురించి ఆలోచించండి. ఆలోచనలన్నీ ప్రార్థనలు, ప్రార్థనలన్నీ ఫలిస్తాయి- సానుకూలమైనా, ప్రతికూలమైనా. ఈ పుస్తకంలో ప్రాథమికంగా పనిచేసే సూత్రం - **ఏ ఆలోచన అయినా చేతన మనసులో పదే పదే నిలిపితే, దాన్ని నిజం చేసి తీరుతుంది సుప్తచేతన మనసు.**

మనకి ఏది కావాలనుకుంటామో అది పొందము. ఏది అవుతుందనుకుంటామో అది పొందుతాము మనం కావాలనుకున్నదీ, అవుతుందనుకున్నదీ ఒకటే అయితే తప్ప. ఉదాహరణకి మన పెళ్ళో, మన వ్యాపారమో విజయవంతం కావాలని ఎంతగానో కోరుకుంటాము. కాని మనచేతన మనసులో జరిగే సంభాషణా ప్రవాహం 'నా పెళ్ళి పెటాకులు అవుతోంది' 'నా వ్యాపారం బాగుండటం లేదు' అని సాగితే, మనం మన సుప్తచేతనానికి నెరవేర్చమని **ఆజ్ఞాపిస్తున్న** ఫలితమిది.

వేరే ఏ ఫలితమూ ఎందుకు ఉండదో, సైబర్‌నెటిక్స్ లేదా మనసులోని చేతన, సుప్తచేతనల అంశాల మధ్య పరస్పర సంబంధం గురించి పూర్తి అవగాహన ఉంటే, మనం కోరిన, మనకు అర్హత ఉన్న విషయాలను ఎలా సృష్టించుకోవచ్చో డా. మర్ఫీ స్పష్టంగా చూపించారు.

జీవితంలో సాధారణంగా మనం కోరుకున్నది పొందలేము. కానీ... ఇక్కడ పొందితీరతారు - మీరు ఆశించినది మీరు పొందుతారు.

చివరికి, ప్రపంచం మిమ్మల్నెలా చూడాలని కోరుకుంటారో, ఇంచుమించుగా అలాగే చూస్తుంది ప్రపంచం.

దిగో-గివర్స్ *బర్గ్ & మాన్

*బర్గ్, బాబ్ & జాన్ డేవిడ్ మన్, ది గో-గివర్స్, పోర్ట్‌ఫోలియో హార్డ్ కవర్, 2007

1

మీలో దాగి ఉన్న గొప్ప నిధి

మీరు గనుక మీ మనో నేత్రాన్ని తెరిచి మీలో నిగూఢమై ఉన్న అనంతమైన నిధి నిక్షేపాలని చూసారంటే మీ చుట్టూ అంతులేని ఐశ్వర్యం ఉంది. మీలో ఒక బంగారు గని ఉంది. మీరు మీ జీవితాన్ని ప్రతిష్టాత్మకంగా, ఆనందంగా, పుష్కలంగా గడపటానికి కావాల్సిన ప్రతి అంశాన్నీ దానిలోంచి గ్రహించవచ్చు.

చాలా మంది హాయిగా ఆదమరచి నిద్రపోతున్నారు. ఎందుకంటే వాళ్ళలో నిక్షిప్తమై ఉన్న అనంతమైన తెలివితేటలు, ఎల్లలు లేని ప్రేమానురాగాల భాండాగారం గురించి వాళ్ళకి తెలియదు. మీకేది కావాలంటే, దాన్ని అందులోంచి వెలికితీయవచ్చు. అయస్కాంత శక్తి ఉన్న ఇనుప ముక్క దాని బరువుకి పన్నెండు రెట్లు బరువున్న వస్తువుని పైకి లేపగలదు. కాని అదే ఇనుప ముక్కకి, మీరు గనుక అయస్కాంత శక్తి తొలగిస్తే, అది ఒక పక్షి ఈకని కూడా ఎత్తలేదు. అలాగే, రెండు రకాల మనుష్యులున్నారు. అయస్కాంత శక్తి ఉన్న వ్యక్తికి ఆత్మస్థైర్యం, నమ్మకం పుష్కలంగా ఉంటాయి. తను గెలిచి, విజయవంతమవటానికే పుట్టాడని తెలుసు అతనికి. ఇకపోతే, రెండోరకం వ్యక్తి అయస్కాంత శక్తి లేని వ్యక్తి. అతనికి లెఖ్ఖలేనన్ని భయాలూ, అనుమానాలూను. అవకాశాలు వచ్చినా, అతను ఇలా వాపోతాడు 'నేను ఓడిపోతానేమో; నా ఐశ్వర్యమంతా పోతుందేమో; అందరూ నన్ను చూసి నవ్వుతారు.' ఇటువంటి భయాలున్న వ్యక్తి జీవితంలో ముందుకు పోలేడు. ముందుకు పోవటానికి భయపడితే, ఎక్కడున్న వ్యక్తి అక్కడే ఉంటాడు. అయస్కాంతం ఉన్న వ్యక్తిగా మారండి, యుగయుగాలుగా వస్తున్న గొప్ప రహస్యాన్ని కనుక్కోండి.

యుగయుగాల నాటి అతి గొప్ప రహస్యం

మీ ఉద్దేశంలో యుగయుగాల నాటి అతి గొప్ప రహస్యం ఏమిటి? అణుశక్తి రహస్యమా? న్యూట్రాన్ బాంబా? ఇతర గ్రహాలకి వెళ్ళగలగటమా? కాదు. ఇందులో ఏదీ కానేకాదు. మరయితే, ఏమిటా గొప్ప రహస్యం? ఎక్కడ దొరుకుతుంది అది? దాన్ని ఎలా పట్టుకుని, అమలులో పెట్టగలరు? దీనికి జవాబు అసాధారణంగా తేలిక. ఆ రహస్యం ఏమిటంటే, మీ సుప్త చేతనాత్మక మనసులో నిగూఢమై ఉన్న అద్భుతమైన, అపురూపమైన శక్తి. ఆ విషయం చాలా మందికి తెలియనే తెలియదు. అందుకని దాని జోలికే పోరు.

మీ సుప్తచేతనం (subconscious) కున్న అమోఘ శక్తి

మీ సుప్త చేతనాత్మక మనసుని పట్టుకుని, దానిలో నిగూఢంగా ఉన్న శక్తిని విడుదల చేయటం ద్వారా మీరు మీ జీవితంలోకి మరింత అధికారం, మరింత ఐశ్వర్యం, మరింత ఆరోగ్యం, మరింత ఆనందం, మరింత ఉత్సాహం పొందగలరు.

ఈ శక్తిని మీరు కొత్తగా సంపాందించనక్ఖరలేదు. మీకు ముందే ఉంది. కాని దాన్ని ఎలా వాడాలో తెలుసుకోవాల్సిన అవసరం ఉంది; దాన్ని అర్థం చేసుకోవాల్సిన అవసరం ఉంది. అప్పుడు దాన్ని మీ జీవితంలోని అన్ని రంగాల్లోనూ ఉపయోగించుకోగలుగుతారు.

ఈ పుస్తకంలో పొందుపరిచిన సులభమైన మెలకువలను, ప్రక్రియలను మీరు పాటిస్తే, మీకు అవసరమైన పరిజ్ఞానమూ, అవగాహనా పొందగలరు. ఒక కొత్త కాంతి మిమ్మల్ని ఉత్తేజపరుస్తుంది. ఒక కొత్త శక్తిని మీరు పెంపొందించగలరు. దానివల్ల మీ ఆశలను నెరవేర్చుకుని మీ కలలని సాకారం చేసుకోగలుగుతారు. అంతకుముందుకన్నా మీ జీవితాన్ని ఇంకా అద్భుతంగా, గొప్పగా, సుసంపన్నంగా, ఘనంగా, సర్వోత్తమంగా మలచుకోవాలన్న నిర్ణయం తీసుకోండి ఇప్పుడే.

మీ సుప్తచేతన లోతుల్లో ఉన్నాయి అంతులేని విజ్ఞానమూ, అంతులేని శక్తీ, మీకు కావాల్సిన దానిలో అంతులేని సామర్థ్యమూను. ఇవన్నీ మీరు వాటిని పెంపొందించి, వెలుగు చూపిస్తారని ఎదురుచూస్తున్నాయి. మీ మనసు అట్టడుగు పొరల్లో దాగి ఉన్న ఈ నిక్షిప్త శక్తిని గుర్తించటం మొదలుపెట్టండి ఇప్పుడు. అప్పుడు అవి బాహ్య ప్రపంచంలో రూపుదిద్దుకుంటాయి.

మీ సుప్తచేతనాత్మక మనసులో ఉన్న అంతులేని తెలివితేటలు ఎప్పుడు, ఎక్కడ మీకు ఏం కావాలంటే అది తెలుసుకునేలా చేయగలవు. కాకపోతే మీరు తెరచిన పుస్తకంలా వుండి, అందుకునేలా ఉండాలి. మీరు కొత్త ఆలోచనలూ,భావాలూ పొందగలరు. వాటివల్ల మీరు కొత్త విషయాలు కనుగొనగలరు. కొత్త పరిశోధనలు చేయగలరు; లేదా పుస్తకాలు, నాటకాలు రాయగలరు. అంతేకాదు, మీ సుప్త చేతనంలో ఉన్న అంతులేని నైపుణ్యం మీకు అనేక విషయాల్లో అమోఘమైన అది కూడా అనలు సిసలు, జ్ఞానాన్ని సముపార్జించగలదు. జీవితంలో మంచి స్థానాన్ని సంపాదించగలదు.

మీ సుప్తచేతనాత్మక మనసుకున్న విజ్ఞానం వల్ల మీరు ఆదర్శమైన జీవిత భాగస్వామిని మీ వైపు ఆకర్షించుకోగలరు. అలాగే వ్యాపారంలో కూడా అనువైన బిజినెస్ అసోసియేట్‌ని లేదా భాగస్వామిని పొందగలరు. ఆ విజ్ఞానం మీ ఇల్లు కొనటానికి సరియైన కొనుగోలుదారుని అమర్చగలదు. మీకు కావాల్సినంత డబ్బుని ఏర్పరచగలదు. మీ హృదయం కోరినట్టుగా ఉండటానికి, చేయటానికి, వెళ్ళటానికి అవసరమైన ఆర్థిక స్వాతంత్ర్యాన్ని మీకు ఇవ్వగలదు.

భావన, అనుభూతి, శక్తి, కాంతి, ప్రేమ, సౌందర్యాలతో నిండి ఉన్న ఈ అంతర్గత ప్రపంచాన్ని కనుగొనటం మీ హక్కు. కంటికి కనబడకపోయినా, దాని శక్తులు

అమోఘం. మీ సుప్తచేతనాత్మక మనసులో ప్రతి సమస్యకీ పరిష్కారం దొరుకుతుంది. ప్రతి కార్యానికీ కారణం కూడా దొరుకుతుంది. నిగూఢ శక్తిని వెలికితీయగలగటం వల్ల, మీరు జీవితంలో సుభిక్షంగా, సురక్షితంగా, సంతోషంగా, మహారాజులా మీ రంగంలో ముందుకు సాగటానికి కావాల్సిన నిజమైన శక్తీ, జ్ఞానమూ పొందుతారు.

కృంగిపోయిన వాళ్లని ఆ స్థితి నుంచి పైకి లేపి మళ్ళీ పరిపూర్ణంగా, శక్తివంతంగా, ధీశాలులుగా వాళ్ళ సుప్తచేతనం ఎలా చేసిందో నేను స్వయంగా చూసాను. దాని శక్తి వల్ల వాళ్ళు మళ్ళీ ప్రపంచంలో ఆనందం, ఆరోగ్యం, ఉత్సాహాలను పొందటానికి స్వేచ్ఛగా అడుగుపెట్టారు. మీ సుప్తచేతనానికి అద్భుతంగా నయం చేసే శక్తి ఉంది. ఆ శక్తి కలతచెందిన మనసుకీ, దెబ్బతిన్న హృదయానికీ మందు రాయగలదు. మనసుకి వేసిన జైలు తలుపుని తెరిచి, మిమ్మల్ని విడుదల చేయగలదు. అన్ని రకాలైన ప్రాపంచిక, శారీరక బంధాల నుంచి మీకు స్వేచ్ఛ ప్రసాదించగలదు.

పనిచేసే ప్రాతిపదిక ఆవశ్యకత

ఒక పనికొచ్చే ప్రాతిపదిక లేకుండా, మీరు ప్రయత్నించే ఏ రంగంలోనూ కనబడే అభివృద్ధిని సాధించలేరు. ఇది సార్వజనీనత కలిగి ఉంటుంది. మీరు మీ సుప్తచేతనాత్మక మనసుని నడిపే విధానంలో ప్రజ్ఞ పొందగలరు. దాని శక్తిని వినియోగించటంలో ఖచ్చితమైన ఫలితాలను పొందగలరు. కాకపోతే అది దాని సూత్రాలని మీరు ఎంత బాగా అర్థం చేసుకున్నారన్న దానిమీద ఆధారపడి ఉంది. మీ నిర్దిష్ట ప్రయోజనాలూ, మీ లక్ష్యాలూ సాధించటానికి, మీరు సుప్తచేతనం గురించి పొందిన జ్ఞానాన్ని ఆచరణలో పెట్టిన దాన్ని బట్టి ఉంటుంది.

మీ ఆలోచనలు ఎందుకు ఫలిస్తున్నాయంటే, మీ సుప్తచేతనాత్మక మనసు ఒక సూత్రం. సూత్రం అంటే నా ఉద్దేశ్యం ఒక వస్తువు పనిచేసే తీరు. ఉదాహరణకు విద్యుచ్ఛక్తిలోని సూత్రం ఏమిటి? అది ఎక్కువ స్థాయి శక్తి నుంచి తక్కువ స్థాయి శక్తికి పనిచేస్తుంది. మీరు విద్యుచ్ఛక్తి సూత్రాన్ని మార్చరు దాన్ని వాడినప్పుడు. కాని ప్రకృతితో సహకరిస్తూనే, అద్భుతమైన ఆవిష్కరణలనూ, పరిశోధనలనూ చేసి, మానవాళికి అసంఖ్యాకమైన మార్గాలలో మేలు చేకూర్చవచ్చు.

మీ అనుభవాలు, సంఘటనలు, పరిస్థితులు, చర్యలు అన్నీ మీ ఆలోచనలకు ప్రతిస్పందనగా మీ సుప్తచేతనాత్మక మనసు తీర్చిదిద్దినవే. గుర్తుంచుకోండి, నమ్మిన వస్తువు కాదు, మీ మనసులో ఉన్న నమ్మకమే తెస్తుంది ఫలితాన్ని. అందుకని తప్పుడు నమ్మకాలు, అభిప్రాయాలు, మూఢనమ్మకాలు, మానవాళిని పట్టి పీడిస్తున్న లేనిపోని భయాలని పెట్టుకోవటం మానేయండి. ఎన్నటికీ మారని శాశ్వత సత్యాలనూ, జీవిత సత్యాలనూ నమ్మటం మొదలుపెట్టండి. అప్పుడే మీరు జీవితంలో ముందుకు, ప్రగతిపథం వైపుకు సాగుతారు.

బ్రూస్ హెచ్ లిప్టన్, పి. హెచ్.డి, తన అద్భుతమైన పుస్తకం స్పాంటేనియస్ ఎవల్యూషన్‌లో రాసినట్టుగా.*

> సుప్తచేతనాత్మక మనసు మన ప్రవర్తనలో 95 శాతాన్ని అదుపులో పెడుతుంది. ప్రాథమికంగా నమ్మకాలనే రంగం నుంచి గ్రహించిన ప్రోగ్రాము ద్వారా జన్యులను అదుపులో పెడుతుంది. మన సుప్తచేతనాత్మక మనసు యొక్క నమ్మకాలూ, భావావేశాలకి తగ్గట్టుగా ఆజ్ఞలు వ్యక్తిగతంగానూ, సామూహికంగానూ తీసుకుంటే మన జీవితాల మీద సృజనాత్మకమైన ప్రభావాన్ని వెనక్కి తీసుకుంటున్నామన్నమాట.

ఎవరైతే ఈ పుస్తకం చదివి, ఇందులో చెప్పినట్టుగా సుప్తచేతనాత్మక మనసు సూత్రాలను ఆచరణలో పెడతారో, వాళ్ళు శాస్త్రీయంగానూ, ప్రతిభావంతంగానూ, తమ కోసం, ఇతరుల కోసం ఆలోచించగలుగుతారు. విశ్వజనీనమైన చర్య, ప్రతిచర్యలను అనుసరించి మీ ప్రార్థనలకు జవాబు దొరుకుతుంది. ఆలోచన అన్నది చర్యకు ముందడుగు. మీ సుప్తచేతనావస్థలోని సమాధానమే ప్రతిచర్య అవుతుంది. అది మీ ఆలోచనాతీరుకు సరితూగేలా ఉంటుంది. మీ మనసుని సామరస్యం, ఆరోగ్యం, శాంతి, సుహృద్భావాలతో నింపండి. మీ జీవితంలో అద్భుతాలు జరుగుతాయి చూడండి.

చేతన, సుప్తచేతనాత్మక మనసులు

మీ మనసుకున్న ఈ రెండింటి పనితీరుని చక్కగా అర్థం చేసుకోవటానికి ఒక మంచి మార్గం ఉంది. అది మీ మనసుని ఒక తోటగా ఊహించుకోవటం. మీరు ఒక తోటమాలి. మీరు అలవాటుగా ఆలోచించే తీరుని బట్టి, రోజంతా మీ సుప్తచేతనాత్మక మనసులో అనేక విత్తనాలను (ఆలోచనలని) నాటుతున్నారు. మీరు మీ సుప్తచేతనాత్మకమైన మనసులో ఏవైతే నాటారో, మీ శరీరంలోనూ, పరిసరాలలోనూ వాటి ఫలితాలనే పొందగలుగుతారు.

మీ మనసు సరిగ్గా ఆలోచిస్తే, మీకు నిజం ఏమిటో అర్థమయితే, మీ సుప్తచేతనంలో మీరు వేసిన ఆలోచనలు నిర్మాణాత్మకంగానూ, సామరస్యంగానూ, శాంతియుతంగానూ వుంటే, అద్భుతంగా పనిచేసే శక్తిగల మీ సుప్తచేతనం సామరస్య పరిస్థితులనూ, అనువైన పరిసరాలనూ, ఉత్తమమైన ఫలితాలనూ చేకూరుస్తుంది. మీ ఆలోచనాతీరుని మీరు అదుపులో పెట్టగలిగితే, మీ సుప్తచేతనశక్తిని ఏ సమస్యకైనా, ఏ అవస్థలోనైనా వినియోగించగలుగుతారు. ఇంకోవిధంగా చెప్పాలంటే, అన్నింటినీ నియంత్రించే సర్వశక్తివంతమైన సూత్రానికీ, దైవ శాసనానికీ మీరు మనస్ఫూర్తిగా నిజంగా సహాయ సహకారాలందిస్తున్నారు.

మీ చేతన, సుప్తచేతన మనసుల పరస్పర సంబంధాల సత్యాన్ని ఒక్కసారి గ్రహిస్తే, మొత్తం మీ జీవితమే అద్భుతంగా మారిపోతుంది. బాహ్యపరిస్థితులని మార్చాలంటే, మీరు కారణాన్ని మార్చితీరాలి. చాలామంది తమ స్థితిగతులని, పరిస్థితులని మార్చటానికి

*లిప్టన్, బ్రూస్ హెచ్ మరియు స్టీవ్ బెర్మన్, స్పాంటేనియస్ ఎవల్యూషన్ : హే హౌస్ *2009*

ఆ స్థితిగతులు, పరిస్థితులపైనే ప్రయోగాలు చేస్తారు. విభేధం, అయోమయం, శక్తిలేమి, పరిమితులని, మీ జీవితంలోంచి తొలగించాలంటే, ముందు వాటికి ఏది కారణమో దాన్ని తొలగించాలి. వాటికి కారణం, మీరు మీ చేతనాత్మక మనసుని వాడుతున్న తీరు.

ఇంకో విధంగా చెప్పాలంటే, మీ మనసులో మీరు ఆలోచించి, ఊహించుకుంటున్న తీరుతెన్నులు.

మీరలా మీలోని లోతైన, నిర్హేతుకమైన భావాలను ఉద్దేశించి, గట్టి నమ్మకంతోనూ, అధికారంతోనూ మాట్లాడితే, ఫలితం ఎంత సమ్మోహనంగా ఉంటుందో మీరే చూస్తారు. మీ మనసులోకి శాంతియుతమైన సామరస్య భావన వెల్లువలా వచ్చి చేరుతుంది. చేతనావస్థ అధీనంలో ఉంది సుప్తచేతనావస్థ. అందుకే దాని సుప్తచేతనం లేదా పరాధీనం అని అంటారు.

కొట్టొచ్చిన తేడాలు, నిర్వహించే విధానాలు

ఈ క్రింది ఉదాహరణలని గమనిస్తే మీరే వాటి మధ్య ఉన్న ముఖ్యమైన తేడాలు గమనిస్తారు. చేతనాత్మక మనసు ఒక ఓడలోని కెప్టెన్‌తో సమానం. అతను నౌకాయానాన్ని నిర్దేశించి, లోపల ఇంజను రూములో ఉన్న మనుషులకి ఉత్తర్వులు జారీ చేస్తుంటాడు. దానికి ప్రతిగా ఆ మనుష్యులు ఆ గదిలో ఉన్న బాయిలర్లు, పరికరాలు వగైరాలని నియంత్రిస్తుంటారు. ఇంజన్‌రూములో ఉన్న మనుష్యులకి తామెక్కడికి వెలుతున్నారో తెలియదు. వాళ్ళు ఆజ్ఞలు పాటిస్తారంతే. ఒకవేళ పైన డెక్ మీద ఉన్న కెప్టెన్ తన దగ్గర ఉన్న కంపాస్, సెక్స్‌టంట్ లేదా తక్కిన పరికరాలతో కనుగొన్న సమాచారాన్ని బట్టి తప్పుడు ఆదేశాలనిస్తే ఆ ఓడ కాస్తా ఏ కొండకో గుద్దుకునే అవకాశం ఉంది. ఇంజన్‌లోని మనుష్యులు అతని మాట వింటారు అతను వాళ్ళ నాయకుడు కాబట్టి. అతను జారీచేసిన ఆజ్ఞలను తూ.చా. తప్పకుండా పాటిస్తారు. నావికులు కెప్టెన్‌కు ఎదురు సమాధానం చెప్పరు; గుడ్డిగా అతని ఆజ్ఞలను అమలులో పెడతారు.

ఓడకు కెప్టెనే మాస్టరు. అందువల్ల అతని మాట శిరోధార్యం. అలాగే మీ చేతనాత్మక మనసు మీ జీవన నౌకకి కెప్టెన్,యజమాని. మీ జీవన నౌక అంటే మీ శరీరం, మీ పరిసరాలు, మీకు సంబంధించి అన్ని విషయాలూ. మీ చేతనాత్మక మనసు నిజమని నమ్మి అంగీకరించిన వాటి ఆధారంగా మీరు యిచ్చిన ఆజ్ఞలను మీ సుప్తచేతనాత్మక మనసు స్వీకరిస్తుంది.

ఒకసారి దీన్ని మరింత క్షుణ్ణంగా పరిశీలిద్దాము. ఇది చాలా శక్తివంతమైన పోలిక. మన చేతనాత్మక మనసు ఒక నౌకకి కెప్టెన్‌లాంటిది. అతను తన నావికుల మీద ఆజ్ఞలు జారీ చేస్తుంటే, ఇది సుప్తచేతనాత్మక మనసుకి చేస్తుంది. ఈ ఉదాహరణలో, నావికులు (సుప్తచేతనం) నీటి అడుగున ఉన్న ఓడ మీద అధికారులు. ఈ నావికులకి ఓడ ఎటు వెళ్తుందో తెలీదు, తెలుసుకోవాలని కూడా అనుకోరు.వాళ్ళు కేవలం కెప్టెన్ ఇచ్చిన ఆజ్ఞలను అమలుపెట్టారంతే. ఓడ ఇంకో నౌకని గుద్దుకున్నా, మంచు దిమ్మెని గుద్దుకున్నా, క్షేమంగా తన చివరి గమ్యం చేరుకున్నా వాళ్లకి తెలీదు. నావికులు

(సుప్తచేతనం) అసలు నిర్ణయాలు తీసుకోరు. వాళ్ళు కెప్టెన్‌ని (చేతనాత్మక మనసు చేసే ఆజ్ఞలని) ప్రశ్నించరు. అతనికి భిన్నంగా వేరే సూచనలు యివ్వరు. కేవలం ఆజ్ఞలను (సూచనలను) తూ. చా. తప్పకుండా పాటిస్తారంతే. మన సుప్తచేతనం పనిచేసే యంత్రం (అంటే పనివాడు) మాత్రమే. దాని పని చేతనాత్మక మనసుకి సేవ చేయటమే. అందుకని ఉదాహరణకి మనం మనకి మనమో, ఎదుటివాళ్ళకో తరచూ 'నాకు పేర్లు చచ్చినా గుర్తుండవు' అని చెబుతూ వచ్చామనుకోండి. దానికి తగ్గట్టుగానే మన సుప్తచేతనం ప్రతిస్పందిస్తుంది. మీరు గుర్తుంచుకోవాలనుకుంటున్న ఒక ప్రత్యేకమైన పేరుని మీ జ్ఞాపకశక్తి అనే అంబులపొది నుంచి వెలికితీద్దామని మీరు అణువణువూ శోధిస్తుంటే, మీ సుప్తచేతనం కావాలని ఆ పేరుని దాచేస్తుంది. దానివల్ల మీకు 'గుర్తుండదు.' ఎందుకంటే చేతనాత్మక మనసునుంచి ఈ సూచనలు అంటే 'నాకు పేర్లు చచ్చినా గుర్తుండవు,' పదే పదే విని ఉంది.

ఈ సుప్తచేతనాత్మక మనసు ఎంత శక్తివంతమైన పరికరమంటే, దాన్ని ప్రయత్నపూర్వకంగా పూర్తిగా ఎలా వినియోగించుకోవచ్చో నేర్చుకుంటే, మనం నిజంగా కోరుకుంటున్న నిఖార్సైన జీవితాన్ని పొందటానికి అది మనకి క్రమబద్ధంగా తోడ్పడేలా సేవ చేసేటట్టు మనం ప్రత్యేకంగా దాన్ని నడిపించవచ్చు.

కొన్నేళ్ళ క్రితం నేనొక సెమినార్ నడిపాను. అందులో ఒక జంట అక్కడికి వచ్చిన వారితో ఒక అనుభవాన్ని పంచుకున్నారు. వాళ్ళ కుటుంబంలో అందరికీ ప్రతి జూన్‌లోనూ జలుబు చేస్తుందిట. దీన్ని 'వంశపారంపర్యం'గా భావిస్తూ వచ్చారు. గత 20 ఏళ్ళుగా అలా జరుగుతోందిట. ఏళ్ళ తరబడి ఈ విషయం వ్యక్తిగతంగానూ, కుటుంబపరంగానూ 'చర్చావేదిక' అయి కూర్చుందిట. 'నాకు (మాకు) ఎప్పుడూ జూన్‌లోనే జలుబు చేస్తుంది' అనేవారు. ఇంకేముంది, ఖచ్చితంగా, సుప్తచేతనం ఈ ఆజ్ఞలను అమలుపరిచేది. దానివల్ల ప్రతి ఏడూ, ప్రతి కుటుంబ సభ్యుడికీ జలుబు చేసి తీరేది. ఈ సాంప్రదాయాన్ని ఛేదించటం ఇష్టం లేని వాళ్ళు, కేవలం వాళ్ళ 'జన్యు'లకి ముడిపెట్టి, కావాల్సిన ఫలితాన్ని పదే పదే నొక్కి వక్కాణిస్తే చాలు. ఈ సంఘటనలో తమాషా అయిన విశేషమేమిటంటే, ఈ పుస్తకంలో నేర్పించిన కిటుకుల ద్వారా, ఈ కుటుంబం తమ సుప్తచేతనానికి ఇచ్చిన సూచనలను మార్చింది. అంటే వాళ్ళకి వాళ్ళు చెప్పుకునే మాటలను లేదా రూఢి మాటలను మార్చింది. (అధ్యాయం 8 చూడండి) రెండేళ్ళ తర్వాత నాకొక ఉత్తరం వచ్చింది. ఈ పాతపద్ధతిని పారద్రోలామనీ, గత రెండేళ్ళుగా వాళ్ళ కుటుంబ సభ్యుల్లో ఎవరికీ జలుబు చేయలేదనీ రాసారు. ఆ కుటుంబం అదే ఇంట్లో, అదే ఊరిలో, అదే వాతావరణ పరిస్థితుల్లో ఉన్నారు. కాని ఆరోగ్య 'చిత్రం' మాత్రం మారింది. ఈ కొత్త చిత్రం అందరికీ సమానంగా వచ్చే జలుబుని రానివ్వలేదు. జూన్‌లో రానివ్వలేదు. ఆ మాటకొస్తే అసలు ఏ నెలలోనూ రానివ్వలేదు.

మీరు పదే పదే అందరితో 'నేను అంత ఖర్చు భరించలేను,' అని చెపితే మీ సుప్తచేతనాత్మక మనసు కామోసు అనుకుంటుంది. అనుకుని ఊరుకోకుండా, మీరు

కొనాలనుకుంటున్న వస్తువుని కొనే పరిస్థితిలో లేకుండా చేస్తుంది. 'నేను ఆ కారు ఖరీదుని, ఐరోపా ప్రయాణపు ఖర్చుని, ఆ కొత్త ఇంటి ఖర్చుని వగైరాలని భరించలేను,' అని మీరు అంటూ వస్తున్న కొద్దీ, మీ సుప్తచేతనాత్మక మనసు మీ ఆజ్ఞలను తూ.చా.తప్పకుండా పాటిస్తుందని నమ్మకంగా చెప్పవచ్చు. దానివల్ల మీ జీవితంలో వీటిని పొందకుండా గడపాల్సి ఉంటుంది.

ఇంకో తేలిక ఉదాహరణ చూడండి. 'నాకు పుట్టగొడుగులు ఇష్టం లేదు,' అని మీరు చెపితే, తర్వాతెప్పుడో ఏదో సందర్భంలో మీకు పుట్టగొడుగులని సాస్‌లోనో, సలాడ్‌లోనో వడ్డిస్తే, మీకు అజీర్తి చేస్తుంది. ఎందుకంటే మీ సుప్తచేతనాత్మక మనసు మీతో చెప్తుంది, 'యజమానికి (మీ చేతనాత్మక మనసుకి) పుట్టగొడుగులు ఇష్టం లేదు.' 'మీ చేతనాత్మక మనసూ, సుప్తచేతనాత్మక మనసుల మధ్య ఉన్న తేడాలూ, అవి వ్యవహరించే తీరుకూ ఇది ఒక తమాషా అయిన ఉదాహరణ.

ఒక స్త్రీ చెప్పిందనుకోండి, 'రాత్రి కాఫీ తాగితే, తెల్లవారుఝామున మూడింటికి మెలకువ వస్తుంది.' ఆవిడ కాఫీ తాగినప్పుడల్లా, ఆవిడ సుప్తచేతనాత్మక మనసు ఆవిడని కుదిపి లేపేస్తుంది,' 'యజమాని మిమ్మల్ని రాత్రి మేలుకు కూర్చోమన్నాడు,' అని చెప్తున్నట్లుగా.

మీ సుప్తచేతనాత్మక మనసు రోజులో ఇరవయి నాలుగు గంటలూ పనిచేస్తుంది. మీ మేలు కోసం ఏర్పాట్లు చేస్తుంది. మీరు అలవాట్లుగా చేసే ఆలోచనల ఫలితాలతో మీ ఒడి నింపుతుంది.

గుర్తుంచుకోవాల్సిన భావాలు టూకీగా

1. మీలోనే ఉంది నిధి నిక్షేపాల గని. మీ హృదయం కోరిన దానికి జవాబు మీలోనే వెతుక్కోండి.
2. యుగయుగాలుగా విజయం సాధించిన మేధావుల విజయరహస్యం ఒక్కటే. వాళ్ళకి వాళ్ళసుప్తచేతనాత్మక మనసుని పట్టుకుని, దాని శక్తిని విడుదల చేసే సామర్థ్యం ఉంది. మీరూ చేయగలరు అది.
3. అన్ని సమస్యలకీ మీ సుప్తచేతనం దగ్గర జవాబులు ఉన్నాయి. పడుకునే ముందు, 'నేను పొద్దున్న 6 గంటలకు లేవాలి' అన్న సూచనని మీ సుప్తచేతనానికి ఇచ్చి పడుకుంటే, సరిగ్గా ఆ సమయానికి అది మిమ్మల్ని కొట్టినట్టు లేపుతుంది.
4. సుప్తచేతనలోని మీ మనసే మీ శరీరానికి నిర్మాత. శరీరాన్ని నయం చేస్తుంది. నాకు పరిపూర్ణమైన ఆరోగ్యం ఉంది అన్న ఆలోచనలో నిద్రపొండి ప్రతిరాత్రీ. మీ అనుంగు సేవకుడైన సుప్తచేతనం మీ మాటలని పాటిస్తుంది.
5. ప్రతి ఆలోచనా ఒక కారణం. ప్రతి స్థితీ ఒక కార్యం.
6. మీరు ఒక పుస్తకం రాయాలనుకుంటేనో, ఒక అద్భుతమైన నాటకం రచించాలనుకుంటేనో, ఒక మంచి ప్రసంగం ఇవ్వాలనుకుంటేనో, మీ సుప్తచేతనాత్మక

మనసుకి ఈ భావాన్ని ప్రేమగా, ఆర్తితో చెప్పండి, అప్పుడు అది చక్కగా తదనుగుణంగా ప్రవర్తిస్తుంది.

7. ఒక ఓడని నడుపుతున్న కెప్టెన్‌లాంటివారు మీరు. అతను సరియైన ఆజ్ఞలు జారీచేయాలి. అలాగే మీరు కూడా మీ అనుభవాలనన్నింటినీ అదుపులో పెట్టి, దిశా నిర్దేశం చేసే మీ సుప్తచేతనాత్మక మనసుకి కూడా సరియైన ఆజ్ఞలు (ఆలోచనలు, చిత్రాలు) జారీ చేయాలి.
8. 'నేను అంత ఖర్చు భరించలేను,' లేదా 'నేను ఇది చేయలేను' అని మాత్రం ఎన్నడూ అనకండి. మీ సుప్తచేతనాత్మక మనసు కామోసు అనుకుంటుంది. అనుకుని ఊరుకోకుండా మీ దగ్గర డబ్బు లేకుండానో లేక మీరు చేద్దామనుకునే పనిని చేసే సామర్థ్యం లేకుండానో చేస్తుంది. నొక్కి వక్కాణించి చెప్పండి, 'నా సుప్త చేతనాత్మక మనసుకున్న శక్తి వల్ల నేను అన్ని పనులూ చేయగలను'.
9. జీవనసూత్రం నమ్మకమనే సూత్రం. ఒక నమ్మకమంటే మీ మనసులో రేగే ఒక ఆలోచన. మిమ్మల్ని బాధించే విషయాలు కాని హాని కలిగించే విషయాలు కాని నమ్మకండి. మీ సుప్తచేతనాత్మక మనసుకున్న శక్తిమీద నమ్మకం పెట్టుకోండి. అది మీకు నయం చేయగలదు. స్ఫూర్తినివ్వగలదు, శక్తినివ్వగలదు. రాణింపచేయగలదు.
10. మీ ఆలోచనలను మార్చండి. దానితో మీ విధి మారుతుంది చూడండి.

మీకు 'అంతర్‌భాషణ' పరిచయం చేస్తున్నాను. అంతర్‌భాషణ అంటే మీ మదిలో ఎప్పుడూ గొణుగుతుండే అంతర్వాణి. ఏమిటా 'అంతర్వాణి?' దాని గురించే మనమిప్పుడు మాట్లాడుకుంటున్నాం. ఈ మాటలు మీరు చదువుతూ ఉండగానే, దానితోపాటుగా మీలో మీరు మాట్లాడుకుంటూ ఉంటారు. మీరు చదువుతున్న దానితో ఏకీభవించవచ్చు, ఏకీభవించకపోవచ్చు. మీరు జవాబు చెప్పాల్సిన ఈ-మెయిల్ గురించి ఆలోచిస్తూ ఉండవచ్చు, లేదా రాత్రి భోజనానికి ఏం తినాలి అని ఆలోచిస్తూ ఉండవచ్చు. ఆ అంతర్వాణి ప్రశ్నలు అడుగుతుంది. అదే జవాబులు కూడా యిస్తుంది. అంతా అయోమయంగా ఉంటుంది. ఒక్కోసారి 'లోపల' తీరిక లేకుండా చాలా హడావుడిగా ఉంటుంది.

కాని, ఈ రొదపెడుతున్నది ఎవరో కాదు. మన చేతనాత్మక మనసు. మనం ఒక విషయం గమనించాలి. ఇటువంటి రొద మన సుప్తచేతనంకి సమాచారం, సూచనలు అందిస్తోంది కూడా. మన భవిష్యత్తుని నిర్ణయిస్తాయన్న విషయం బాగా తెలిసినకొద్దీ, మనం మన ఆలోచనల వైఖరిని జాగ్రత్తగా పరిశీలించి, మనకి ఏమాత్రం ఉపయోగం కాని ఆలోచనలను త్రోసిపుచ్చుటమో, వాటిని మార్చుకోవటానికి ప్రయత్నించటమో చేయవచ్చు. ఒకసారి ఒక ఆలోచన మీదే మనం దృష్టి నిలపగలం అన్నది శుభవార్త. ఒక్కదానిమీదే దృష్టి నిలపగలం కాబట్టి, మన ఆలోచనలను, మనం అదుపులో పెట్టగలము. చెప్పటం అన్న భావనని, ధృవీకరణ ప్రక్రియలనీ ధృవీకరించి మీకు పరిచయం చేస్తే, అంతర్‌భాషణ యొక్క శక్తి గురించిన మీ అవగాహన, మీ ప్రశంస ఎక్కువవుతుంది. అధ్యాయం 3 అత్యంత విలువైన 'అంతర్‌భాషణ' అన్న అంశం మీద ఇంకా వివరంగా చెప్తుంది.

2

మీ మనసు ఎలా పనిచేస్తుంది

మీకొక మనసు ఉంది. దాన్ని ఎలా వాడాలో నేర్చుకోవాలి. మీ మనసులో రెండు స్థాయిలు ఉన్నాయి. చేతనం లేదా హేతుబద్ధ స్థాయి; సుప్తచేతనం లేదా నిర్హేతుక స్థాయి. మీరు చేతనాత్మక మనసుతో ఆలోచిస్తారు. మీరు అలవాటుగా ఏది ఆలోచిస్తారో అది మీ సుప్తచేతనాత్మక మనసులోకి చొచ్చుకుపోతే, మీ ఆలోచనల తీరుని బట్టి అది సృష్టిస్తుంది. మీ భావోద్రేకాలకి, మీ సృజనాత్మక మనసుకి పుట్టినిల్లు మీ సుప్తచేతనాత్మక మనసు. మీరు మంచి ఆలోచిస్తే, మంచి జరుగుతుంది. చెడు ఆలోచిస్తే చెడే జరుగుతుంది. మీ మనసు పనిచేసే తీరు ఇదన్నమాట.

మీరు గుర్తుంచుకోవాల్సిన ముఖ్యమైన విషయం ఇది. ఒకసారి సుప్తచేతనాత్మక మనసు ఒక భావాన్ని అంగీకరిస్తే, దాన్ని అమలులో పెట్టటం మొదలుపెడుతుంది. ఉత్సాహం కలిగించే ఒక సూక్ష్మమైన నిజం ఏమిటో తెలుసా? సుప్తచేతనాత్మక మనసు సూత్రం మంచి భావాలకి, చెడ్డ భావాలకీ కూడా ఒక్కలాగే పనిచేస్తుంది. ఈ సూత్రాన్ని ప్రతికూల పద్ధతిలో వాడితే మిగిలేది ఓటమి, నిరాశానిస్పృహలు, అసంతృప్తి. కాని, మీరు అలవాటుగా చేసే ఆలోచనలు లయబద్ధంగా ఉండి, పనికి వచ్చేవిగా ఉంటే, మీరు సంపూర్ణ ఆరోగ్యం, విజయం, ఐశ్వర్యాలని చవిచూస్తారు.

మీరు సరియైన మార్గంలో ఆలోచించి, భావించటం మొదలెడితే, ప్రశాంత మనసు, ఆరోగ్యకరమైన శరీరం నిస్సందేహంగా వచ్చి తీరతాయి. మీరు దేన్నయితే నిజమని మనసులో ఒప్పుకుని, భావిస్తారో, మీ సుప్తచేతనాత్మక మనసు దానిని అంగీకరించి, మీ అనుభవంలోకి తెస్తుంది దాన్ని. మీరు చేయాల్సిందల్లా ఒక్కటే. మీ సుప్త చేతనాత్మక మనసు మీ భావాన్ని అంగీకరించేలా చేయాలి. ఇంక మీ సుప్తచేతనాత్మక మనసు సూత్రం ప్రకారం మీరు కోరిన ఆరోగ్యం, శాంతి లేదా పదవిని మీ కాళ్ళముందుంచుతుంది. దానికి ఒక ఆజ్ఞ జారీ చేయండి. అది బుద్ధిగా దానికి మీరు ఎక్కించిన భావాన్ని ప్రతిఫలింపచేస్తుంది. మీ మనసు యొక్క సూత్రం ఇది. మీరు మీ చేతనాత్మక మనసులో ఏర్పరచుకున్న ఆలోచన లేదా భావం స్వభావం బట్టి మీ సుప్తచేతనాత్మక మనసు నుండి మీ ప్రతిస్పందన లేదా జవాబు వస్తుంది.

మీ సుప్తచేతనాత్మక మనసుకి ఆలోచనలనందిస్తే, మెదడు కణాల మీద ముద్రింపబడుతాయని మనస్తత్వవేత్తలు, మానసిక వైద్యులు అంటున్నారు. ఏదైనా భావాన్ని అంగీకరించిన తక్షణం మీ సుప్త చేతనం దాన్ని వెంటనే అమలులో పెడదామని చూస్తుంది. అది దానికి అందజేసిన భావాలని బట్టి పనిచేస్తుంది. మీ జీవితకాలంలో మీరు ప్రోగేసిన

జ్ఞానంలోని అణువు అణువూ వినియోగిస్తుంది. మీలో ఉన్న అంతులేని శక్తి, సామర్థ్యం, తెలివితేటలనుంచే దానికి కావలసింది తీసుకుంటుంది. దాని మార్గం నెరవేరటానికి ప్రకృతి సూత్రాలన్నింటినీ ఒకచోట చేరుస్తుంది. ఒక్కోసారి మీ సమస్యలకి తక్షణ పరిష్కారం చూపుతున్నట్టనిపిస్తుంది. కాని ఉత్తప్పుడు రోజులు, వారాలు, ఇంకా ఎక్కువ కాలం తీసుకోవచ్చు.

చేతనం, సుప్తచేతనం పదాలకు గల బేధాలు

ఒక విషయం గుర్తుంచుకోండి. మనకి రెండు మనసులు లేవు. అవి కేవలం ఒకే మనసులోని రెండు ధోరణులు. మీ చేతనాత్మక మనసు తార్కికంగా ఆలోచించే మనసు. మనసులోని ఈ భాగం దేన్నైనా ఎన్నుకోగలదు. ఉదాహరణకి, మీకు కావాల్సిన పుస్తకాలని, మీ ఇంటిని, మీ జీవిత భాగస్వామిని మీరు ఎన్నుకుంటారు. మీరు తీసుకునే నిర్ణయాలన్నీ చేతనాత్మక మనసులో చేసారు. ఇంకోవైపు చూస్తే, అసలేమీ మీ ప్రమేయం లేకుండా మీ హృదయం దానంతట అది కొట్టుకుంటుంది. జీర్ణక్రియ, రక్తప్రసరణ, శ్వాస ప్రక్రియలన్నీంటినీ మీ సుప్తచేతనాత్మక మనసు చేసుకుపోతుంది, మీరేం దాని గురించి ఆలోచించాల్సిన అవసరం లేకుండా.

దానిమీద ప్రసరింపచేసిన భావాన్ని లేదా మీరు తెలిసి, తెలిసీ నమ్మే విషయాన్ని మీ సుప్తచేతనాత్మక మనసు అంగీకరిస్తుంది. మీ చేతనాత్మక మనసులా ఇది తార్కికంగా ఆలోచించదు. మీకు వ్యతిరేకంగా అసలే వాదించదు. పుడమితల్లి ఎటువంటి విత్తనం వేస్తే దాన్ని అంగీకరిస్తుంది అది మంచిదవనీ, చెడ్డదవనీ. అలాంటిదే సుప్తచేతనాత్మక మనసు కూడా. మీ ఆలోచనలు చలాకీగా ఉంటాయి. వాటిని విత్తనాలతో పోల్చవచ్చు. వ్యతిరేక ఆలోచనలు, వినాశనం కలగజేసేవి మీ సుప్తచేతనాత్మక మనసులో ప్రతికూలంగా పనిచేస్తూ పోతాయి. కొన్నాళ్ళు గడిచేసరికి, వాటికి తగ్గట్టుగా అవి బాహ్యమైన అనుభవాలుగా బయటకి వస్తాయి.

> *చీనాదేశీయుల సామెత:*
> రేపటి పూవులన్నీ నేటి విత్తనాలలో దాగి ఉన్నాయి.
> *(కలుపు మొక్కలలాగే)*
> *రోజంతా వేటికి నీరు పోస్తారు?*

గుర్తుంచుకోండి, మీ సుప్తచేతనాత్మక మనసు తీరికూర్చుని మీ ఆలోచనలు మంచివా కాదా, సత్యమైనవా కాదా అని మీకు నిరూపించటానికి ప్రయత్నించదు. మీరు దానికి ఇచ్చిన ఆలోచనలు లేదా సూచనల ప్రకారం స్పందిస్తుంది. ఉదాహరణకి, మీరు ఏదైనా విషయాన్ని అది అబద్ధమైనా నిజమని చేతనాత్మక మనసులో భావించారనుకోండి, మీ సుప్తచేతనాత్మక మనసు దాన్ని సత్యంగా అంగీకరించి, దానికి

తగ్గట్టుగా ఫలితాలు వచ్చేలాగా ప్రయత్నం చేస్తుంది. ఎందుకంటే, మీరు దాన్ని సత్యంగా భావించారు కాబట్టి.

సూచనలకున్న అమోఘమైన శక్తి

ఈపాటికి మీకు అర్థమయ్యే ఉంటుంది, మీ చేతనాత్మక మనసు, 'గుమ్మం దగ్గర కాపలాదారుడు,' అని. దాని ముఖ్యమైన పని ఏమిటి? మీ సుప్తచేతనాత్మక మనసులోకి తప్పుడు అభిప్రాయాలు చొరబడకుండా కాపలా కాయాలి. ఇప్పుడు మీకు మనసుకి సంబంధించిన ప్రాథమిక సూత్రాల్లో ఒకటి తెలిసింది; మీ సుప్తచేతనాత్మక మనసు దానికి ఇచ్చిన సూచనలకు అత్యంత సున్నితంగా స్పందిస్తుంది. అది పోలికలు కాని తేడాలు గాని చూడదు. స్వంతంగా మంచి చెడుల బేరీజు వేయదు. అసలు స్వయంగా ఆలోచనే చేయదు అని మీకూ తెలుసు. ఆలోచించే లక్షణం మీ చేతనాత్మక మనసుది. మీ చేతనాత్మక మనసు దానికి ఇచ్చిన సూచనలని బట్టి ప్రతిస్పందిస్తుంది అంతే. దీని బదులు ఆ పని చేద్దామని ముందు వెనుకలు ఆలోచించదు.

సూచన అన్న పదానికి నిఘంటువు ఇచ్చిన నిర్వచనం ఇది – సూచన అంటే ఏదైనా ఒక విషయాన్ని మనసులో ప్రవేశపెట్టే ఒక చర్య లేదా ఉదాహరణ. ఆ మానసిక ప్రక్రియ వల్ల సూచించిన ఆలోచనని గాని, భావనని గాని స్వీకరించటమో, అంగీకరించటమో లేదా అమలులో పెట్టటమో జరుగుతుంది.

లీ ఫులాస్, పి. హెచ్.డి, ఎబిపిపి, ఈ పుస్తకానికి ముందు మాట రాసారు. ఆయన కెనడాలోని వాంకవర్, బి.సి.లో మనస్తత్వ నిపుణుడుగా, హిప్నాటిజమ్ చేసే డాక్టరుగా వైద్యం చేస్తున్నారు. లీ ఏర్పాటుచేసిన కొన్ని వర్క్‌షాపులకు వెళ్ళాను నేను. అందులో ఆయన ఏదో ఒక వ్యక్తిని పైకి పిలిచి, స్వప్నావస్థలోకి తీసుకువెళ్ళి, అతని చేతిని సూదితో పొడవటం మొదలెట్టేవారు. ఆ వ్యక్తికి చెప్పారు అతని చేతికి స్పర్శ తెలియకుండా ఉండే ఇంజెక్షన్ ఇస్తున్నానని. 'నీ చెయ్యి మొద్దుబారుతోంది,' అని పదే పదే చెప్పేవారు,' అవును ఏమీ స్పర్శ తెలియటం లేదు.' అని ఆ వ్యక్తి అంగీకరించేదాకా. 'మొద్దుబారింది' అన్న విషయాన్ని పరీక్షించటం కోసం గట్టిగా గిల్లారు. 'ఏమీ తెలియటం లేదు.' దాని తర్వాత లోతుగా గుచ్చుకోమని ఆ వ్యక్తికి చెప్పారు. 'నొప్పి ఉండదు, రక్తం కారదు, రోగం రాదు' అన్న కొత్త సూచనలు ఇచ్చి, అలాగే ఆ వ్యక్తి తన చేతికి (శుద్ధి చేయబడని) ఆ సూదిని గుచ్చుకున్నాడు. అతని సుప్తచేతనానికి ఇచ్చిన శక్తివంతమైన సూచన వల్ల, అతనికి నొప్పి లేదు, రక్తం కారలేదు (బొట్టు కూడా), రోగం రాలేదు. ఎంత ఆశ్చర్యం! నాకు తెలుసు. ఎందుకంటే ఆ 'వ్యక్తి'ని నేనే అయ్యాను.

హిప్నాటిజమ్ చేయబడిన వ్యక్తులకి ఒక సుద్దముక్కని వెలిగించిన సిగరెట్టుగా చెప్పటం నేను చూసాను. దాని తర్వాత హిప్నాటిస్ట్ దాన్ని ఆ వ్యక్తి చేతిమీద చర్మానికి తాకిస్తాడు. ఆ వ్యక్తి నిజంగానే వెలిగించిన సిగరెట్టు తనని తాకినట్టుగా కదులుతాడు.

కాని, దాని తర్వాత జరిగింది చూస్తే, ఇంకా ఆశ్చర్యంగా ఉంటుంది. అతని చేతిమీద ఎర్రగా ఏర్పడి కాసేపటికల్లా 'బొబ్బ' ఏర్పడుతుంది. నిజానికి అతన్ని తాకింది ఏమిటి? కేవలం సుద్దముక్క యొక్క బండ అంచు!

'నిప్పుల'మీద నడవటం గురించి మీలో చాలామంది విని ఉంటారు, చూసి వుంటారు. లేదా మీరే నడిచి కూడా ఉంటారు. ఎఱ్ఱగా నిప్పులు చెరిగే బొగ్గు మంట మీద నడిచినా, వాళ్ళ పాదాల మీద చర్మం 'కాపాడబడుతుంది.' వాళ్ళకి పదే పదే ఇచ్చిన బలమైన సూచనల వల్ల. ఈ ఆచారం జరగటం నేను ఎన్నిసార్లో చూసాను. అలాగే వేడికి తెల్లగా కాలిపోతున్న బండల మీద నిల్చున్న ఫిజీ దేశీయులని కూడా చూసాను. వాళ్ళు అంత కాలుతున్న బండల మీద ఎన్నో క్షణాలు నిల్చున్నా వాళ్ళకి వేడికాని, కాళ్ళు కాలుతున్న భావన కాని తెలిసేది కాదు.

ఇది నిజం కాదు అని నిరూపించటానికా అన్నట్టు, అప్పుడప్పుడూ చాలా అరుదుగా, నిప్పుల్లో నడిస్తే, కాలు కాలిన వ్యక్తిని కూడా చూసాను నేను. కాని అలా చూసిన ప్రతీసారీ, కాలు కాలకుండా ఉంటుందన్న విషయం మీద, 'పెద్ద శంక' ఉండటం వల్లే అలా జరిగిందని ఆ వ్యక్తి నిజం చెప్పేవాడు.

అదే శక్తిని మన జీవితంలో మనం ఎంతో ఆశగా కోరుకునే లక్ష్యాలు, వస్తువులని పొందటానికి విడుదల చేసినట్టు ఊహించుకోండి. మనలో ఉండి, మన సందేహాలని, మన భయాలని పదే పదే గుర్తుకు తెచ్చే ఆ అంతర్వాణి గొంతు మూయించగలిగామనుకోండి. అదే శక్తిని మన ఆరోగ్యం, శారీరక దారుఢ్యం గురించి అనుకూలంగా వినియోగించామనుకోండి. అది సాధించటానికే ముందుకు కొనసాగుతున్నాము మనము.

చేతనావస్థలోని మీ మనసులా సుప్తచేతన మీతో తర్కించదు

మీ సుప్తచేతనానికి వాదన చేసే శక్తి లేదు. అందుకని మీరు దానికి తప్పు సమాచారం ఇస్తే, అదే నిజమని అంగీకరిస్తుంది. ఆ తర్వాత ఆ సమాచారాన్ని నిజం చేయటానికి అవసరమైన పరిస్థితులు, అనుభవాలు, సంఘటనలని కల్పిస్తుంది. మీకు జరిగినవన్నీ, మీరు నమ్మకం ద్వారా సుప్తచేతనం మీద గాఢంగా ముద్రించిన ఆలోచనల వల్లనే. మీరు తప్పుడు ఆలోచనలను మీ సుప్తచేతనానికి అందించి ఉంటే, దాన్ని సరిదిద్దే మార్గం ఒక్కటే. మీ సుప్తచేతనాత్మక మనసుకి మళ్ళీ మళ్ళీ నిర్మాణాత్మకమైన సద్భావనలను పంపించండి. వీటిని పదే పదే చెప్పటం వల్ల. మీ సుప్తచేతనం వాటిని అంగీకరిస్తుంది. ఈ విధంగా, మీరు కొత్త, ఆరోగ్యకరమైన ఆలోచనలను, జీవనశైలిని అలవాటు చేసుకోగలరు. ఎందుకంటే మీ సుప్తచేతనాత్మక మనసే అలవాటుకి పుట్టినిల్లు.

సూచనకున్న నిర్మాణాత్మకమైన, వినాశకారియైన శక్తి

బాహ్యసూచన (hetero suggestion) మీద కొన్ని ఉదాహరణలు, వ్యాఖ్యానాలు: బాహ్యసూచన అంటేే మరో వ్యక్తి ఇచ్చిన సలహా. యుగయుగాలుగా ప్రతి యుగంలోనూ సూచనకున్న శక్తి మానవజాతి జీవితంలోనూ ఆలోచనలోనూ ప్రముఖ పాత్రని వహించింది. ప్రపంచం నలుమూలలా, ఈ సూచనే మతాన్ని నిర్దేశిస్తోంది.

మనల్ని మనం క్రమశిక్షణలోనూ, అధీనంలోనూ ఉంచుకోవటానికి సూచనని ఒక పనిముట్టుగా వాడుకోవచ్చు. అంతేకాదు. మనసు సూత్రం గురించి అవగాహన లేని వారిని అదుపులో పెట్టి నడిపించటానికి కూడా వాడవచ్చు. నిర్మాణాత్మకమైన రూపంలో అది అద్భుతంగానూ, బ్రహ్మాండంగానూ ఉంటుంది. కాని వ్యతిరేక అంశాలలో, మానసిక స్పందనల నమూనాలన్నింటిలోకి అత్యంత వినాశకారి. అది దు:ఖం, పరాజయం, బాధ, రోగం, దుర్ఘటనలాంటివి కలుగజేస్తుంది.

నిర్మాణాత్మక స్వయంసూచన, మిమ్మల్ని బాగు చేసుకునే వైద్యం. మీరు పెద్దయ్యాక ఈ నిర్మాణాత్మక స్వయం సూచనని వాడకపోతే గతంలో మీ మనసుపై పడ్డ ముద్రలు మీ వ్యక్తిగత, సామాజిక, జీవితంలో మిమ్మల్ని ఓటమిపాలు చేసేటట్టుగా నడిపించవచ్చు. స్వయం సూచన అంటే వ్యతిరేక ప్రభావాల నుంచి విముక్తి కలిగించే మార్గం. అలా కాని పక్షంలో, వ్యతిరేక ప్రభావాలు మీ జీవితాన్ని చిందరవందర చేసి, మంచి అలవాట్లు మీలో అభివృద్ధి చెందటం కష్టసాధ్యమయ్యేటట్టు చేయగలవు.

స్వయం సూచనకి ఇంకోమాట ధృవీకరణ, ధృవీకరించి చెప్పటాన్ని ఈ విధంగా నిర్వచిస్తాము:

"మీరు ఆశించిన అంతిమ ఫలితంవైపు మిమ్మల్ని తీసుకువెళ్ళే సానుకూల లేదా వ్యతిరేక నిజం లేదా నమ్మకాన్ని సూచించేమాట".

ఇక్కడ రెండు విషయాలు గమనించాలి:

1. *'నిజం లేదా నమ్మకాన్ని సూచించే మాట' పూర్తిగా నిజమవచ్చు లేదా పూర్తిగా తప్పు అవచ్చు (కాని నిజమని నమ్మినది). సరిగ్గా దీనిపైన డా. మర్ఫీ చెప్పినట్టు :*

మీ సుప్తచేతనానికి వాదన చేసే శక్తి లేదు. అందుకని మీరు దానికి తప్పు సమాచారం ఇస్తే, అదే నిజమని అంగీకరిస్తుంది. ఆ తర్వాత ఆ సమాచారాన్ని నిజం చేయటానికి అవసరమైన పరిస్థితులు, అనుభవాలు, సంఘటనలని కల్పిస్తుంది. మీకు జరిగినవన్నీ, మీరు నమ్మకం ద్వారా సుప్తచేతనం మీద గాఢంగా ముద్రించిన ఆలోచనల వల్లనే.

'నేను ______' అన్న పదాల వెనుక వచ్చే ఏ మాట అయినా ధృఢంగా చెప్పటం. 'నేను చెత్తగా చేస్తాను (అది ఏమిటో మీరు నింపుకోండి)' అనేది సుప్తచేతనానికి ఒక

ఆదేశం. అది ఆ మాటని నిజం చేస్తుంది. అలాగే, 'నేను ________చాలా బాగా చేస్తాను' అన్నమాట (అంటే ధృవీకరణ)ని, ఆ నమ్మకాన్ని వాస్తవమయ్యేటట్టు చేస్తుంది సుప్తచేతనం.

స్పాంటేనియస్ ఎవల్యూషన్* *లో బ్రూస్ హెచ్. లిప్టన్ రాసినట్టుగా :*

మనం అనుభవించే ప్రపంచాన్ని మన మనసులు కూడా హుషారుగా సృష్టిస్తాయి. దాని ఫలితంగా, మన నమ్మకాలను మార్చుకోవటం ద్వారా, ప్రపంచాన్ని మార్చే అవకాశం ఉంది మనకి.

పరిశోధనల ఫలితాలని పరిశోధకుని మనసు ప్రభావితం చేస్తుందన్న సత్యం క్వాంటమ్ మెకానిక్స్ కొనుగొన్న అనేక సత్యాల్లో ఒకటి. మనం ప్రపంచాన్ని కేవలం గమనించే వాళ్లం మాత్రమే కాదు. దాని సత్యాలని వెలికితీసే కీలకమైన పాత్ర ధరించే వాళ్లమన్న విషయం బోధిస్తుంది ఈ కొత్త ఫిజిక్స్. మన మనసులో రూపుదిద్దుకుంటున్న సమాచారం మనం జీవిస్తున్న ప్రపంచం రూపు రేఖలను ప్రభావితం చేస్తుందని క్వాంటమ్ ఫిజిక్స్ ఖచ్చితంగా నిరూపించింది.

ఎంత లోతైన పరిశోధన! 1963లో డా. మర్ఫీ తన పుస్తకం రాసినప్పుడు, మర్ఫీ బోధించింది నమ్మాలా వద్దా అన్నది పాఠకుడి నిర్ణయం మీద ఆధారపడి ఉంది. తను బోధించింది సత్యమే అని డా॥ మర్ఫీకి తెలిసినా, శాస్త్రపరంగా ఆయన నిరూపించలేకపోయారు. అందుకని నమ్మలేని వాళ్ళు 'బాధితులు'గా వ్యవహరించి, వాళ్ళ పాత చింతకాయ భావాలకే అతుక్కుపోయారు. డా. మర్ఫీ తన పుస్తకం రాసినప్పుడు, మర్ఫీ బోధించిన సూత్రాలని అంగీకరించి, అమలులో పెట్టిన వాళ్ళని 'ఆశాజీవులు' అనీ, లేదా సాదాసీదాగా 'అదృష్టవంతులు' అనీ పిలిచారు.

ఇవాళ, ఈ విషయం చదివిన విద్యార్థులు నమ్మాలా, అక్ఖరలేదా అన్న బాధని తప్పించుకోవచ్చు. ఎందుకంటే దానిలోని సత్యాన్ని నిరూపించటానికి శాస్త్రీయమైన నిదర్శనం ఉంది, దాని గురించి లోతుగా తెలుసుకోవాలన్న కుతూహలం ఎవరికైనా ఉంటే.

కృతజ్ఞతలు, డా. బ్రూస్ లిప్టన్

2. ***ఆశించిన విషయం సూత్రం:*** *సాధారణంగా ఒక వ్యక్తి తను ఆశించిన దానికన్నా ఎక్కువ ఫలితాన్ని పొందడు. ధృవీకరణ అంటే ఏమిటో ఒక్కసారి గుర్తుకు తెచ్చుకోండి. 'మీరు ఆశించిన అంతిమ ఫలితం వైపు మిమ్మల్ని తీసుకువెళ్ళే సానుకూల లేదా వ్యతిరేక నిజం లేదా నమ్మకాన్ని సూచించే మాట'. 'మీరు కోరిన అంతిమ ఫలితం' అనటం లేదు చూసారా? మనం కోరింది పొందము. మనం ఆశించింది పొందుతాము. జీవితంలో విజయం సాధించాలనుకున్న వాళ్ళు వాళ్ళ గురించి ఉన్నతంగా ఆశిస్తారు. పైగా ఉన్నతంగా ఆశించిన దాన్ని ఈ చిత్రం (లేదా లక్ష్యం) ముందే సాధించినంత గట్టిగా వాళ్ళ మనసుల్లో నమ్ముతారు.*

*లిప్టన్, ఒపి. పుట 3

మీరు ఏం చూడాలి, అనుభవించాలి అని ఆశిస్తారో దాన్నే చూస్తారు. అనుభవిస్తారు. మీకు తెలిసిన ప్రపంచం మీరు ఆశించిన చిత్రం. మానవ జాతికి తెలిసిన ప్రపంచం మీరు వ్యక్తిగతంగా ఆశించినది మొత్తంగా రూపుదిద్దుకున్నది.

'ది నేచర్ ఆఫ్ పర్సనల్ రియాలిటీ' *జేన్ రాబర్ట్స్,

మీరు మీ జీవితంలో పైకి రావాలనుకున్నా, ఏ రంగంలోనన్నా మీ ప్రవర్తనని మార్చుకోవాలనుకున్నా, అనుకుంటున్న సమయంలోనే ఆ రంగంలో విజయం సాధించినట్లుగా ఒక ఊహాచిత్రాన్ని నిర్మించుకుని, ఊహించిన అంతిమ లక్ష్యంగా దాన్ని గట్టిగా పట్టుకుని వుండాలి.

తక్కువ ఫలితాలని ఆశించకండి. అవి ఈ ఉత్సాహమనే పెట్టెని మూత మూసేసి, మిమ్మల్ని అణగద్రొక్కేసి, కొత్త లక్ష్యాలని సాధించే మీ ప్రయత్నాలకి నీరు జల్లేస్తుంది.

మీరు వ్యతిరేక సూచనలకు ప్రతిచర్య చూపగలరు

ఏ రోజు దినపత్రిక అన్నా తీసుకోండి. ఏముంది అందులో? ఓటమి, భయం, ఆందోళన, ఆదుర్దా, పొంచి ఉన్న దురదృష్టం అనే విత్తనాలని నాటే కథలు పుంఖానుపుంఖాలుగా ఉంటాయి. వీటిని మీరు అంగీకరించారా, అయిపోయారే. మీకు జీవితం మీద ఆశే చచ్చిపోతుంది. ఈ వ్యతిరేక సూచనలన్నీ మీరు స్వీకరించాల్సిన పని లేదని తెలుసుకోండి. అప్పుడు మీరు మీ సుప్తచేతనాత్మక మనసుకి సృజనాత్మకమైన స్వయం సూచనలివ్వటం ద్వారా, ఈ విధ్వంసక భావాలని పారద్రోలగలుగుతారు.

ఇతరులు మీకిచ్చే వ్యతిరేక సలహాలను ఎప్పటికప్పుడు గమనించుకోండి. విధ్వంసక బాహ్య సూచనల ప్రభావంలో పడాల్సిన అవసరమేమీ లేదు మీకు.

ఎదుటివారు మీకిచ్చిన సలహాలకి అచ్చంగా మీ మీద ఎటువంటి అధికారమూ లేదు మీరు మీ ఆలోచనల్లో వాటికి ప్రాముఖ్యతనిస్తే తప్ప. వాటికి మీరు మీ మనసులో అంగీకారం తెలపాలి. వాళ్ళ సూచనను మీరు స్వీకరించి, అంగీకరిస్తే అప్పుడు అవి బలం పుంజుకుంటాయి. అప్పుడే అది మీ ఆలోచన అయి కూర్చుంటుంది. మీరు దాని గురించి ఇంకా ఆలోచిస్తారు. గుర్తుంచుకోండి ఎన్నుకునే సామర్థ్యం మీకు ఉంది. జీవితాన్ని ఎన్నుకోండి. ప్రేమను ఎన్నుకోండి. 'ఆరోగ్యాన్ని ఎన్నుకోండి'.

సుప్తచేతన వివాదాస్పదంగా వాదించదు

మీ సుప్తచేతనాత్మక మనసు ఎంతో తెలివైంది. అన్ని ప్రశ్నలకీ జవాబులు తెలుసు దానికి. అది మీతో వాదించదు. ఎదురు జవాబు చెప్పదు. 'అలాంటి సలహాలతో నువ్వు నన్ను ప్రభావితం చెయ్యకు,' అని అనదు. ఉదాహరణకి మీరు, 'నేను యిది చేయలేను,' 'నేనిప్పుడు బాగా ముసలివాడినయ్యాను,' 'నేను బాధ్యతని చేపట్టలేను,'

*రాబర్ట్స్, జేన్ - ది నేచర్ ఆఫ్ పర్సనల్ రియాలిటీ. అంబర్ - అలెన్ పబ్లిషర్స్, న్యూ వరల్డ్ లైబ్రరీ, *1994.*

'నాకు సరియైన రాజకీయ నాయకుడు తెలీదు,' అని అన్నప్పుడు మీరు ఈ వ్యతిరేక ఆలోచనలతో మీ సుప్తచేతనాత్మక మనసుని నింపేస్తున్నారు. తదనుగుణంగానే అది స్పందిస్తుంది. కోరి కోరి మీ మంచిని మీరే అడ్డుకుంటున్నారు. దాని ఫలితంగా లేమిని, పరిమితులని, నిరాశానిస్పృహలను రెండుచేతులా ఆహ్వానిస్తున్నారు.

మీరు ఏదైనా సమస్యకి పరిష్కారం వెతుక్కుంటున్నప్పుడు, మీ సుప్తచేతనం ప్రతిస్పందిస్తుంది. కాని మీ చేతనాత్మక మనసులో మీరు ఒక నిర్ణయానికి రావాలని, సరైన తీర్పుని యివ్వాలని ఆశిస్తుంది. మీ సుప్తచేతనాత్మక మనసులోనే సమాధానం ఉన్నట్లు మీరు ఒప్పుకోవాలి. కాని మీరు 'వేరే మార్గం ఉన్నట్టు తోచదు; నాకంతా అయోమయంగా, గందరగోళంగా ఉంది. నాకెందుకు జవాబు దొరకటం లేదు?' అని అంటే మాత్రం, మీ కోరికని మీరే నిరర్థకం చేస్తున్నారన్నమాట.

మీ మనసుకున్న చక్రాలని ఆపండి. కాసేపు విశ్రాంతి తీసుకోండి. ఆలోచించటం మానేయండి. శాంతంగా, స్థిరంగా చెప్పండి. నా సుప్తచేతనంకు జవాబు తెలుసు. అది యిప్పుడు నాకు బదులు పలుకుతోంది. దానికి నా కృతజ్ఞతలు. ఎందుకంటే నా సుప్త చేతనానికి ఉన్న అనంతమైన తెలివితేటల వల్ల దానికి అన్ని విషయాలూ తెలుసని నాకు తెలుసు. అది నాకు పరిపూర్ణమైన జవాబునిస్తోంది యిప్పుడు.'

ప్రధానాంశాల సమీక్ష

1. మంచిగా ఆలోచిస్తే, అంతా మంచే జరుగుతుంది. చెడు ఆలోచిస్తే, చెడే జరుగుతుంది. రోజంతా మీరేం ఆలోచిస్తే అదే అవుతారు మీరు.
2. మీ సుప్తచేతనాత్మక మనసు మీతో వాదించదు. మీ చేతనాత్మక మనసు చేసే ఆజ్ఞలను తూ.చా.తప్పకుండా పాటిస్తుంది. 'నేను అంత ఖర్చు భరించలేను,' అన్న విషయం నిజమే కావచ్చు. కాని మీరు మాత్రం అలా అనకండి. ఒక మెరుగైన ఆలోచన, ఆజ్ఞని ఎన్నుకోండి, 'నేనది కొంటాను. నేను నా మనసులో దీన్ని ఒప్పుకుంటున్నాను.'
3. ఎన్నుకునే అధికారం ఉంది మీకు. మంచి ఆరోగ్యాన్ని, ఆనందాన్ని ఎన్నుకోండి. మీరు కావాలనుకుంటే స్నేహహస్తం చాచవచ్చు, లేదా స్నేహితులకు దూరంగా ఉండవచ్చు. సహకారం అందించేలా, ఆనందంగా, స్నేహపూర్వకంగా, అందరూ అభిమానించేలా ఉండాలని కోరుకోండి. ప్రపంచం అంతా మిమ్మల్ని యిష్టపడుతుంది. అద్భుతమైన వ్యక్తిత్వాన్ని ఏర్పరచుకోవటానికి ఇది ఒక ఉత్తమమైన మార్గం.
4. మీ చేతనాత్మక మనసు 'గుమ్మం దగ్గర కాపలాదారుడు' వంటిది. దాని ముఖ్యోద్దేశ్యం తప్పుడు ప్రభావాల్లో పడకుండా మీ సుప్తచేతనాత్మక మనసుని పరిరక్షించటం. ఏదో మంచి జరగవచ్చనీ, అది కూడా యిప్పుడే జరుగుతోందనే నమ్మకాన్ని ఎన్నుకోండి. మీకున్న అత్యంత గొప్ప శక్తి ఏమిటో తెలుసా? ఎన్నుకునే ఈ సామర్థ్యం. అందుకని సంతోషాన్నీ, సమృద్ధినీ ఎన్నుకోండి.

5. ఎదుటివారు చేసిన సూచనలకు గాని, వాఖ్యానాలకు గాని మిమ్మల్ని బాధించే శక్తి లేదు. వున్న ఒకే ఒక శక్తి మీ ఆలోచనా ప్రవంతికే ఉంది. ఇతరుల ఆలోచనలను లేదా వ్యాఖ్యానాలను తోసిపుచ్చి, మంచినే కోరుకునే హక్కు మీకుంది. మీరు ఎలా ప్రతిస్పందించాలన్నది మీ చేతిలో ఉంది.

ఇది చాలా ముఖ్యం. తరచు మనం మన జీవితంలో కొందరు ముఖ్య వ్యక్తులని 'ఆరాధిస్తాం!' వాళ్ళకి మనం పైకి రావాలన్న తపన ఉండవచ్చేమో కాని. వాళ్ళ మాటలు మన మీద ఎంత ప్రభావం చూపుతాయో గ్రహించము, ముఖ్యంగా మనం చిన్నపిల్లలుగా ఉన్నప్పుడు, నిరాశ చెందిన ఒక తండ్రి, 'అసలు ఏమయింది నీకు?' అన్నప్పుడు ఇటువంటి 'నిజం లేదా నమ్మకాన్ని సూచించే మాట' పిల్లవాడి మీద ఎంత గాఢముద్ర వేస్తుందో అర్థం చేసుకోలేము.

మనం డా. మర్ఫీ బోధనలను చక్కగా నేర్చుకుని, అర్థం చేసుకోవటం మొదలుపెట్టగానే, మన జీవితాన్ని మనమే నిర్దేశించుకోవచ్చు. ఎదుటివాళ్ళు మనని తప్పుదారి పట్టించే వ్యాఖ్యానాలు చేసినా వాళ్ళ వ్యతిరేక ప్రభావంలో పడిపోకుండా మనని మనం కాపాడుకోవచ్చు. మనం తేలిగ్గా ఓ చిరునవ్వు నవ్వుకుని చెప్పుకోవచ్చు, 'నేను ఆ విధ్వంసక విమర్శని అంగీకరించటం లేదు. ఎందుకంటే నిజానికి నేను (మన ఆరోగ్యకరమైన, ఆనందకరమైన జీవితానికి మనం ఎన్నుకున్న పరిస్థితిని వర్ణిస్తాము)'

నిజానికి, ఎదుటివారి మాటలు మనమీద ఎంతమాత్రమూ ప్రభావం చూపలేవు. కేవలం ఆ మాటలని మన అంతర్‌భాషణతో ఎలా అర్థం చేసుకుంటామన్న దాన్ని బట్టే, మన సుప్తచేతనం ప్రభావితమవ్వటం లేదా 'ఆజ్ఞాపించబడటం' జరుగుతుంది.

6. ఆచి తూచి మాట్లాడండి. మీ నోటినుంచి జారే ప్రతి అడ్డమైన మాటకీ మీరే పూచీకత్తు వహించాల్సి ఉంటుంది. 'నేను ఓడిపోతాను; నా ఉద్యోగం ఊడిపోతుంది; నేను అద్దె చెల్లించలేను,' లాంటి మాటలు ఎన్నడూ వాడకండి. మీ సుప్తచేతనం జోక్‌ని అర్థం చేసుకోలేదు. కామోసు అనుకుని వీటన్నింటినీ నిజం చేసి కూర్చుంటుంది.

7. మీది చెడ్డ మనసు కాదు. ఆ మాటకొస్తే ప్రకృతిలోని ఏ శక్తీ చెడ్డది కాదు. మీ ప్రకృతిలోని శక్తులని ఎలా వాడుతున్నారన్న దానిమీద అది ఆధారపడి ఉంటుంది. మీ మనసుని ఆశీర్వదించటానికి, ఉపశమనం కలిగించటానికి, అందరికీ ప్రేరణ కలిగించటానికి వినియోగించండి.

8. 'నావల్ల కాదు,' అని మాత్రం ఎన్నడూ అనకండి. ఆ భయాన్ని ఈ మాటలతో పారద్రోలండి,' 'నా సుప్త చేతనాత్మక మనసుకున్న శక్తి వల్ల నేను అన్ని పనులూ చేయగలను.'

9. జీవితాన్ని నిత్యసత్యాలు, జీవన సత్యాల కోణం లోంచి చూడటం నేర్చుకోండి. అంతేకాని భయం, అజ్ఞానం, అంధవిశ్వాసాల కోణంలోంచి చూడకండి. మీ

గురించిన ఆలోచనలు ఎదుటివారు చేయకుండా చూడండి. మీ ఆలోచనలను మీరే స్వయంగా ఎన్నుకోండి. మీ నిర్ణయాలను మీరే స్వయంగా తీసుకోండి.

10. మీరు మీ ఆత్మ (సుప్తచేతనాత్మక మనస్సు) కెప్టెన్, మీ విధికి మీరే యజమాని. గుర్తుంచుకోండి. ఎన్నుకునే సామర్థ్యం మీకు ఉంది. జీవితాన్ని ఎన్నుకోండి! ప్రేమని ఎన్నుకోండి! ఆరోగ్యాన్ని ఎన్నుకోండి! ఆనందాన్ని ఎన్నుకోండి!

11. మీ చేతనాత్మక మనసు దేనినైతే నిజమని భావించి, నమ్ముతుందో, దాన్నే మీ సుప్తచేతనం స్వీకరించి, నిజం చేస్తుంది. అదృష్టాన్ని, దైవకృపని, సరియైన కర్మనీ, జీవితం అందించే అనేక కానుకలనీ నమ్మండి.

3

అంతర్‌భాషణ

మన ప్రవర్తనని, సమర్థతని ప్రభావితం చేసే శక్తి మన అంతర భాషణ (సెల్ఫ్‌టాక్) కి తప్ప వేరే దేనికీ లేదు. ఎక్కువగా మన అంతర్‌భాషణ శక్తి మన ప్రయత్నాల ఫలితాలను, సానుకూలంగా గానీ, వ్యతిరేకంగా గానీ నిర్ణయిస్తుంది.

నిముషానికి *150-300* పదాల చొప్పున – లేదా రోజుకు *50,000* ఆలోచనల చొప్పున మనతో మనం మాట్లాడుకుంటాం!

మనం అయితే వ్యతిరేక ఆలోచనలతో (స్ట్రెస్ హార్మోన్లకి విడుదల చేస్తాయి) రోజంతా మనసుని నింపుతున్నాము లేదా సానుకూల ఆలోచనలతో మనసుని నింపుతున్నాము (అవి 'హాయిగా ఉండు' హార్మోన్లని విడుదల చేస్తాయి: డొపమైన్ – సెరొటోనిన్ – బెటా ఎండార్ఫిన్స్)

మనం పిల్లలుగా ఉన్నప్పుడు తేలిగ్గా పైకి మాట్లాడుకుంటూ ఉండేవాళ్ళం. నాకిప్పటికీ ఒక సంఘటన గుర్తుంది. ఒక రాత్రి నేను ఆఫీసు నుంచి ఇంటికి వచ్చాక, నా ఆఖరి కొడుకు గదిలోకి, అతనికి గుడ్‌నైట్ చెప్పటానికి వెళ్ళాను. అతని గది గుమ్మం దగ్గరకి వెళ్ళేసరికి, ఈ రొద, రణగొణ ధ్వనులు విన్నాను. అతనితో పాటు ఇంకా ఒకరో అంతకన్నా ఎక్కువో స్నేహితులు కాని, అన్నలు కాని ఉన్నారేమో అతని గదిలో అనుకున్నాను. తలుపు దగ్గరికి వెళ్ళి చూస్తే ఏముంది? అతనొక్కడూ వెనక్కి తిరిగి, తన టెడ్డీబేర్‌లతో ఆడుకుంటున్నాడు. జంతువులతో సంభాషణ జరుపుతూ కేరింతలు కొడుతున్నాడు. కాని ఆ జంతువుల గొంతులు ఎవరివనుకున్నారు? మా అబ్బాయివే. అక్కడ అతని జంతువుల స్నేహితులు నిజంగా ఎదురుగా ఉన్నంత (అతని ఉద్దేశ్యంలో) ఆనందంగా ఆడుకుంటున్నాడు.

పెరిగి పెద్దయ్యేసరికి మనం ఈ సంభాషణలని మనలోనే తొక్కిపెట్టటం నేర్చుకున్నాము. ఏదో అప్పుడప్పుడు మనకి తెలియకుండానే. పక్కన ఎవరూ లేకపోయినా, మన ఆలోచనలు పైకి అనేసే అవకాశాలున్నాయి. కారులో ఒంటరిగా ఉన్నవాళ్ళు వాళ్ళతో వాళ్ళు పైకి మాట్లాడుకోవడం మనమంతా గమనించాము (సెల్‌ఫోన్లు కనుగొనబడక ముందు యిది యింకా బాగా తెలిసేది).

మనం ఎదుటివారితో మాట్లాడుతున్నప్పుడు, సమాంతర రేఖగా మనలో ఇంకో వాక్ప్రవాహం సాగుతూ ఉంటుంది. దాంట్లో మనం ఎదుటి వ్యక్తి ఏం చెప్తున్నాడో అర్థం చేసుకోవటానికి ప్రయత్నిస్తుంటాం. మాట్లాడుతున్న వ్యక్తి మాటలు ఒక చెంప 'వింటూనే', ఇంకో చెంప మన జవాబు సిద్ధం చేసుకుంటాం.

కాని అత్యంత శక్తివంతమైన సంభాషణలు, మనం ఒంటరిగా ఉన్నప్పుడు మనలో మనం చేసుకునేవి. ఈ సంభాషణ తీర్పునిచ్చేదిగానో, బేరీజు వేసుకునేదిగానో ఉంటుంది. అంటే మనం బాగా చేసిన పనికి మనల్ని మనం మెచ్చుకోవటమో లేదా చెత్తగా చేసిన పనికి బాగా తిట్టుకోవటమోనన్నమాట.

ఈ అధ్యాయం మొదట్లో నేను చెప్పాను, 'మన ప్రవర్తనని, సమర్థతని ప్రభావితం చేసే శక్తి మన అంతర్భాషణకి తప్ప వేరే దేనికీ లేదు.' అదెలా సాధ్యం? మన అంతర్భాషణే మన ఆత్మభావనని సృష్టించి, ఇంకా సృష్టిస్తూనే ఉంది.

ది పవర్ ఆఫ్ నౌలో రచయిత ఎకార్ట్ టోలె * ఒక అధ్యాయంలో అంతర్భాషణని చర్చించారు. దాని పేరు, 'ఫ్రీయింగ్ యువర్‌సెల్ఫ్ ఫ్రమ్ యువర్ మైండ్'.

టోలె ఇలా అంటున్నారు,

'ఆలోచనాపరుడిని గమనించటం' అంటే అసలు ఏమిటి అర్థం? ఎవరైనా డాక్టర్ దగ్గరికి వెళ్ళి 'నా మదిలో ఏదో గొంతు వినిపిస్తోంది' అని చెపితే, మూడొంతులు అతన్ని గాని, ఆమెని కానీ సైకియాట్రిస్ట్ దగ్గరకి పంపే ప్రమాదముంది. కాని నిజం ఏమిటో తెలుసా? అచ్చం అలాగే, అక్షరాలా ప్రతి ఒక్కరూ వాళ్ళ మదిలో, ఎల్లప్పుడూ ఒక్క గొంతో అనేక గొంతులో వింటూనే ఉంటారు; అది అసంకల్పిత ఆలోచనా స్రవంతి. నిరంతర ఏకపక్ష మాటలు లేదా సంభాషణలు, దాన్ని ఆపే శక్తి మీకు ఉందని మీరు గ్రహించటం లేదు.

బహుశా మీరు రోడ్డు మీద 'పిచ్చి' వాళ్ళని చూసే ఉంటారు. వాళ్ళు అడ్డూ ఆపు లేకుండా వాళ్ళతో వాళ్ళు మాట్లాడుకుంటూనో, గొణుగుకుంటూనో ఉంటారు. సరే, నిజానికి మీరూ, తక్కిన 'మామూలు' మనుష్యులు అందరూ చేసే దానికీ దీనికీ పెద్దగా తేడా లేదు. కాకపోతే, మీరు పైకి మాట్లాడరు, అంతే తేడా. ఆ గొంతు వ్యాఖ్యానాలు చేస్తుంది. ఊహాగానాలు చేస్తుంది. నిర్ణయాలు చెప్తుంది. ఒకదానితో ఒకటి పోలుస్తుంది. ఫిర్యాదులు చేస్తుంది, ఇష్టాయిష్టాలు చెప్తుంది. అలా ఎన్నో చేస్తుంది. ఆ గొంతు నిజానికి అన్నప్పుడూ మీరున్న పరిస్థితికి సరిపోయినట్టుగా మాట్లాడుతుందని చెప్పటానికి లేదు. అది ఇటీవల లేదా ఎప్పుడో గతంలో జరిగిన సన్నివేశాలను గుర్తుకు తెచ్చుకుంటూ ఉండవచ్చు. లేదా భవిష్యత్తులో జరిగే అవకాశమున్న సన్నివేశాలను సాధన చేస్తూనో, ఊహిస్తూనో ఉండవచ్చు. ఇక్కడ ఇది తరచు పనులు సరిగా జరగనట్టో, వ్యతిరేక ఫలితాలు వచ్చినట్టో ఊహించుకుంటుంది; దీన్నే బెంగ అంటారు. ఒక్కోసారి ఈ ఊహాగానాలకి తోడు ఊహా చిత్రాలు లేదా 'మానసిక సినిమాలు' కూడా తోడవుతాయి. ఒకవేళ ప్రస్తుత పరిస్థితికి సంబంధించే ఆ గొంతు మాట్లాడుతున్నా, అది గతంలో జరిగిన సన్నివేశాలతో పోల్చి అర్థం చెప్తుంది. ఇది ఎందుకంటే ఆ గొంతు అలా తయారుచేయబడిన మనసుకి చెందింది. ఆ మనసు మీ గత చరిత్రతో పాటు

*టోలే ఎకార్ట్. ది పవర్ ఆఫ్ నౌ. న్యూ వరల్డ్ లైబ్రరీ, 2004.

మీరు వంశపారంపర్యంగా పొందిన సామూహిక సాంప్రదాయ మనసు స్థితిగతి యొక్క ఫలితం. అందువల్ల మీరు వర్తమానాన్ని, గతమనే కళ్ళతో చూసి అర్థం చేసుకుని, దాన్ని పూర్తిగా మార్చి చూస్తారు. ఆ గొంతు మీ అత్యంత చెడ్డ శత్రువు అంటే తప్పేం కాదు. చాలా మంది పాపం వాళ్ళ మదిలో తిష్టవేసుకుని, వాళ్ళ ప్రాణం తీసే గిజిగాడుతో కాపురం చేయాల్సి ఉంటుంది. ఆ గిజిగాడు వాళ్ళేం చేసినా సణిగిపోసి, వాళ్ళని నిరంతరం ఎదిరించి, వాళ్ళ శక్తినంతా హరించివేస్తాడు. దీనివల్ల చెప్పలేని దు:ఖం, విచారం కలగటమే కాదు, అనారోగ్యం కూడా ఏర్పడుతుంది.

కాని మీకో శుభవార్త! మీ మనసునుంచి మీరు విముక్తి పొందగలరు. అసలైన స్వేచ్ఛ యిదే. మొట్టమొదటి అడుగు ఇప్పుడే వేయవచ్చు. మీ మదిలో తొలుస్తున్న ఆ గొంతుని ఎంత తరచు వీలుంటే అంత తరచు వినండి. పదే పదే కలిగే ఆలోచనా పద్ధతులను ప్రత్యేకించి వినండి. పాతకాలం నాటి అరిగిపోయిన గ్రామఫోను రికార్డులాగా ఏళ్ళ తరబడి మిమ్మల్ని పీల్చి పిప్పి చేస్తున్న ఆ ఆలోచనా తరంగాలేమిటో వినండి. 'ఆలోచనాపరుడిని గమనించటం,' అంటే నా ఉద్దేశం యిదే.

చిన్న పిల్లల జీవితంలో మనం 'అధికారం చూపే వ్యక్తులం' (ఉదా: తల్లిదండ్రులు, కోచ్‌లు, గురువులు, అన్నలు). పిల్లలు ఏదైనా చేసినప్పుడు, మనం అసంతృప్తి చెందితే, దాని గురించి మాట్లాడేటప్పుడు కొంచెం జాగ్రత్త వహించాలి. ఆ సందర్భం పియానో వాయించటం, పరీక్ష రాయటం, ఆట ఆడటం ఏదైనా కానీ, పిల్లల మీద ఏదైనా గట్టి ముద్ర ఏర్పడుతుంది. అందుకని వాళ్ళ తల్లిదండ్రులు వాళ్ళు చేసిన దానికి యిచ్చిన 'తీర్పు'ని అక్షరాలా తీసుకుంటారు.

మన పిల్లో, పిల్లవాడో తను చేయగలిగినదానికన్నా తక్కువగా చేసినా లేదా ఎప్పుడూ చేసేదానికన్నా చెత్తగా చేసినా ఒక తండ్రిగా, ఒక కోచ్‌గా, ఒక గురువుగా మనం ఏం చేయాలి? స్పష్టంగా, వాళ్ళ మనసులో మనమొక 'చిత్రం' చిత్రించాలి. అది మనం వాళ్ళ గురించి ఎలా ఊహించుకుంటున్నామో దాన్ని పోలి ఉండాలి, అంటే 'బాబూ, అనుకున్నంత బాగా ఆడలేదని నేను కొంచెం నిరాశ చెందాను. నాకు గుర్తుంది, ఒకసారెప్పుడో నేనూ అలాగే చెడగొట్టాను. కాని నువ్వు గొప్ప ఆటగాడివి, వచ్చేవారం బ్రహ్మాండంగా ఆడతావులే!'

లేదా 'కన్నా, నువ్వు ఇంట్లో ఆ పాటకి ఎన్నిసార్లో అద్భుతంగా వాయించావు. వచ్చేవారం అంత అద్భుతంగానూ వాయించి ప్రశంసలు అందుకోవాలని నువ్వు తహతహలాడుతున్నావని నేను ఖచ్చితంగా చెప్పగలను.'

మనం చిన్నపిల్లలుగా ఉన్నప్పుడు మన అంతర్భాషణ మీద మనం జీవితంలో అత్యంత విలువనిచ్చి, అధికంగా ప్రేమించే వాళ్ళ నుంచి మనం పొందిన వ్యాఖ్యానాల

ప్రభావం ఎక్కువగా ఉంటుంది. మనం వచ్చే అధ్యాయంలో చూసేటట్టుగా, మన అంతర్‌భాషణ మన ఆత్మ భావనని ఏర్పరస్తుంది.

మనం 'పెద్దవాళ్ళం' (అంటే యుక్తవయస్కులం) అయ్యేసరికి, మన గురించి మనం ఖచ్చితమైన అభిప్రాయాలు ఏర్పరచుకుంటాం. మనం ఏది బాగా చేయగలం, ఏది చెత్తగా చేస్తాం, ఏది ఇష్టం, ఏది అయిష్టం, ఎటువంటి వాళ్ళతో కలిసిమెలసి ఉండాలనుకుంటాం, ఎటువంటి వాళ్లని తప్పించుకుందామని చూస్తాం వగైరా, వగైరా. ఇదే నేను ఉండే తీరు (ఎప్పటికీ ఇలాగే ఉంటాను) అన్న భావన 'నిజం' అనుకుంటాం. నిజానికి మనకున్న సమాచారానికి మనం ఖైదీలమవుతున్నాము. దాన్ని పొరపాటుగా నిజంగా అంగీకరిస్తున్నాము. పైగా మనలో చాలామందికి మన ప్రవర్తనలో సృజనాత్మకమైన మార్పులు ఎలా చేయాలో ఎవరూ నేర్పలేదు. అందువల్ల మన జీవితానికి మనమే స్వీయ నిర్దేశకులుగా కొనసాగిస్తాము జీవితాన్ని.

ఇక ముగింపుకొస్తే, మన అంతర్‌భాషణ మన ఆత్మభావనని ఏర్పరస్తుంది. మన ఆత్మభావన మన విజయభేరి స్థాయిని నిర్ణయిస్తుంది. సాధారణంగా మనం మన ఆత్మభావనకి అనుగుణంగానే ప్రయత్నాలు చేస్తాము కాబట్టి, అటువంటి విజయం పొందాక, మనలో మనం మన విజయం గురించి మాట్లాడుకుంటాము. అది మళ్ళీ మన ఆత్మభావనని గట్టి పరుస్తుంది. దానివల్ల మనం అదే స్థాయిలో చేయటం కొనసాగిస్తాము.

మన అంతర్‌భాషణ మన మెదడులో ఒక రేడియో స్టేషన్‌లాంటిది. మరి మనం అసలు ఛానెల్ వింటున్నామా? వేరే ఛానెల్‌కి మార్చాలా? ఎలా మార్చాలో మనకి తెలుసా? అక్కడే ఉండండి! (శ్లేష ఉంది ఇందులో)

ఇప్పుడు మన అంతర్‌భాషణ ఎలా మన ఆత్మభావనని ఏర్పరస్తుందో కనుగొందాము.

4

మన అంతర్‌భాషణ మన ఆత్మభావనని ఎలా పెంపొందిస్తుంది

మన ఆత్మభావన ఎలా ఏర్పడుతుందో ఇది మనం తీసుకునే నిర్ణయాల మీద ఎలా నమ్మలేని ప్రభావం చూపుతుందో, దానివల్ల కలిగే ఫలితాలేమిటో నేర్చుకుందాము ఈ అధ్యాయంలో. ఈ అధ్యాయం మన ఆత్మభావన శక్తిని మనం అర్థం చేసుకోవటంతో మొదలయి, మన జీవితంలో ఏ రంగంలోనైనా, మన విజయం స్థాయిని, సానుకూలంగా గానీ, వ్యతిరేకంగా గానీ, నిర్ణయించి క్రమపద్ధతిలో నడిపే యంత్రాంగం మన ఆత్మభావన అన్న గుర్తింపుతో ముగుస్తుంది.

మనం చాలా క్లిష్టమైన, బహుముఖ ప్రజ్ఞాశాలురం. మనకి దైనందిన జీవితంలో మనం అనుభవించే ఎన్నో సౌఖ్యాలతో పాటు అనేక యంత్రాంగాలూ, పరికరాలూ ఉన్నాయి అందుబాటులో. కాని వచ్చిన చిక్కల్లా వీటి గురించి మనకి పాఠశాలల్లో బోధించరు. అందువల్ల మనమిప్పుడు ఉన్న తీరు, ఎందుకిలా ఉన్నామో తెలియకుండానే జీవితం గడిపేస్తున్నాము. అంతకన్నా ముఖ్యంగా, మన జీవితంలో ఏదైనా రంగాలలో మనం కోరినంతగా రాణించలేకపోతుంటే, వాటిలో మనని సృజనాత్మకంగా తీర్చిదిద్దుకునే సామర్థ్యం ఉందని తెలుసుకోకుండానే ఏళ్ళ తరబడీ గడిపేస్తున్నాయి. ఒక్క ముక్కలో చెప్పాలంటే, చాలామందికి ఎలా మారాలో తెలీదు. అందుకని, వాళ్ళు 'నేనిలాగే ఉన్నాను,' అన్న మంత్రం లోపల్లోపల జపించుకుంటూ, అదే వాళ్ళకి కలిగిన దీవెనలా మురిసిపోతూ ఉంటారు. వాళ్ళ అపరాధాలకు వాళ్ళదే తప్పని అంగీకరించుకుంటూ, శేష జీవితాన్నంతా గడిపేస్తారు.

మనం మన వ్యతిరేక నమ్మకాలనే 'మత్తు' నుంచీ, మనకి పరిమితులని విధించే సాంస్కృతిక మత్తుల హిప్నటిజమ్ నుంచీ బయటపడి, కొత్త నమ్మకాలతో అంటే ధృవీకరణలతో (అధ్యాయం 8 చూడండి) మళ్ళీ హిప్నొటిజమ్ చేసుకోవాలి. అప్పుడు మన మెదడు వైశాల్యాంని పెంచుకోవచ్చు కొత్త కొత్త మార్గాల్లోకి. ఎదుగూ బొదుగూ లేని పాత పద్ధతులతో పోలిస్తే యిందులో అంతా కొత్త విషయాలే.

ఉల్లిపొరలని ఒకటొకటి విప్పుకుంటూ వచ్చి, 'నేనిలాగా ఉన్నాను?' పరిస్థితి ఎలా ఏర్పడిందో పరీక్షిద్దాము.

మన మొదటి రెండేళ్ళు

మనం పుట్టినప్పుడు స్వచ్ఛమైన శక్తితో పుట్టాము. అంటే నా ఉద్దేశం మనమేమీ చేయలేమని సూచించే మూల సిద్ధాంతం (ఋణ) లేదు. మన జీవితంలో మన మొదటి రెండేళ్ళు చాలా శక్తివంతంగా పెరుగుతాము. మనకి మాటలు రావు కాబట్టి, మన తల్లిదండ్రులు మనమేమి చేయలేమో చెప్పలేరు. అలాగే త్వరగా ఎదుగుతున్నామనీ చెప్పలేరు. ఆ మొదటి రెండేళ్ళలో మనం నడవటం, ముస్తాబు చేసుకోవటం, తిండి తినటం, మాట్లాడటం నేర్చుకుంటాం. మనకి కేవలం కొన్ని పదాలే తెలిసినా, అమ్మా నాన్నా మనకి ఏం చెప్తున్నారో, మనతో ఏం మాట్లాడుతున్నారో అర్థం చేసుకోవటం మొదలుపెట్టాము.

మన మెదడు ఐదు ఎలక్ట్రికల్ భాషలు మాట్లాడుతుంది

డా. లీ ఫులాస్ చేసిన వర్క్‌షాపుల్లో ఒకదాంట్లో నేర్చుకున్నాను ఈ క్రింది విషయం :

> *పుట్టినప్పటినుంచి 2వ ఏడు వరకూ మన మెదడు తరంగాలు ప్రాథమికంగా డెల్టా (1.5–4 హెర్ట్స్). 2వ ఏడు నుంచి 6వ ఏడు వరకూ మెదడు తరంగాలు కొంచెం ఊపందుకుని థీటా (4–8 హెర్ట్స్) అవుతాయి. 6 నుంచి 12 ఏళ్ళ వరకూ, మన మెదడు తరంగాలు మళ్ళీ వేగం పుంజుకుని ఆల్ఫా (8-12) హెర్ట్స్) అవుతాయి. 12 నుంచీ, బీటా (12–40 హెర్ట్స్) అవుతాయి.*

ఎవరినైనా హిప్నటైజ్ చేస్తే వాళ్ళకి ఏమవుతుంది? వాళ్ళ మెదడు తరంగాలు థీటా/ఆల్ఫాకి తగ్గుతాయి (హిప్నటైజ్ చెయ్యబడగలిగిన అత్యధిక స్థాయి 7.3 హెర్ట్స్)

ఆ విధంగా, 2 నుంచి 12 ఏళ్ళలోపు, అత్యంత ఎక్కువ స్థాయిలో హిప్నటైజ్ చెయ్యబడగలిగిన పరిస్థితిలో ఉంటాయి మెదడు తరంగాలు. ఎందుకు? ఈ వయసు కాదూ మన నమ్మకాలను తర్ఫీదు చేసేది? ఈ వయసులో కాదూ ఆత్మగౌరవం, ఆత్మ భావనల వేళ్ళు మనలో పాతుకుపోయేవి? ఆ విధంగా, మన వ్యతిరేక నమ్మకాల మత్తులోంచి కొత్త స్థిరమైన మాటలతో మనని మనం హిప్నటిజం నుంచి మేలుకొలుపుకుంటే, మనం మరింత శక్తినిచ్చే నమ్మకాల మత్తులను సృష్టిస్తాము.

ఐదవ ఎలక్ట్రికల్ భాష గామా, అత్యధిక స్థాయిలో కనబడుతుంది *(40–200 హెర్ట్స్)*

రెండు మూలాల నుంచి నేర్చుకుంటాము

పిల్లలుగా ఉండగా మనం, ప్రాథమికంగా రెండు మూలాల నుంచి నేర్చుకుంటాము.

1. మనం మన తల్లిదండ్రులతో ఒకరినో లేదా ఇద్దరినో అనుకరించటం ద్వారా నేర్చుకుంటాము. ఎందుకు? మన తల్లిదండ్రులు మనకి ప్రేమని చవిచూపించిన ప్రాథమిక

మూలాలు. చిన్నపిల్లలుగా మనకి చాలా ప్రేమ కావాలి. అందుకని అమ్మ లేదా నాన్న మెచ్చుకుంటారని మనం భావించిన రీతిలో ప్రవర్తిస్తాము. వాళ్ళని ఆనందంలో ముంచెత్తితే మనకి 'ప్రతిఫలం' కలిగినట్టుగా కనిపిస్తుంది.

2. సౌఖ్యం వైపు వెళతాము, అసౌఖ్యం నుంచి దూరం పారిపోతాము.

దీని సారాంశం ఒక్కటే. మనం ఈ భూమ్మీదకి పూర్తిగా ఖాళీపాత్రలాగా వచ్చాము. కాకపోతే, మనకి అంతులేని కుతూహలం, నేర్చుకోవాలన్న తపన ఖచ్చితంగా ఉన్నాయి. రెండేళ్ళకల్లా కొన్ని మాటలు వంటబట్టించుకుని, మనకంటూ ఒక ప్రాథమిక భాషని పెంచుకోవటం త్వరగా మొదలుపెట్టాము. మనకున్న సమాచారంలో చాలా భాగం మన తల్లిదండ్రులు లేదా మన అక్కలు, అన్నలు యిచ్చినవే. ఏది మంచి ఏది చెడు, ఏది తప్పు, ఏది ఒప్పు; మనం ఎలా ప్రవర్తించాలి ('మంచి అమ్మాయి') ఎలా ప్రవర్తించకూడదు ('చెడ్డ అబ్బాయి') లాంటివన్నీ వాళ్ళ అభిప్రాయాలని బట్టి చెప్తారు మనకి. మనకి ఆరేళ్ళు వచ్చేసరికి, మన గురించి మనం కొన్ని దృఢమైన అభిప్రాయాలని ఏర్పరచుకుంటాము. మనమేమిటి, మన ప్రపంచం (కుటుంబం, స్నేహితులు) ఎలా ఉంటుందిలాంటివన్నమాట. అంతేకాదు మనం ఏ రంగాల్లో బాగా చేయగలం, ఎందులో బాగా చేయలేమో కూడా అప్పుడే కొన్ని లేత భావనలు ఏర్పరచుకోవటం కూడా మొదలుపెట్టాము.

గమనిక: వీటిలో దేనికీ, మనం నిజంగా ఏమిటన్న విషయంతో సంబంధం లేదు, కాకపోతే మనమేమిటి లేదా మనమేమి కావాలనుకుంటున్నాం అన్న దానితో పూర్తి సంబంధం ఉంది.

మనం ఈ భూమ్మీదకి వచ్చినప్పుడు ముందే ఏ విధమైన అభిప్రాయాలూ ఏర్పరచుకుని రాలేదు. అంటే కాథలిక్కు లేదా ప్రొటెస్టెంట్, రిపబ్లికన్ లేదా డెమాక్రాట్, డాక్టర్ లేదా లాయరు, వగైరా. మనమెవరం, మనమేమిటి అన్న మూల సిద్ధాంతం ఎక్కువగా మన పెద్దవాళ్ళ నమ్మకాల నుంచి, 'వారసత్వం'గా అంది పుచ్చుకున్నవి. (అవి నిజాలు లేదా సత్యాలు అయి తీరాలని లేదు) పెద్దవాళ్ళు అంటే తల్లిదండ్రులు, అన్నలు, గురువులు, కోచ్‌లు అంతేకాదు, మనం పిల్లలుగా ఉండగా, ముఖ్యంగా చిన్న పిల్లలుగా ఉండగా, మనం గౌరవంగా చూసే 'ఆదర్శవంతులు' గట్టిగా చెప్పే మాటలు. వాళ్ళు చెప్పిన దానికి విరుద్ధంగా ఏమీ సమాచారం మన దగ్గర లేదు. కాబట్టి, వాళ్ళేం చెపితే దాన్నే సత్యంగా నమ్ముతాము మనము. ఆరేళ్ళు వచ్చేసరికి స్కూల్లో చేరతాము. ఇంకొంతమంది టీచర్లు, కోచ్‌లు అదనంగా వచ్చి చేరతారు మన జీవితంలో. వాళ్ళు ఇంకా వివరంగా మనమేమిటో చెప్తారు. మనం ఏది బాగా చేయగలమో,ఏది బాగా చేయలేమో చెప్తారు.

అంతర్‌భాషణ అంటే ఏమిటో ముందే చూసాము కదా! ఈ అంతర్‌భాషణ వల్ల మనం మనకి చెప్పినదాన్ని లేదా మనం అనుభవించినదాన్ని మళ్ళీ బలపరుస్తాము.

మన అంతర్‌భాషణ మన ఆత్మభావన(ల)ని సృష్టించి, నిర్ణయిస్తుంది. అందువల్ల, మన ఆత్మభావనని సృష్టించేది అమ్మో, నాన్నో లేక యితరులో చెప్పిన మాటలు కాదు.

వాళ్ళు చెప్పినదాన్ని మనం ఎలా అర్థం చేసుకుంటాం లేదా ఆ చెప్పబడిన దాని గురించి మనం ఎలా భావిస్తాం అన్నదాన్ని బట్టి ఉంటుంది. మనం ముందు ముందు చూస్తాము, భాష యొక్క ఉద్దేశం మన మనసులో ఒక ఊహని లేదా ఒక చిత్రాన్ని సృష్టించటం లేదా ఏర్పరచుకోవటం అని. ఆ ఊహా చిత్రాలు తరుచు భావనలు లేదా భావోద్రేకాలతో కూడుకుని ఉంటాయి. అందువల్ల, మన అంతర్గత సంభాషణే చిత్రాలని, భావోద్రేకాలతో ఏర్పరస్తుంది. అవి సుప్త చేతనావస్థలో నిక్షిప్తమై ఉంటాయి. అది మన భవిష్యత్తుని ప్రభావితం చేస్తుంది. ఈ విషయాన్ని మనం అధ్యాయం 7లో లోతుగా చర్చిద్దాము.

ఈ క్రింది విషయాలు, నెపోలియన్ హిల్ * రచన అవుట్ విట్టింగ్ ది డెవిల్: ది సీక్రెట్ టు ఫ్రీడమ్ అండ్ సక్సెస్ నుంచి గ్రహించబడ్డాయి.

> ఎప్పుడైనా ఒక తండ్రి తన కొడుకు వాక్యాన్ని పూర్తిచేయటం విన్నారా? లేదా తన కొడుకు హెూమ్‌వర్క్‌ని పూర్తిచేయటం చూసారా? స్కూల్లో పెట్టే సైన్స్ ఫెయిర్లు గుర్తు ఉన్నాయా? అందులో వాళ్ళ సైన్స్ ప్రాజెక్ట్‌లలో పిల్లలకి బాహ్యంగా చాలా 'సహాయం' ఉందని కొట్టొచ్చినట్టు తెలియలేదూ? అమ్మా, నాన్నా అవసరమైన దానికన్నా కొంచెం ఎక్కువే 'సహాయం' చేసి ఉండవచ్చు,కాని వాళ్ళకి ఎక్కడో హృదయాంతరాల్లో తమ కొడుకు తాము చేసిన సహాయాన్ని మెచ్చుకుంటాడనీ, తన తల్లిదండ్రుల గొప్పతనం గుర్తిస్తాడనీ అనుకుంటూ ఉండవచ్చు, అవునా? కాని నిజానికి, ఆ పిల్లవాడు, 'అమ్మా, నాన్నా నేను స్వంతంగా చేయగలనని అనుకోలేరు. అలాంటప్పుడు పట్టించుకోవటమెందుకు?' అనుకుంటూ ఉండవచ్చు. దానివల్ల ఈ తల్లిదండ్రుల 'సహాయం' పిల్లవాడి ఆత్మస్థైర్యాన్ని నాశనం చేస్తుంది. పిల్లలని వాళ్ళు స్వయంగా చేయనీయటం వల్ల, పిల్లలలో స్వయంగా ఆలోచించుకోగలిగే అలవాటుని పెంపొందించుకోవటంలో తోడ్పడిన వారవుతారు.

ఇప్పటికి, కేవలం ఈ విషయం అర్థం చేసుకోండి చాలు. మన అంతర్‌భాషణే మన ఆత్మభావనని ఏర్పరస్తుంది. మన ఆత్మభావన ఏమిటి? మన ఆత్మభావన అంటే, మనని మనం చూసుకునే తీరు. నిర్వచనం చూస్తే,

> ఆత్మభావన అంటే మీకు ఏర్పరచిన విలువల నిర్ణయాల మొత్తం, వాటి సగటు లెఖ్ఖ. ఇవి మీ మీద మీదు పిల్లలుగా ఉండగా మీ తల్లిదండ్రులు, తక్కినవాళ్ళ వల్ల ఏర్పరచినవి – ముఖ్యంగా చిన్న పిల్లలుగా ఉండగా మీ జీవితంలో అన్నిరంగాలలో ఏర్పరచినవి.

ఇక్కడ అనేకమంది 'ఆత్మభావనల మొత్తం, వాటి సగటు లెఖ్ఖ' పూర్తి ఆత్మభావన ఉంది.

* హిల్, నెపోలియన్. అనోటేటెడ్ బైషారన్ ఎల్. లెచర్. అవుట్‌విట్టింగ్ ది డెవిల్; ది సీక్రెట్ టు ఫ్రీడమ్ అండ్ సక్సెస్. స్టెర్లింగ్. 2011

వ్యక్తిగత ఆత్మభావనలు

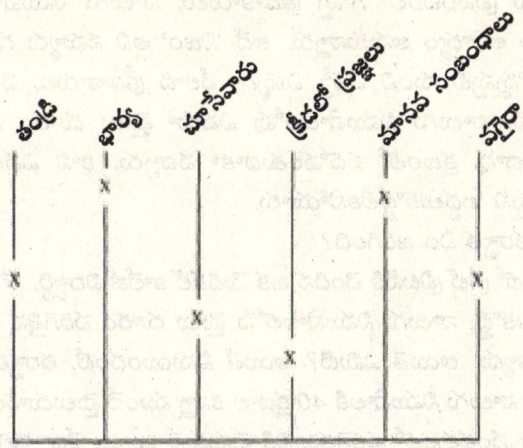

వ్యక్తిగత ఆత్మభావనలు వందలకొద్దీ ఉన్నాయి. ఒక్క 'క్రీడలో ప్రజ్ఞలు' లోనే స్కీయర్‌గా ఉన్నతమైన ఆత్మభావన ఉండవచ్చు, లేదా గోల్ఫర్‌గా తక్కువ అన్న ఆత్మభావన ఉండవచ్చు, వగైరా.

ఇక్కడ పనిచేస్తున్న సూత్రం ఒక్కటే. మన జీవితంలో ప్రతిరంగంలోనూ మనం రాణించే స్థాయిని నిర్ణయించే క్రమబద్ధమైన యంత్రాంగం మన ఆత్మభావన.

ఎప్పుడూ మన ఆత్మభావనకీ, మనం రాణించే స్థాయికీ అవినాభావ సంబంధం ఉంది.

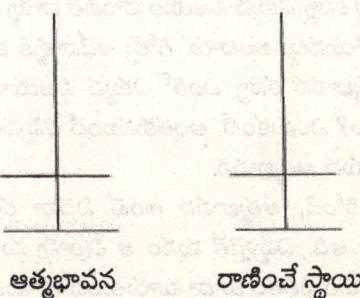

ఆత్మభావన
రాణించే స్థాయి

మనలో చాలామందికి ఒక అభిప్రాయం నూరిపోసారు. అది ఏమిటంటే, మనం చాలా కష్టపడి పనిచేస్తే, ఒకసారి మనం విజయం చవిచూస్తే, ఆ రంగంలో మనం బాగా చేయగలమని మన మీద మనకి నమ్మకం పెరుగుతుంది. లేదా, మన ఆత్మభావన పెరుగుతుంది. కాని కార్యకారణ సంబంధం చూస్తే మన ఆత్మభావనని బట్టి విజయం సంభవిస్తుంది.

ఈ విషయాన్ని స్పష్టంగా వివరించే ఒక ఉదాహరణ చెప్తాను చూడండి. *1954*కి ముందు ప్రపంచంలో గొప్ప క్రీడాకారులు, నాలుగు నిముషాలలోపు ఒక మైలు పరిగెత్తటం అసాధ్యం అనుకున్నారు. అదే 'నిజం' అని నమ్మారు కూడా. మనిషి స్టాప్‌వాచ్ కనుగొన్నప్పటి నుంచి ఎన్నో ఏళ్ళుగా వేలాది క్రీడాకారులు పరుగుపందేల్లో పాల్గొన్నారు కాని, నాలుగు నిముషాలలోపు ఎవరూ మైలు దూరం పరిగెత్తలేదు. కొంతమంది దాదాపు క్షణంలో పదోవంతుదాకా వచ్చారు. కాని ఎవరూ నాలుగు నిముషాల రికార్డుని బద్దలుకొట్టలేకపోయారు.

దాని తర్వాత ఏం జరిగింది?

*1954*లో గ్రేట్ బ్రిటన్‌కి చెందిన ఒక మెడికల్ కాలేజీ విద్యార్థి, రోజర్ బానిస్టర్, రికార్డులని బద్దలుకొట్టి, నాలుగు నిముషాలలోపే మైలు దూరం పరిగెత్తిన మొట్టమొదటి వ్యక్తిగా ఘనతకెక్కాడు. అయితే ఏమిటి? అయితే ఏమయిందంటే, తర్వాతి *3* ఏళ్ళలో, ఇంకో *16* మంది నాలుగు నిముషాలకి *40* క్షణాల కన్నా ముందే మైలుదూరం పరిగెత్తారు. పరికరాలలో (ఈ సందర్భంలో పరిగెత్తటానికి వేసుకునే బూట్లు లేదా పరిగెత్తే నేల) ఏ మార్పూ లేదు, పద్ధతిలోగాని, శిక్షణావిధానంలో గాని కొత్తదనం లేదు. ఉన్నదల్లా కేవలం మైలు దూరం నాలుగు నిముషాలలోపు పరుగెత్తటం 'అసాధ్యం' అని స్వయంగా విధించుకున్న పరిమితిని తీసివేయటం మాత్రమే.

క్రీడాకారులు ఆటల్లో పాల్గొనటం మంచి ఉదాహరణ, ఆత్మభావన వల్ల క్రమం తప్పకుండా విజయం సాధిస్తారని చెప్పటానికి.

బేస్‌బాల్ ఆటలో, బంతి వేసేవాళ్ళకి, విసిరే వాళ్లకి ఒక సగటు స్కోర్ ఉంటుంది. పరుగెత్తేవాళ్ళకి పరుగెత్తే సగటు స్కోర్ ఉంటుంది. సాధారణంగా ఆ క్రీడాకారుల ఫలితాలు కూడా వాళ్ళ సగటు స్కోరుకి లేదా ఆత్మభావనకి తగ్గట్టుగానే ఉంటుంది. వాళ్ళు వాళ్ళ 'సగటు' (ఆత్మభావన) కన్నా ఎక్కువ విజయం పొందితే వాళ్ళు సరిగ్గా ఉన్నట్టు, సగటుకన్నా తక్కువ ఉంటే పడిపోయినట్టు అంటారు. గోల్ఫ్ ఆడేవాళ్ళకి కూడా ఇదే మాట వర్తిస్తుంది.

మన ఆత్మభావన కన్నా ఎంతో ఎక్కువ విజయాన్ని సాధిస్తే ఎందుకు దాన్ని చిన్నచూపు చూస్తాము? ఎందుకంటే, అంతకుముందే చెప్పినట్టు, మన విజయపు స్థాయిని నిర్ణయించే అంశం మన ఆత్మభావన.

గుర్తుంచుకోండి, ఆత్మభావన అంటే ఏదైనా రంగంలో మనని మనమెలా ఊహించుకుంటామో అది. ఎప్పుడైతే మనం ఆ చిత్రాన్ని మారుస్తామో (సానుకూల లేదా వ్యతిరేక), మన విజయం ఫలితం కూడా మారుతుంది (సానుకూలంగా లేదా వ్యతిరేకంగా) యద్భావం తద్భవతి.

మన విజయం స్థాయి పెంచాలంటే, మన ఆత్మభావన స్థాయిని పెంచాల్సి ఉంటుంది.

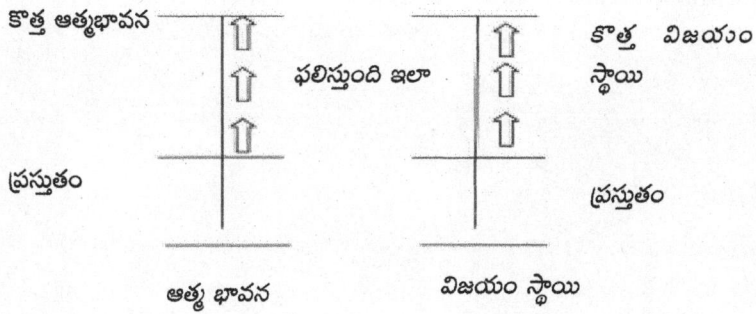

మనందరం నిర్దేశించిన చేసిన స్పందనలను పెంపొందించుకున్నాము. మనం నిజంగా సాధించగలిగిన సామర్థ్యానికి అవి ఆటంకమవుతున్నాయి. ఈ పుస్తకంలో ముందుకు సాగినకొద్దీ, మేము మీకు కొన్ని ప్రక్రియలను చూపిస్తాము. వాటి ద్వారా, మీ గురించి, మీకేవి ఇష్టమో, ఏవి ఇష్టం లేదో; ఏది మీరు బాగా చేయగలననుకుంటున్నారో ఏది బాగా చేయలేననుకుంటున్నారో మీరు కనుగొనవచ్చు. అలాగే మారిస్తే బాగుంటుందని మీరు భావించే కొన్ని ప్రవర్తనా తీరులని గుర్తించవచ్చు. ముందు మనం మార్చాలనుకుంటున్నవి, లేదా మన జీవితంలో వేరేగా ఉండాలనుకుంటున్నవి గుర్తిస్తే, అప్పుడు మనం దశలవారీగా కొన్ని తతంగాలని, నిరూపించబడిన ప్రక్రియలని నేర్చుకుందాం. అవి మనం ఊహించినదానికన్నా మరింత తేలిగ్గా మనకి మార్పులు తీసుకుని వస్తాయి. 'మార్పు' అన్న పదం ఏమీ చెత్తమాట కాదే? అమ్మో మార్పా అని మనం అసౌకర్యంగా భావించటానికి అలవాటు పడ్డాం ఇన్నాళ్ళూ. అలా ఇప్పుడు భావించనక్ఖరలేదు.

ఇప్పుడు మనం మన సుప్తచేతనాత్మక మనసు యొక్క అమోఘమైన శక్తి గురించి మరింత లోతుగా విశ్లేషించి, దాని తర్వాత మన చేతనాత్మక మనసుకీ, సుప్తచేతనాత్మక మనసుకీ ఉన్న పరస్పర సంబంధాన్ని ఇంకా విపులంగా తెలుసుకుందాము.

5

మీ సుప్తచేతనంకున్న అద్భుతమైన శక్తి

మీ సుప్తచేతనంకున్న శక్తి అంతులేనిది. అది మీకు స్ఫూర్తినిస్తుంది, మార్గదర్శకత్వం వహిస్తుంది. మీ జ్ఞాపకాల పొది నుంచి మీకు పేర్లు, నిజాలు, సంఘటనలు వెలికితీస్తుంది. మీ సుప్తచేతనం మీ గుండె చప్పుడును, రక్తప్రసారాన్ని నియంత్రిస్తుంది. మీ జీర్ణశక్తిని, తిన్నది విసర్జన క్రియని నియంత్రిస్తుంది. మీరో రొట్టెముక్క తిన్నప్పుడు, మీ సుప్తచేతనాత్మక మనసు దానిని కణజాలం, కండరాలు, ఎముకలు, రక్తంగా మారుస్తుంది. ఈ ప్రక్రియ భూలోకంలోని అత్యంత మేధావికి కూడా అంతుపట్టదు. మీ సుప్తచేతనాత్మక మనసు అన్ని ప్రధానమైన ప్రక్రియలను, శరీర ధర్మాలను అదుపులో ఉంచుతుంది. అన్ని సమస్యలకు జవాబులు తెలుసు దానికి.

మీ సుప్తచేతనాత్మక మనసు ఎన్నడూ నిద్రపోదు. ఎన్నడూ విశ్రాంతి పొందదు. ఎప్పుడూ పనిచేస్తూనే ఉంటుంది. దానికున్న అద్భుతమైన శక్తిని తెలుసుకోవాలంటే, మీరు నిద్రపోయే ముందు దానితో ఒక ప్రత్యేకమైన పనిని సాధించాలనుకుంటున్నానని చెప్పండి చాలు. మీరు ఆశించిన ఫలితాన్ని నెరవేర్చటం కోసం మీలోనే ఉన్న ఎన్నో శక్తులు వెలువడటం చూసి మీరు ఎంతో ఆనందిస్తారు. అంటే ఇక్కడ ఒక అద్భుతమైన శక్తి, తెలివి తేటలు ఉన్న మూలం ఒకటి ఉంది. అది సర్వశక్తిసంపన్నుడైన భగవంతునితో లేదా ప్రపంచాన్ని నడిపించి, గ్రహాల దిశా నిర్దేశాలు చేసి, సూర్యుడిని ప్రకాశించేలా చేసే శక్తితో అనుసంధానం చేస్తుంది.

ఈ సుప్తచేతనాత్మక మనసు మీ ఆదర్శాలకు, ఆకాంక్షలకు, మీ పరోపకార సేవా తత్పరతకు పుట్టినిల్లు. తన సుప్తచేతనాత్మక మనసు ద్వారానే షేక్స్‌పియర్, తన కాలంలో సామాన్య మానవులకు అందని గొప్ప సత్యాలని వెలికితీసాడు. గ్రీకు శిల్పకారుడు ఫిడియస్ పాలరాయి, కంచు లోహాల మీద శిల్పాలుగా అందాన్ని, విధి విధానాన్ని, సౌష్టవాన్ని తన సుప్తచేతనాత్మక మనసు ద్వారానే మలిచాడని నిస్సందేహంగా చెప్పవచ్చు. గొప్ప ఇటాలియన్ చిత్రకారుడు రఫేల్ తన చిత్రం మెడోనా చిత్రించటానికి, లుడ్విగ్ వాన్ బీతోవన్ తన సింఫనీలు తయారుచేయటానికి అది తోడ్పడింది.

మీ సుప్తచేతనే మీ జీవితగ్రంథం

ఏ ఆలోచనలు, నమ్మకాలు, అభిప్రాయాలు, సిద్ధాంతాలు, మత విశ్వాసాలు మీరు మీ

సుప్తచేతనాత్మక మనసుపై రాస్తారో, చెక్కుతారో, గాఢముద్ర వేస్తారో, వాటినే మీరు పరిస్థితులు, సంఘటనల రూపంలో బాహ్యంగా అనుభవిస్తారు. మీరు లోపల ఏం రాసుకుంటే, దాన్నే బయట అనుభవిస్తారు. మీ జీవితానికి రెండు పక్కలు ఉన్నాయి. వస్తుగతమైనదీ, వ్యక్తిగతమైనదీ; కనబడేదీ, కనుపించనిదీ; ఆలోచనా, దాని వ్యక్తీకరణ.

మీ ఆలోచనని మీ మెదడు అందుకుంటుంది. అది మీ చేతనాత్మకమైన తార్కిక మనసు యొక్క అంగం. మీ చేతనాత్మక లేదా వస్తుగత మనసు ఆ ఆలోచనను పూర్తిగా స్వీకరించాక, దాన్ని సోలార్ ప్లెక్సస్, అంటే మీ మనసులోని మెదడుకి ప్రసారం చేస్తుంది. అక్కడ అది రూపొంది, మీ అనుభవంగా వ్యక్తీకరింపబడుతుంది.

మీ సుప్తచేతనం మీతో వాదించలేదు. మీరు దానిపైన రాసిన దాని ప్రకారమే అది నడచుకుంటుంది. మీ చేతనాత్మక మనసు యిచ్చిన తీర్పును లేదా అభిప్రాయాలను అంతిమ నిర్ణయంగా స్వీకరిస్తుంది. అందుకే మీరు మీ జీవిత గ్రంథాన్ని ఎప్పుడూ రాస్తూనే ఉంటారు. ఎందుకంటే మీ ఆలోచనలే మీ అనుభవాలుగా రూపు దిద్దుకుంటాయి. అమెరికన్ తత్త్వవేత్త రాల్ఫ్ వాల్ట్ ఎమర్సన్ అన్నాడు, 'రోజంతా తాను ఎలా ఆలోచిస్తుంటాడో, ఆ విధంగానే మనిషి అవుతాడు.'

సుప్తచేతనను ప్రభావితం చేసినది ప్రకటితమవుతుంది

అమెరికన్ మనస్తత్త్వ శాస్త్రానికి పితామహుడైన విలియమ్ జేమ్స్, మీ సుప్తచేతనాత్మక మనసుకి ఈ ప్రపంచాన్ని కదిలించే శక్తి ఉందని అన్నాడు. మీ సుప్తచేతనాత్మక మనసుకి అనంతమైన జ్ఞానం, అంతులేని తెలివితేటలు ఉన్నాయి. దీన్ని రహస్యంగా దాగిన వనరులు పోషిస్తున్నాయి. దీన్నే జీవన సూత్రం అంటారు. మీరు మీ సుప్తచేతనాత్మక మనసుపైన ఏదైనా ముద్రవేస్తే, దాన్ని నిజం చేయటానికి, అది భూమ్యాకాశాలను ఏకం చేయగలదు. అందుకని, మీరు దాన్ని సరియైన ఆలోచనలతోనూ, నిర్మాణాత్మకమైన భావాలతోనూ ప్రభావితం చేయాలి.

ప్రపంచంలో ఇంత గందరగోళం, దు:ఖం ఉండటానికి కారణం ఏమిటంటే మనుష్యులు వాళ్ళ చేతనాత్మక మనసుకీ, సుప్తచేతనాత్మక మనసుకీ మధ్యనున్న పరస్పర సంబంధాన్ని అర్థం చేసుకోలేకపోవటమే. ఈ రెండూ కలిసి పనిచేస్తున్నప్పుడు, శాంతిపూర్వకంగా, సామరస్యంగా ఉన్నప్పుడు, మీకు ఆరోగ్యం, ఆనందం, శాంతి, సంతోషాలు పెల్లుబుకుతాయి. చేతనం, సుప్తచేతనం కలిసి శాంతిపూర్వకంగా, సామరస్యంగా ఉంటే ఎటువంటి అనారోగ్యం, అసమ్మతి ఉండదు.

మీ సుప్తచేతనాత్మక మనసుకి ఏది చెప్తే అది బాహ్య ప్రపంచమనే తెరమీద ప్రత్యక్షమవుతుంది. ఇదే సత్యాన్ని మోసెస్, ఇసయ్య, జీసస్, బుద్ధుడు, జొరాస్టర్, తా-సూ, యుగయుగాలనాటి గురువులు చెప్పారు. వేటినైతే మీరు వ్యక్తిగతంగా నిజమని నమ్ముతారో అవి పరిస్థితులుగా, అనుభవాలుగా, సంఘటనలుగా రూపుదిద్దుకుంటాయి. కదలిక, భావం, సమతుల్యం కావాలి. ఇదే గొప్ప జీవిత సత్యం.

ప్రకృతిలో అంతటా క్రియ-ప్రతిక్రియ సూత్రం, విరామం-కదలికల సూత్రం చూస్తాము. ఈ రెండూ సమానంగా ఉన్నప్పుడే సామరస్యం, సమస్థితి ఉంటాయి. జీవన సూత్రం మీలో లయబద్ధంగా, సామరస్యంగా ప్రవహించటం కోసమే మీరిక్కడ ఉన్నారు. లోపలికి గ్రహించిందీ, వెలుపలికి వచ్చిందీ సమానంగా ఉండాలి. అనుభూతీ, వ్యక్తీకరణ సమానంగా ఉండాలి. మీ నిరాశ నిస్పృహలకు కారణం తీరని కోరికలు. *(పూర్తికాని చర్య నిరాశా నిస్పృహలను సృష్టిస్తుంది)*

ఇప్పుడు మీ గురించి మీరేం అనుకుంటున్నారు? ఏమని భావిస్తున్నారు? మీ అణువణువూ ఆ భావాన్ని వ్యక్తీకరిస్తుంది. మీ జీవశక్తి, శరీరం, ఆర్థిక పరిస్థితి, స్నేహితులు,సామాజిక ప్రతిష్ట - ఇవన్నీ మీ గురించి మీకున్న భావాన్ని పరిపూర్ణంగా ప్రతిబింబిస్తాయి. మీ సుప్తచేతనాత్మక మనసు మీద ముద్రిపబడిన దాని అసలు అర్థం ఇదే, ఇదే మీ జీవితంలో అన్ని దశల్లోనూ ప్రకటించబడుతుంది. ఇవన్నీ మీ సుప్తచేతనాత్మక మనసులోకి దూరే విషాలు. మీరు ఈ వ్యతిరేక స్వభావంతో పుట్టలేదు. మీ సుప్తచేతనాత్మక మనసుని జీవాన్నిచ్చే ఆలోచనలతో నింపండి, అందులో గూడుకట్టుకున్న వ్యతిరేక ఆలోచనల నమూనాలను తుడిచిపెట్టండి. ఇలా చేస్తూ పోతే, మీ గతమంతా తుడిచిపెట్టుకుపోయి, ఏ మాత్రం గుర్తురాదు.

సుప్తచేతనం శరీరం చేసే పనులను ఎలా నియంత్రిస్తుంది

మీరు మేల్కొని ఉన్నా, గాఢనిద్రపోతున్నా, అలసట, విశ్రాంతి ఎరుగని మీ సుప్తచేతనాత్మక మనసు మీ శరీరం నిర్వర్తించే అన్ని కర్తవ్యాలనీ నియంత్రిస్తుంది. దీనికి మీ చేతనాత్మక మనసు సహాయ సహకారాలు అవసరం లేదు. ఉదాహరణకి, మీరు నిద్రపోతున్నప్పుడు మీ గుండె లయబద్ధంగా కొట్టుకుంటుంది. మీ ఊపిరితిత్తులు విశ్రాంతి లేకుండా ఉచ్ఛ్వాస, నిశ్వాసలు చేస్తూనే ఉంటుంది. దానివల్ల మీ రక్తం తాజా గాలిని పీల్చుకుని, మీరు మేలుకున్నప్పటిలాగే, తన పని తాను చేసుకుపోతుంటుంది. మీ సుప్తచేతనం మీ జీర్ణక్రియని, గ్రంధులు విడుదల చేసే స్రావాలను మాత్రమే కాదు, శరీరంలో ఉన్న అనేకానేక క్లిష్టప్రక్రియలను కూడా నియంత్రిస్తుంది. మీ మొహం మీద జుట్టు మీరు మేలుకున్నా, నిద్రపోతున్నా పెరుగుతూనే ఉంటుంది. అసలు మనం మేలుకున్న ఉన్నప్పటికన్నా, నిద్రలో ఎక్కువగా చెమటని కక్కుతుంది చర్మం అని శాస్త్రజ్ఞులు చెప్తున్నారు. మీ కళ్ళు, చెవులు, తక్కిన ఇంద్రియాలు నిద్రలో హుషారుగా ఉంటాయట. ఉదాహరణకి, ఎందరో గొప్ప శాస్త్రవేత్తలకి ఎన్నో క్లిష్టసమస్యలకి పరిష్కారం వాళ్ళ నిద్రలో దొరికిందట. కలలో చూసారు వాళ్ళు జవాబులని *(అధ్యాయం 13లో ఇదెలా సాధ్యమో వివరంగా చూద్దాము)*

ది బ్రెయిన్ దట్ ఛేంజెస్ ఇట్‌సెల్ఫ్*, న్యూయార్క్ టైమ్స్ బెస్ట్ సెల్లింగ్ బుక్‌లో, రచయిత నార్మన్ డాయిజ్, యం.డి ఇలా రాస్తున్నారు:

ఇటీవల తీసిన బ్రెయిన్ స్కాన్‌లు చూస్తే తెలిసిన విషయం,మనం కలగనేటప్పుడు, మనలో భావోద్రేకాలు కలిగించే సంపర్కం కోరికలు కలిగించే, దూకుడు స్వభావాన్ని రేకెత్తించే భాగమైన మెదడు చాలా యాక్టివ్‌గా ఉంటుంది. అదే సమయంలో, ప్రిఫ్రంటల్ కార్టెక్స్ సిస్టమ్ (అంటే మెదడు పైన ఉండే పొర) మన భావోద్రేకాలకి, అంత: ప్రేరణలకి కారణమైనది, అట్టే యాక్టివ్‌గా ఉండదు. అంత: ప్రేరణలు పైకి లేచి, భయాలు నిరోధింపబడటం వల్ల, మామూలు పరిస్థితిలో బయటపడని స్పందనలని కలలు గనే మెదడు బయటపెట్టగలదు.

నిద్ర మార్పు తెస్తుందని అనేక పరిశోధనలు చూపించాయి. అది మనం నేర్చుకున్న దాన్ని, జ్ఞాపకాన్ని కలగలుపుతుంది. మనం ఏదైనా ప్రజ్ఞ పగలు నేర్చుకుంటే, ఆ రాత్రి మంచి గాఢ నిద్రపడితే, మర్నాడు ఆ పనిని మరింత బాగా చేయగలుగుతాము. 'ఒక సమస్య మీద నిద్రపోవటం' అన్నది తరుచు అర్థవంతంగానే ఉంది.

తరచు మీ చేతనాత్మక మనసు బెంగ, దిగులు, భయం, బాధలతో మీ గుండె, ఊపిరితిత్తులు, కడుపు, సహజ పనితీరుకు అడ్డం పడుతూ ఉంటుంది. ఈ ఆలోచనా తీరు, సామరస్యంగా సాగే మీ సుప్తచేతనాత్మక మనసు పనికి అడ్డం పడుతుంది. మానసికంగా కలత చెందినప్పుడు, చేయాల్సిన గొప్ప పని – చేస్తున్న పని ఆపేసి, విశ్రాంతి చెంది, మీ ఆలోచన చక్ర భ్రమణాన్ని ఆపేయటమే. మీ సుప్తచేతనాత్మక మనసుతో శాంతంగా, సామరస్యంగా, దైవాజ్ఞ ప్రకారం తన పనిని అందుకోమని చెప్పండి. అప్పుడు మీ శరీరంలో ప్రక్రియలన్నీ మళ్ళీ మామూలుగా కొనసాగటం గమనిస్తారు. మీ సుప్తచేతనాత్మక మనసుతో అధికారయుక్తంగానూ, నమ్మకంతోనూ మాట్లాడాలని గుర్తుంచుకోండి. అప్పుడు అది మీ ఆజ్ఞకు కట్టుబడి ఉంటుంది.

మీ సుప్తచేతనం మీ జీవితాన్ని కాపాడి, ఎట్టి పరిస్థితుల్లోనూ మీకు మంచి ఆరోగ్యం చేకూర్చేలా చూస్తుంది. మీ పిల్లల్ని మీరు మనస్ఫూర్తిగా ప్రేమించేలా చేస్తుంది. అంటే అందరి జీవితాల్నీ కాపాడాలన్న సహజ ప్రకృతి తెలుస్తోంది దీన్ని బట్టి. అనుకోకుండా మీరు కొంత చెడు ఆహారాన్ని తీసుకున్నారనుకుందాం. మీ సుప్తచేతనాత్మక మనసు దాన్ని మీరు వాంతి చేసుకునేలా చేస్తుంది. మీకు తెలియకుండా పొరపాటున కొంత విషం తీసుకున్నా, మీ సుప్తచేతనం శక్తి దాని ప్రభావాన్ని తీసిపారేస్తుంది. మీరు దాని అద్భుతమైన శక్తికి పూర్తిగా దాసోహమన్నారంటే, మీకు పూర్తిగా మంచి ఆరోగ్యం చేకూరుతుంది.

* డాయిజ్, నార్మన్. ది బ్రెయిన్ దట్ ఛేంజెస్ ఇట్‌సెల్ఫ్: స్టోరీస్ ఆఫ్ పర్సనల్ ట్రయంఫ్, ఫ్రమ్ ది ఫ్రాంటియర్స్ ఆఫ్ బ్రెయిన్ సైన్స్, పెంగ్విన్, 2007.

సంపూర్ణ ఆరోగ్యం అన్న భావనని మీ సుప్తచేతనాత్మక మనసుకి అందించటం ఎలా

ఆరోగ్యం యొక్క ఆలోచనను మీ సుప్తచేతనానికి అందచేసే అద్భుత మార్గం - క్రమశిక్షణతో కూడిన లేదా వైజ్ఞానిక భావన ద్వారా. పక్షపాతం వచ్చిన ఒకాయనకు నేను ఇలా స్పష్టంగా ఊహించుకోమన్నాను. తన ఆఫీసులో ఇటూ అటూ తిరుగుతున్నట్టు, తన బల్లను ముట్టుకున్నట్టు, ఫోనులో మాట్లాడినట్లూనూ. ఇంకా చెప్పాలంటే ఆరోగ్యంగా ఉండగా సాధారణంగా అతను ఆఫీసులో చేసే పనులన్నింటినీ ఊహించుకోమన్నాను. ఈ రకమైన మానసిక ఊహా చిత్రాలను తన సుప్తచేతనాత్మక మనసు స్వీకరిస్తుందని నేను ఆయనకి వివరించాను.

అతను ఆ పాత్రలో పూర్తిగా లీనమైపోయాడు. తాను నిజంగా ఆఫీసులో ఉన్నట్టు ఊహించుకున్నాడు. తన సుప్తచేతనాత్మక మనసుకు ఒక స్థిరమైన, నిర్దిష్టమైన దానిని, అది పనిచేయటం కోసం యిస్తున్నాడని అతనికి తెలుసు. అతని సుప్తచేతనం ఒక ఫిల్మ్ లాంటిది. దాని మీద ఈ ఊహా చిత్రం ముద్రింపబడింది. ఇలా ఎన్నో వారాలు ఈ ఊహాచిత్రంతో అతని మనసుని సిద్ధం చేసాక, ఒకరోజు, ముందే నిర్ణయించుకున్నట్టుగా, ఫోను మ్రోగింది. అతని భార్యగానీ, నర్సు గానీ అప్పుడు ఇంట్లో లేరు. టెలిఫోను అతని మంచానికి పన్నెండు అడుగుల దూరంలో ఉంది. అయినా అతను దాని దగ్గరకి వెళ్ళి, అందులో మాట్లాడగలిగాడు. ఆ క్షణం నుంచీ అతని పక్షవాతం మటుమాయమయ్యింది. సుప్తచేతనాత్మక మనసుకున్న నయం చేసే శక్తి తనలో ఉన్న మానసిక చిత్రాలకి స్పందించింది. దానివల్ల వ్యాధి నయమయింది.

ఈ వ్యక్తికి ఒక మానసిక అవరోధం ఏర్పడింది. దాని వల్ల అతని మెదడులోని నాడీ ప్రేరేపణలు అతని కాళ్ళదాకా చేరకుండా అడ్డుపడింది. అందువల్ల, అతను నడవలేకపోయాడు. ఎప్పుడైతే తనలో ఉన్న నయంచేసే శక్తివైపుకి తన దృష్టిని మళ్లించాడో, అప్పుడే ఆ శక్తి అతను ఏకాగ్రత చూపిన దృష్టిలోంచి ప్రవర్తించి, అతను మళ్ళీ నడవటానికి దోహదం చేసింది.

గుర్తుంచుకోదగ్గ భావనలు

1. మీ సుప్తచేతనాత్మక మనసు మీ శరీరం నిర్వర్తించే ముఖ్యమైన పనులన్నింటినీ నియంత్రిస్తుంది. అన్ని సమస్యలకూ దానికి జవాబు తెలుసు.
2. నిద్రపోయే ముందు, మీ సుప్తచేతనాత్మక మనసుని ఒక ప్రత్యేకమైన కోరికను కోరండి, దానికున్న అద్భుతమైన శక్తిని మీకు మీరే నిరూపించుకోండి.
3. మీరు మీ సుప్తచేతనాత్మక మనసుపై ఏ ముద్రలు వేసినా అవి బాహ్యా ప్రపంచంలో పరిస్థితులు,అనుభవాలు, సంఘటనల రూపంలో వ్యక్తీకరించబడుతాయి.అందుకని

మీ చేతనాత్మక మనసులోని అన్ని భావాలనూ, ఆలోచనలనూ ఒక కంట కనిపెడుతుండాలి.

4. క్రియ-ప్రతిక్రియ అనే సూత్రం సర్వజనీనం. మీ ఆలోచన క్రియ అయితే, దానికి ప్రతిక్రియ మీ ఆలోచనకి మీ సుప్తచేతనాత్మక మనసు తనంతట తాను చూపించే స్పందన. అందుకని మీ ఆలోచనలను మీరు జాగ్రత్తగా గమనించండి.
5. అన్ని నిరాశానిస్పృహలూ తీరని కోరికల వల్ల ఏర్పడుతాయి. మీరు అడ్డంకులు, ఆలస్యాలు, కష్టాల గురించి వాపోతూ కూర్చుంటే, మీ సుప్తచేతనాత్మక మనసు తదనుగుణంగా ప్రతిస్పందిస్తుంది. మీ మంచిని మీరే అడ్డుకుంటారు దీనివల్ల.
6. మీలో జీవన సూత్రం లయబద్ధంగా, సామరస్యంగా ప్రవహించాలంటే, మీరు బుద్ధిపూర్వకంగా, స్థిరంగా చెప్పండి; 'నాకీ కోరికని కలిగించిన సుప్తచేతనం శక్తి నా ద్వారా ఆ కోరికని ఫలింపజేస్తోంది'. అది అన్ని సంఘర్షణలని రూపుమాపుతుంది.
7. తరచు మీ చేతనాత్మక మనసు బెంగ, దిగులు, భయం, బాధలతో మీ గుండె, ఊపిరితిత్తులు, తక్కిన అంగాల సహజ పని తీరుకు అడ్డుపడుతూ ఉంటుంది. మీ సుప్తచేతనాత్మక మనసుని సామరస్యం, ఆరోగ్యం, శాంతి గురించిన మంచి ఆలోచనలతో నింపండి. మీ శరీరంలో జరిగే పనులన్నీ మళ్ళీ సహజంగా మారుతాయి.
8. మీ చేతనాత్మక మనసులో ఎప్పుడూ ఉత్తమమైన కోరికలను మాత్రమే కలిగి ఉండండి. మీ సుప్తచేతనాత్మక మనసు మీరు అలవాటుగా ఆలోచించిన వాటిని నిజం చేస్తుంది.
9. మీ సమస్య సుఖాంతమైనట్టు, సరియైన పరిష్కారం దొరికినట్టు ఊహించుకోండి. అది సాధించినట్టు ఉత్సాహపు వెల్లువలు చూపించండి. మీరు ఊహించినదాన్ని, అనుభూతి చెందిన దాన్ని మీ సుప్తచేతనాత్మక మనసు అంగీకరించి, అది జరిగేలా చూసే బాధ్యతని స్వీకరిస్తుంది.

6

అలవాటు తీరుతెన్నులు: ముందు మనం అలవాట్లని ఏర్పరచుకుంటే, తర్వాత అవి మనని ఏర్పరచుకుంటాయి

ఈ అధ్యాయం పేరులో రెండో భాగం మళ్ళీ చూద్దాం: 'ముందు మనం అలవాట్లని ఏర్పరచుకుంటే, తర్వాత అవి మనని ఏర్పరచుకుంటాయి.' అచ్చం మన ఆత్మభావన లాగా, మనం ఈ భూమ్మీదకి వచ్చినప్పుడు ఏ అలవాట్లతోనూ రాలేదు. మన అలవాట్లన్నీ మనం ఏర్పరచుకున్నవే. ఒకసారి ఏర్పరచుకున్నాక, మన పరిసరాలకి, మన అంతర్గత ఉద్దేశాలకి అనుగుణంగా స్పందనలుగా మారాయి. ఒక విషయం గుర్తుంచుకోండి. ఒక అలవాటుని నిలబెట్టుకోవటమన్నది మన ఇష్టం. మనకి అండగా నిలిచి, మనకి మేలు చేసే అలవాట్లని ప్రయత్నపూర్వకంగా సాధన చేసి, వాటి మీద శ్రద్ధ చూపాలి. కాని, ఇంకా ముఖ్యమైన విషయం, మనకి ఏమాత్రం ఉపయోగం లేని లేదా లాభదాయకం కాని అలవాటుని దేన్నైనా మార్చుకునే సామర్థ్యం ఉంది మనకి.

మనకి రెండు రకాల అలవాటు తీరుతెన్నులు ఉన్నాయి. సానుకూల, వ్యతిరేక. సానుకూల అలవాట్లలో వాకింగ్ చేయటం, మాట్లాడటం, తినటం, కారు నడపటం లాంటి వేలాది విషయాలున్నాయి. వ్యతిరేక అలవాటుతో ఎప్పుడూ భయం అనే విషయం ఉంటుంది. వ్యతిరేక అలవాటు తీరుతెన్నులు మరింత వివరంగా, ఈ అధ్యాయంలోనే, తర్వాత చూద్దాము.

అలవాటు తీరుతెన్నులు నిజంగా అద్భుతం. ఎందుకంటే అవి మనని ఏకకాలంలో అనేక పనులను చేయనిస్తాయి. మన చేతనాత్మక మనసులో ఒకసారి ఒక ఆలోచననే నిలుపుకోగలం కాబట్టి, అలవాటు తీరుతెన్నులు లేకపోయుంటే, ఏక కాలంలో అనేక పనులను చేయటం కష్టం (ప్రమాదం?) అయిఉండేది.

ఉదాహరణకి, కారు నడపటం విషయమే చూద్దాం. మీరు కారు నడపటం మొదలెట్టిన కొత్తలో, మీరు కారులోకి ఎక్కుతూనే, ఇగ్నీషన్ కీ తిప్పేసి, డ్రైవ్‌లోకి మారి, బ్రేక్ వేసి, దూసుకు వెళ్ళిపోలేదు. అసలు ఏం చేయాలో మీకు తెలీదు. అందువల్ల ఒక మంచి గురువు (అమ్మ మరియు లేదా నాన్న) సహాయంతో డ్రైవింగ్ స్కూల్లో నేర్చుకున్న పరిజ్ఞానంతో, ఒక కారుని ఎలా నడపాలో నేర్చుకున్నారు. కాని అలా నేర్చుకోవటానికి

కొంత సమయం పట్టింది. కొన్ని పొరపాట్లు దొర్లాయి. చాలా ఏకాగ్రత చూపాల్సి వచ్చింది. మొదట్లో కారు నడుపుతూ, అదే సమయంలో సెల్‌ఫోన్‌లో మాట్లాడటం కానీ, టేప్ రికార్డర్‌లో వినటం కాని చేయలేకపోయేవారు. మొదట్లో మీ దృష్టి అంతా స్టీరింగ్ మీదా, బ్రేకుల మీదా ఉండేది. ఎత్తైన కొండ మీద మరో కారు పక్కన మీ కారు పార్కు చేయటానికి మొదట్లో మీరు పడిన తిప్పల గురించి ప్రత్యేకంగా చెప్పాలా? (మా అమ్మాయిలు జూలీ, జిల్‌లకి ఆ ప్రహసనం తలచుకుంటే నా మీద కోపంగానే ఉండవచ్చు)

సరే. మీరు నేర్చేసుకున్నారు. మనం అలవాట్లని నేర్చుకుంటాం లేదా ఏర్పరచుకుంటాం వీటిద్వారా :

1. పొందిన మూల సిద్ధాంతం.
2. పదే పదే చేయటం.

న్యూరాలజీపరంగా దీని అర్థమేమిటో ఇక్కడ చూద్దాము.ది టాలెంట్ కోడ్* పుస్తకంలో డేనియల్ కాయిల్ ఇలా రాస్తున్నారు :

ది టాలెంట్ కోడ్ చక్రంలా తిరిగే విషయాల మీద, విజ్ఞాన శాస్త్రం విప్లవాత్మకంగా కనుగొన్న దాని మీద నిర్మింపబడింది. శాస్త్రం కనుగొన్న న్యూరల్ ఇన్సులేటర్ పేరు మయోలిన్. కొందరు న్యూరాలజిస్టులు దాన్ని ప్రజ్ఞ పొందటానికి అవసరమైన హోలీ గ్రెయిల్‌గా భావిస్తున్నారు. ఎందుకంటే ప్రతి మానవ ప్రజ్ఞ, అది బేస్‌బాల్ ఆడటమవనీ, బాబ్ ఆడటమవనీ, సూక్ష్మమైన ఎలక్ట్రికల్ ఇంపల్సులని తీసుకుపోయే నర్వ్ ఫైబర్ల చెయిన్ల వల్ల ఏర్పడుతుంది ప్రాధమికంగా, ఒక సర్క్యూట్ ద్వారా ప్రయాణించే సిగ్నల్. ఒక రబ్బరు ఇన్సులేషన్ ఒక కాపర్‌వైర్‌ని చుట్టినట్టుగా, మయోలిన్ ప్రముఖ పాత్ర ఈ నర్వ్‌ఫైబర్స్‌ని చుట్టటం. అలా చుట్టటం వల్ల ఎలక్ట్రికల్ ఇంపల్సులు బయటకి కారకుండా చేసి, సిగ్నల్‌ని మరింత శక్తివంతంగా, మరింత వేగంగా చేస్తుంది. మనం మన సర్క్యూట్లని సరియైన మార్గంలో పంపితే – ఆ బాట్‌ని ఊపుతున్నప్పుడు లేదా ఆ స్వరాన్ని మీటుతున్నప్పుడు – మన మయోలిన్ ఆ న్యూరల్ సర్క్యూట్ల మీద ఇన్సులేషన్ పొరలు చుట్టటం ద్వారా ప్రతిస్పందిస్తుంది. అలా ఏర్పడిన ప్రతి పొర మనలో ప్రజ్ఞనీ, వేగాన్నీ మరికొంత పెంచుతుంది. మయోలిన్ ఎంత లావుగా తయారయితే, ఇన్సులేషన్ అంత గట్టిగా ఏర్పడి అంత వేగంగా, అంత ఖచ్చితంగా మన కదలికలూ, ఆలోచనలూ ఏర్పడుతాయి.

కాయిల్ ఇలా కొనసాగుతున్నారు :

ఈ చక్రంలా తిరగటం మూడు తేలిక సత్యాల మీద ఆధారపడి ఉంది. (1) మానవుల ప్రతి కదలిక, ఆలోచన లేదా భావన ఒక న్యూరాన్ల ఛెయిన్ ద్వారా ఖచ్చితంగా నియమిత సమయానికి ప్రయాణించే ఎలక్ట్రికల్ సిగ్నల్.

*కాయిల్, డేనియల్, ది టాలెంట్ కోడ్, బాంటమ్ : 2009.

(2) మయోలిన్ అన్నది ఈ నర్వ్ ఫైబర్లని చుట్టే ఇన్సులేషన్. దాని వల్ల సిగ్నల్ యొక్క శక్తి, వేగం పెరుగుతాయి. (3) మనం ఒక ప్రత్యేకమైన సర్క్యూట్‌ని ఎంత ఎక్కువ పంపితే, అంత ఎక్కువ మయోలిన్ ఆ సర్క్యూట్‌ని గట్టిపరుస్తుంది. దానివల్ల మన కదలికలు, మన ఆలోచనలు అంతకంతా బలంగా,వేగంగా, త్వరగా సాగుతాయి.

మన కారు నడిపే ఉదాహరణలో పొందిన మూల సిద్ధాంతం అంటే మనం పొందిన సూచనలు - తల్లిదండ్రులు, డ్రైవింగ్ స్కూలు, అన్నలు లేదా స్నేహితుల నుంచి.

పదే పదే చేయటం అన్నది అర్థమవుతూనే ఉంది. మనం కేవలం "సాధన' (అంటే డ్రైవింగ్) చేస్తూనే ఉంటాము, అది ఒక అలవాటుగా మారేదాకా. అది అలవాటుగా మారినట్టు మనకి ఎలా తెలుస్తుంది? ఎప్పుడైతే దాని గురించి మనం ప్రయత్నపూర్వకంగా ఆలోచించనక్ఖరలేదో, అప్పుడే అది అలవాటుగా మారినట్టు లెఖ్ఖ. మనం పొందిన మూల సిద్ధాంతం, పదే పదే చేయటం ద్వారా, ఇప్పుడు సుప్తచేతనావస్థకి చెందిన మనసు పొరలో పొదగబడింది. ఇంకో మాటలో చెప్పాలంటే, మనం తేలిగ్గా ఈ చర్యని, ఇక్కడ డ్రైవింగ్‌ని, 'ఆటో పైలట్' (శ్లేష ఏం లేదు) కి అప్పచెప్పేస్తాము. అతడు ఈ పని చేసుకుపోతుంటే, చేతనాత్మక మనసు ఖాళీగా ఉంటుంది. దాని వల్ల వేరే చర్యల్లో పాల్గొనవచ్చు. అంటే తోటి ప్రయాణీకునితో మాట్లాడవచ్చు లేదా రేడియోలో బాల్‌గేమ్ గురించి వినవచ్చు. పియానో ఉన్న ఏదైనా హొటల్‌కి గానీ, బార్‌కి గానీ ఎప్పుడైనా వెళ్ళారా? పియానో వాయించే వ్యక్తి అక్కడికి వచ్చిన కస్టమర్లలో ఒకళ్ళతో సంభాషణలో పూర్తిగా లీనమయి కూడా, పియానోని అందంగా వాయించటం చూసారా ఎప్పుడైనా? ఒక్క పొరపాటు కూడా దొర్లకుండా ఆమె చేతి వేళ్ళు ఒక పక్క పియానో మెట్ల మీద నాట్యమాడుతూనే ఉంటాయి. రెండో పక్క ఆమె పూర్తిగా ఎదుటి వ్యక్తితో సంభాషణలో లీనమై పోయి ఉంటుంది. కాని మొట్టమొదటి సారి ఈ పాట వాయించినప్పుడు ఆ పియానో వాయించే ఆమె ఇంత సమర్థవంతంగా వాయించి ఉండకపోవచ్చుని వేరే చెప్పాలా? పూర్తి ఏకాగ్రతతో ఆ పాటని చదువుకుంటూ (ఎవరితో మాట్లాడకుండా) దాన్ని పదే పదే సాధన చేసి ఉంటుంది. ప్రయత్నపూర్వకంగా దాని గురించి ఆలోచించకుండా, ఒక్క తప్పు కూడా దొర్లకుండా ఉండేలా వాయించగలిగినంతవరకూ సాధన చేసింది. అది ఇప్పుడు అలవాటుగా మారింది.

ఇదే ఉదాహరణ మళ్ళీ చూద్దాం. ఎవరైనా వచ్చి ఆమెని ఒక పాట వాయించమని కోరారనుకోండి. ఆమె దగ్గర ఆ పాట ఉంది. చూస్తూ వాయించగలదు. కాని కంఠతా లేదు. అప్పుడు ఏం చేస్తుంది? ఇంక చుట్టుప్రక్కల ఎవరితోనూ మాట్లాడకుండా, పూర్తి ఏకాగ్రతనంతా ఆ పాట చూస్తూ, పియానో వాయించటం మీద పెడుతుంది.

ఇదే సూత్రం టైపు చేయటానికీ వర్తిస్తుంది. టైపు చేయటం నేర్చుకున్నప్పుడు ఎన్నో సూచనలు పొంది ఉంటాము. మరెన్నో పొరపాట్లు దొర్లి ఉంటాయి. ఇప్పుడు? తేలిగ్గా చేసేస్తాం.

అందువల్ల, ముందు చెప్పినట్లుగా, అలవాట్లు చాలా గొప్పవి. చేతనాత్మక మనసుని ఉపయోగించాల్సిన పని లేకుండానే ఎన్నో కష్టమైన పనులని మన చేత తేలిగ్గా చేయిస్తాయి అవి. కాని, ఇప్పుడు మనం కొన్ని అలవాట్ల తీరుతెన్నులని పరిశీలిద్దాము. ముఖ్యంగా వ్యతిరేక అలవాట్ల తీరుతెన్నులు ఎలా మన ప్రవర్తనని వ్యతిరేకంగా మార్చగలదో, ఎలా కొన్ని సందర్భాలలో మనకి నిజంగా హానికరంగా ఉండగలదో చూద్దాము.

చెడు అలవాట్ల గురించి కేవలం ఒక్క వ్యాఖ్యానం చెప్తాను. చెడు అలవాట్లు నిజంగా 'చెడు అలవాట్లు.' ఈ అలవాట్లు, కొంతకాలం చేయటం వల్ల ఏర్పడి ఉంటాయి. ఇప్పుడు వదల్చుకుందామన్నా వీలు లేకుండా గట్టిగా మెడకు చుట్టుకుంటాయి. వైద్యులు వీటిని 'అడిక్షన్' అంటారు. కాని ఒక 'చెడు' అలవాటుని పారద్రోలటానికి, మీ జీవితంలో మీరు కోరుకున్న ఏదైనా మార్పు తీసుకురావటానికి ఈ పుస్తకంలో నేర్పించిన అవే ప్రక్రియలు, అవే పద్ధతులూ వాడవచ్చు. (అధ్యాయం 8, ధృవీకరణలు, ధృవీకరణ పద్ధతులు చూడండి) దీని సారాంశం ఏమిటంటే, మీ అసలు సత్తా ఏమిటో మీరు గుర్తించకుండా అడ్డుపడుతున్న పాత చింతకాయ భావాలకు, దృక్పథాలకు, లేదా పాత అలవాట్లకు 'ఖైదీ'లాగా కట్టుబడి ఉండనక్కరలేదు. మీరు నమ్మేటట్టు చేసిన భ్రమకు గాని భ్రాంతికి గాని లొంగనక్కరలేదు. ఇన్నాళ్ళూ మీరు ప్రోగేసుకు వచ్చిన ఆ చెత్త ('బ్యాగేజీ' అని కూడా అంటారు) అంతా వదిలించుకోవటం కష్టతరమైన పనేం కాదనీ, ఎక్కడో టిబెట్ కొండల్లో ఎవరో మత గురువు ముందు ఏళ్ళతరబడి ధ్యానమూ చేయనక్కరలేదనీ గ్రహిస్తారు త్వరలోనే.

ఇప్పుడు వ్యతిరేక అలవాట్లు, పద్ధతుల గురించి.

ఇంతకు ముందే చూసాం వ్యతిరేక అలవాటు పద్ధతులన్నింటిలోనూ భయం అనే విషయం ఉంటుందని. ఎక్కువగా మన వ్యతిరేక అలవాటు పద్ధతులు మనకి ఆరేళ్ళు వచ్చేలోపే ఎక్కించేసి ఉంటారు. మనకి ఒక వ్యతిరేక అలవాటు పద్ధతి ఎలా ఏర్పడిందో గుర్తులేదు. కాని, ఈ 'భావన' ఎలా వచ్చిందో మనకి ప్రత్యేకంగా గుర్తులేకపోయినా, అది మాత్రం భవిష్యత్తులో మన నిర్ణయాలనీ, మన ప్రవర్తననీ ప్రభావితం చేసి తీరుతుంది. ఆరేళ్ళ తర్వాత, మనకి దేని గురించో భయం ఏర్పడవచ్చు, కాని ఆ భయానికి కారణమైన సంఘటన(లు) లేదా మూల సిద్ధాంతం ఇంకా స్పష్టంగా గుర్తుంటుంది. అందువల్ల మన నిర్వచనం ప్రకారం, అది 'వ్యతిరేక ఆలోచనా పద్ధతి.'

వ్యతిరేక ఆలోచనా పద్ధతిలో రెండు రకాలు ఉన్నాయి. ఆటంకపరిచేవి, నిర్బంధించేవి.

ఆటంకపరిచే వ్యతిరేక అలవాటు పద్ధతులు

ఆటంకపరిచే వ్యతిరేక అలవాటు పద్ధతిలో ఈ భావన ఉంటుంది, 'నేను చేయలేను (ఖాళీ పూరించండి) లేదా నాకేదో చెడు జరగబోతోంది.'

తరచు పెద్దయ్యాక కలిగే భయాలన్నింటికీ (Phobia) కారణం లేత వయసులో కలిగిన గాయాలు. కాని ఆ గాయాల జ్ఞాపకం తెరమరుగున పడిపోతుంది. ఉదాహరణకి, ఒక చిన్నారి బాలుడికి ఈత కొట్టటం నేర్చుకునే ముందు స్విమ్మింగ్ పూల్‌లో మునిగిపోయిన బాధాకరమైన అనుభవం కలిగి ఉండవచ్చు. నీటిలో మునిగిపోతామేమో అన్న భయం, అది ఏ వయసులోనైనా కానీ, చెప్పలేనంత భయంగానే ఉంటుంది. కాని, ఆరేళ్ళ తర్వాత అలాంటి సంఘటన జరిగితే, ఆ సంఘటన బాగానే గుర్తుంటుంది. కాబట్టి దాని గురించి ఖంగారుపడటం గానీ, లేదా నీళ్ళలోకి అడుగు పెట్టటానికి భయాన్ని పెంపొందించుకోవటం గాని ఉండకపోవచ్చు. కాని ఆ పసికందు, ఒకసారి జీవితానికి ప్రమాదం ముంచుకువచ్చిన ఆ ఒక్క సంఘటలన వల్ల నీటిలోకి అడుగు పెట్టటమంటేనే అంతర్గతంగా భయం పెంచుకుంటాడు.

పెద్దయ్యాక ఇదే వ్యక్తి నీళ్ళంటే హడలిపోవచ్చు, కాని లేత వయసులో జరిగిన ఈ అనుభవాన్ని మర్చిపోతాడు కాబట్టి, ఎందుకు భయం అంటే చెప్పలేడు. అటువంటి వాళ్ళకి కేవలం ఆటంకపరిచే వ్యతిరేక అలవాటు ఉంటుంది. అది వాళ్ళు నీటిని సమీపిస్తేనే చాలు అంతర్గతంగా ఒక అలజడిని రేపుతుంది.

'నేను నీళ్ళలోకి వెళ్ళలేను లేదా నాకు ఏదో చెడు జరగబోతోంది.'

క్లాస్ట్రోఫోబియా ఉన్న వ్యక్తికి బహుశా అతని చిన్నప్పుడు, అతని పడకగదిలోనో, బీరువాలోనో అనుకోకుండానో (లేదా కావాలనో) బందీ అయి ఉండవచ్చు, లేదా పనిచేయని లిఫ్టులో ఇరుక్కుపోయి ఉండవచ్చు. ఒక చిన్నారి బాలునికి ఇది చాలా పెద్ద గాయమే. అలాగే, ఈ చిన్నప్పటి సంఘటన జ్ఞాపకపు పొరల్లోంచి తొలిగిపోయుంటుంది పెద్దయ్యాక; ఆ వ్యక్తికి పెద్దయ్యాక చిన్న గదుల్లో ఉండాల్సివచ్చినప్పుడల్లా, కారణం తెలియకపోయినా, కేవలం ఇబ్బంది కలగటం లేదా బహుశా భయం కూడా వేస్తూ ఉండి ఉండవచ్చు.

'నేను ఆ చిన్న, చీకటి గదిలోకి వెళ్ళను లేదా నాకు ఏదో చెడు జరుగబోతుంది'.

ఇవి ఆటంకపరిచే వ్యతిరేక ఆలోచనా పద్ధతులకు ఉదాహరణలు. ఈ రెండింటిలోనూ భయమనే అంశం నిండి ఉంది. రెండూ ఆరేళ్ళ వయసులోపు జరిగినవే.

ఇటువంటి భయాలను అధిగమించటానికి డా. మర్ఫీ కొన్ని కిటుకులను చెప్పారు ఈ పుస్తకంలోనే 21వ అధ్యాయంలో.

నిర్బంధించే వ్యతిరేక అలవాటు ధోరణులు

నిర్బంధించే వ్యతిరేక అలవాటు ధోరణి, ఇలా సూచిస్తుంది, 'నేను ఏదో చేయాలి, లేదా నాకు ఏదో చెడు జరగబోతోంది.'

నిర్బంధించే వ్యతిరేక అలవాటు ధోరణులు ఎన్నో ఉన్నాయి కాని, అందులో మూడు అందరికీ సామాన్యంగా ఉండేవి:

1. నిర్బంధించే కాల నియమం.
2. నిర్బంధించే పద్ధతి.
3. నిర్బంధించే హుషారు.

గుర్తుంచుకోండి, వీటిలో చాలామటుకు అలవాట్లు మనలో మనకి ఆరేళ్ళు వచ్చేలోపు మనలోకి ఎక్కించారు. అందుకని ఎవరైనా ఎలా నిర్బంధించే కాల నియమం పాటిస్తారో చూద్దాం. వాళ్ళు 'అమ్మో, నేను సమయానికి వెళ్ళి తీరాలి లేదా (మీరు ఖాళీలను పూరించండి).' ఈ ప్రవర్తనా ధోరణులు మనకి ఆరేళ్ళు వచ్చేలోపు పెంపొందించారు కాబట్టి సాధారణంగా వీటిని అమ్మ మరియు లేదా నాన్న (లేదా తండ్రిలాగా ప్రవర్తించిన మరెవరైనా) అలవాటు చేసుంటారనటంలో అర్థం ఉంది. మనలో ఈ నిర్బంధించే వ్యతిరేక అలవాటు ధోరణులని పెంచుకునేందుకు 'దోహదం' చేసిన మన తండ్రికి కూడా ఇదే అలవాటు ధోరణి ఉండి ఉండవచ్చున్న విషయం కూడా మనం ముఖ్యంగా గమనించాలి.

ఇప్పుడు, ఆరేళ్ళు వచ్చేలోపు చిన్నారి జిమ్మీ ఎలా నిర్బందించే కాల నియమం పాటించటం నేర్చుకున్నాడో చూద్దాం. పైన సూచించినట్టుగానే, అతని తండ్రికి కాల నియమం గురించి తెగపిచ్చి. ఇంట్లో (ఆఫీసులో, లిటిల్ లీగ్ టీముల్లో వగైరా) ఎప్పుడూ చిందులు తొక్కుతూ, 'మీరు సమయానికి రాలేకపోతే, ఇంకా ముందు రండి!' అన్న మంత్రాన్ని బోధిస్తూ ఉంటాడు. పాపం మన చిన్నారి జిమ్మీకి వేరే మార్గం లేదు. నాలుగేళ్ళ వయసప్పుడు పక్కనే ఉన్న తన స్నేహితుడి యింట్లో ఆటాడుకుంటూ, రాత్రి భోజనానికి 15 నిముషాలు ఆలస్యంగా వెళ్ళాడు. మొదటిసారి ఆలస్యానికి వాళ్ళ నాన్న క్లాసు పీకాడు. రెండోసారి బెదిరింపులు వచ్చాయి. నీ గదిలో బంధిస్తా లాంటిది, లేదా అలాటి మంచి, ప్రేమించే, నిర్బందించే కాల నియమం పిచ్చి ఉన్న తండ్రులు ఏం చేస్తారో అలాంటిది. ఇంక మూడోసారి, తండ్రి కోపం ఎంత పరాకాష్ఠకి చేరుకుంటుందో చెప్పనే అఖ్ఖరలేదు. బెదిరింపులు 'నిజం' అవటానికి జిమ్మీకి ఎంతోకాలం పట్టలేదు. అందువల్ల అతను నిర్బంధించే వ్యతిరేక ధోరణులు పెంచుకుంటాడు. 'నేను సమయానికి వెళ్ళి తీరాలి లేకపోతే ______ అంటాడు(ఆ ఖాళీ పూరించటం, నాలుగేళ్ళ పసిపిల్లాడికి సంతోషకరమైన విషయమేమీ కాదు).

అందువల్ల, ఈ స్పష్టమైన, నిజ జీవితాలలో జరిగిన ఉదాహరణ ద్వారా చూసారుగా ఆరేళ్ళలోపు ఎలా వ్యతిరేక ఆలోచనా ధోరణిని పెంచుకుంటారో, అది ఎలా భయం మీద ఆధారపడి ఏర్పడిందో. కాని మీరు అడగవచ్చు, 'అయితే ఏమిటట? పెద్దవాడిగా అది నన్నెలా ప్రభావితం చేస్తుంది?' జవాబు: జిమ్మీ వాళ్ళ నాన్నని ఎలా ప్రభావితం చేసిందో అలాగే. ఆలస్యం అవచ్చు అన్న విషయంలో ఆయన సహేతుకంగా ఆలోచించలేదు. లేదా తెలివిలో ఉన్న వ్యక్తిగా కూడా ఆలోచించలేదు.

ఒమేగా వ్యవస్థాపకుడు జాన్ బాయిల్. ఆయన శాండియాగో పోలీసు విభాగంలో చాలా పనిచేసాడు. శాండియాగోలో జరిగే ఆటో ప్రమాదాల్లో 80% అతి వేగంగా నడుపుతున్న వ్యక్తుల వల్ల జరిగాయని తెలుసుకున్నాడు. వాళ్ళు ఎందుకు అంత వేగంగా నడుపుతున్నారంటే వాళ్ళు 'హడావిడిలో' ఉన్నారు లేదా 'ఇచ్చిన అప్పాయింట్‌మెంట్‌కి ఆలస్యం అవుతోంది.' నిర్బంధించే కాల నియమం పాటించే ఒక వ్యక్తి తన నెంబర్ వన్ కస్టమర్‌ని కలవటానికి వెళుతూ, ఆలస్యమవుతున్నానే అనుకుంటున్నాడనుకుందాం. అప్పుడేమవుతుంది? అతనిలో ఊహాజనిత భయాలు ముప్పిరిగొంటాయి. కస్టమర్‌ని

పోగొట్టుకుంటానేమో, అలా అయితే తన బాస్ తనని ఉద్యోగం లోంచి తీసేస్తాడేమో, తన భార్య విడాకులిస్తుందేమో వగైరా. దాంతో తాత్కాలికంగా పిచ్చెక్కినవాడవుతాడు. స్పీడు పరిధిని దాటి ఇంకా వేగంగా బండి నడిపి, ఎర్ర లైటు వెలుగుతున్నా ముందుకు దూసుకుపోతాడు, వెన్నంటే ప్రమాదం పొంచి ఉన్నా కూడా.

మనని అదుపులో పెట్టే, నిర్బంధించే కాల నియమాన్ని ఛేదించాలంటే స్థిరంగా చెప్పుకోవాలి, 'సమయానికి వెళ్ళటం మంచిదే, కాని నేను సమయానికి వెళ్ళనక్ఖరలేదు'.

అతి సామాన్యంగా ఉండే మరో రెండు నిర్బంధించే అలవాటు ధోరణులని పేర్కొన్నాము. నిర్బంధించే పద్ధతి, నిర్బంధించే హుషారు. నాలుగేళ్ళ మేరీ వాళ్ళ అమ్మకి నిర్బంధించే 'శుభ్రత పిచ్చి'. ఆవిడ అనుక్షణం ఇల్లంతా కలియ తిరుగుతూనే ఉంటుంది, అన్నీ ఎక్కడివక్కడ పెట్టి ఉన్నాయో లేదో చూడటానికి. పాపం చిన్నారి మేరీ! ఒకరోజు నిద్ర లేచాక పక్క సర్దటం మర్చిపోయేది లేదా విప్పిన నైటీ నేలమీద మర్చిపోయేది (బహుశా పిల్లలందర్నీ త్వరగా రమ్మనీ లేకపోతే స్కూలుకి ఆలస్యమయిపోతారనీ నాన్న చిందులు తొక్కుతున్నాడేమో!) మేరీ ఇంటికి వచ్చేదాకా అక్కడ తల్లి కారాలూ మిరియాలూ నూరుతూ ఉంటుంది. ఎందుకంటే అప్పుడే ఇది మూడోసారి మేరీ పక్క సర్దకుండా వెళ్ళిపోవటం. ఇంక మిగతాది మీరు ఊహించుకోవచ్చు.

ఇక, నిర్బంధించే హుషారు అనే వ్యతిరేక అలవాటు ధోరణి విషయానికొస్తే, అది రోజంతా ఏదో ఒక పని చేస్తూ హడావుడిగా ఉండే తల్లిదండ్రుల వల్ల వస్తుంది. వాళ్ళు క్షణం కూడా ఖాళీగా కూర్చోరు. ఏ పనీ ఆపరు. అలాంటి ఇంట్లో మాటలు ఈ విధంగా దొర్లుతాయి 'రోజంతా అలా ఖాళీగా ఇంట్లో కూర్చుని కార్టూన్లు చూడటం తప్ప వేరే పని లేదా? నేను నీ కోసం కొనుక్కొచ్చిన ఆ పుస్తకాలు చదవవచ్చు కదా. (పాపం నాన్నకి తెలీదేమో నాలుగేళ్ళ చిన్నారి జిమ్మీ లేదా మేరీకి ఇంకా చదవటం రాదని) లేదా ఆట సాధన చేయవచ్చు కదా?' ఇలాంటి అరుపులు అలా నిరంతరం సాగుతూనే ఉంటాయి.

మీ వ్యతిరేక ఆలోచనా ధోరణులను గుర్తించి వాటి ప్రాముఖ్యతను, వాటి విలువని తెలుసుకోవాల్సిన ఆవశ్యకత రెండు విధాలుగా ఉంది:

1. అవి మీ మీద నిర్బంధించి ఉంచిన పట్టును సడలింపచేసుకోవటం. దేన్నైతే మీరు నిర్బంధంగా పాటిస్తూ ఉండేవారో, దాని విషయంలో ఆ పిచ్చి వదిలి తెలివిగా ప్రవర్తించటం.
2. వంశపారంపర్యంగా వస్తున్న ఈ గొలుసుని పగులగొట్టటం. అలా అయితే ఏ విషయంలో ఉంటే ఆ విషయంలో అదే నిర్బంధించే ప్రవర్తనా ధోరణి మీ పిల్లలకి కూడా అందజేయకుండా ఉండగలరు.

ఇప్పటిదాకా మనం ఎలా మన ఆత్మభావన మన విజయాన్ని ఎలా ప్రభావితం చేస్తుందో, మనం ఆత్మభావన ఎలా ఏర్పరచుకుంటామో. సానుకూల అలవాట్లు

ఉంటే వాటి లాభం, విలువ ఏమిటో, వ్యతిరేక ఆలోచనాధోరణులు ఉంటే వాటి వల్ల కలిగే ఆటంకాలేమిటో కొంచెం తెలుసుకున్నాము.

ఇప్పుడు మనం ఇంకో అడుగు ముందుకు వేసి మన మనసులో ఉన్న చేతనావస్థ, సుప్తచేతనావస్థలని మరి కొంచెం బాగా అర్థం చేసుకోవటానికి ప్రయత్నిద్దాము. మనం చేసే ప్రతి పనిలో మనం తీసుకునే నిర్ణయం (యాల)ను ఆ రెండూ పరస్పర సంబంధంతో ఎలా నిర్దేశిస్తాయో చూద్దాము. ఈ ప్రయాణంలో భాగంగా, నేను ఒక వ్యాసంలో చదివిన దాంట్లోంచి కొంత భాగం మీ ముందుంచుతున్నాను. డా. టార్ట్ రాసారిలా!

> మనమేమిటి అన్న దాని మీద మనకి అనేక సిద్ధాంతాలు లేదా నమ్మకాలు ఉంటాయి. ఉదాహరణకి: 'నేనొక క్రైస్తవుడిని', 'నేనొక బౌద్ధ మతస్థుడిని,' లేదా, 'నేనొక పాపిని' ఇలాంటివి ఇంకో కోణం చూపిస్తాయి. ఈ సిద్ధాంతాలని మనం కేవలం సిద్ధాంతాలుగా నమ్మితే - 'నాకు కొన్ని నమ్మకాలు ఉన్నాయి. అవి నిజమో కాదో కూడా నాకు తెలియదు. కాని ఒక్కోసారి నేను వాటిని పాటిస్తాను,' అని మనం అనగలిగితే, జీవితం ఇప్పుడున్నంత చెడ్డగా ఉండదు. కాని వచ్చిన చిక్కేమిటంటే, ఈ సిద్ధాంతాలను మనం పిల్లలుగా ఉన్నప్పుడే మన నరనరాల్లోకి చొప్పించేసారు. మనని మనం, ప్రపంచాన్ని ఎలా చూడాలో వాళ్ళే నేర్పేసి, మనని యంత్రాల్లా తీర్చిదిద్దివేశారు. వాటిని మనం 'కొన్నిసార్లు' మాత్రమే పాటించము. అసలు వాటిని పాటించే విషయంలో ఎన్నుకోము. ఇలా సాంప్రదాయాన్ని చొప్పించే తతంగంలో సాంప్రదాయం గురించిన జ్ఞానాన్ని సరఫరా చేయటమే కాదు, దాని పరిమితులని కూడా చేస్తున్నారు.
>
> మనం ఎలా జీవించాలో మనం పరీక్షించని సిద్ధాంతాలు చెప్తున్నాయి. ఇంతకన్నా మెరుగైన జీవితం జీవించాలంటే ఏం చేయగలమన్న ప్రశ్నకి దూసుకువెళితే, ముందుగా చేయాల్సింది, మనలో ఏ సిద్ధాంతాలని చొప్పించారు అన్న విషయం తెలుసుకోవాలి. వాటి గురించిన అవగాహన కొంత ఏర్పరచుకుని, పెద్దవాళ్ళలాగా నిర్ణయం తీసుకోవాలి. యంత్రాల్లా వాటిని నమ్ముతూ పోవాలా వద్దా తేల్చుకోవాలి. 'అదే నేను అన్న విషయం నమ్మాలనుకుంటున్నానా?' మన గురించి మనకున్న సిద్ధాంతాల విషయంలో మనం అయోమయంలో పడవద్దు. అవి మన జీవితంలో అధిక శాతం మనతో ఉన్నా కూడా! అసలు మనం ఏమిటి అన్నది మనం ప్రత్యక్షంగా పరిశీలిస్తే తెలుసుకోవచ్చు. దీన్ని మనకున్న సిద్ధాంతాలతో బేరీజు వేసుకుందాం. నేను ముందే చెప్పినట్టుగా, నాకు అలవర్చిన అనుభవమనే కోణంలోంచి చూస్తే, నేను ఏదీ కాను: నేను ఒక వస్తువుని కాను. నేను మార్పుకి సిద్ధంగా ఉన్న ఒక తతంగాన్ని*

ధన్యవాదాలు, డా. టార్ట్.

*టార్ట్. చార్ల్స్ టి. 'వాట్ డెత్ టెల్స్ అజ్ ఎబౌట్ లైఫ్' డెత్: విండో టు ది ఇన్ఫినిట్, నం. 17 (2007-2008): 30-35. ఐఒఎన్ఎస్, షిఫ్ట్ ఇన్ ఏక్షన్

7

చేతనం, సుప్తచేతనాత్మక మనసుల మధ్యనున్న పరస్పర సంబంధాన్ని అర్థం చేసుకోవటం

అధ్యాయం 5లో డా. మర్ఫీ ఇలా అన్నారు :

> ప్రపంచంలో ఇంత గందరగోళం, దు:ఖం ఉండటానికి కారణం ఏమిటంటే మనుష్యులు వాళ్ల చేతనాత్మక మనసుకీ, సుప్త చేతనాత్మక మనసుకీ మధ్యనున్న పరస్పర సంబంధాన్ని అర్థం చేసుకోలేకపోవటమే. ఈ రెండూ కలిసి పని చేస్తున్నప్పుడు, శాంతిపూర్వకంగా, సామరస్యంగా ఉన్నప్పుడు, మీకు ఆరోగ్యం, ఆనందం, శాంతి, సంతోషాలు పెల్లుబుకుతాయి. చేతనం, సుప్తచేతనం కలిసి శాంతిపూర్వకంగా, సామరస్యంగా ఉంటే ఎటువంటి అనారోగ్యం,అసమ్మతి ఉండదు.

ఇప్పుడు డా. మర్ఫీ చెప్తున్న చేతనం, సుప్తచేతనాత్మక మనసుల మధ్యనున్న పరస్పర సంబంధం గురించి మరింత వివరంగా చూద్దాము. మన సుప్తచేతనంలో పొందుపరచిన మూల సిద్ధాంతం మనం తీసుకునే నిర్ణయాలని, మనం ప్రవర్తించే తీరుని ఎలా ఎక్కువగా నిర్దేశిస్తుందో చూద్దాము.

మన మనసులో మూడు భాగాలున్నాయి. ఇటు చేతనాత్మకంగానూ, అటు సుప్తచేతనాత్మకంగానూ ఎలా ఆలోచిస్తాము, ఎలా సృష్టిస్తాము, ఎలా నిర్ణయాలు తీసుకుంటాము అన్న విషయాలకి ఈ మూడూ ప్రాతిపదికలు. మనసులో ఉన్న మూడు భాగాలు: చేతనం, సుప్తచేతనం, సృజనచేతనం (supraconscious). ఇవి మూడు భిన్న మనసులు కావు. ఒకే మనసులో ఉన్న మూడు భిన్న అంశాలు.

*1969*లో మొదటిసారి నేను ఎగ్జిక్యూటివ్ డైనమిక్స్ (తర్వాత ఒమేగాగా మార్చారు)సెమినార్‌కి వెళ్ళాను. దాని గురించి ఈ పుస్తకంలో ఉపోద్ఘాతంలో పేర్కొన్నాను. అందులో ఆ సంస్థ వ్యవస్థాపకుడు, జాన్ బాయిల్, బ్లాక్‌బోర్డు దగ్గరికి వెళ్ళి, పక్క పుటలో ఉన్న మూడు వృత్తాలని గీసాడు.

మనసులోని ఈ భాగాల మధ్యనున్న పరస్పర సంబంధం గురించి ఆయన వర్ణన వల్ల నేను నేర్చుకున్నదిది.

మనసులోని సుప్తచేతనంతో మొదలుపెడ్దాము. సుప్తచేతనానికున్న ప్రాథమిక విధుల్లో ఒకటి మూల సిద్ధాంతాన్ని పొందుపరచుకోవటం. మనసులో ఈ భాగం జ్ఞాపకాలను సేకరించి, దాచి ఉంచుతుంది. కంప్యూటర్ పరిభాషలో చెప్పాలంటే దీన్ని హార్ట్ డ్రైవ్ అంటారు. ఉత్సాహకరమైన విషయం ఏమిటంటే మనం చూసినవి, విన్నవి, అనుభవించినవి, అనుభవాల గురించి మనమెలా స్పందించామూ, అలా ప్రతీదీ, పుట్టినప్పటినుంచీ, అంతా మన సుప్తచేతనం లేదా జ్ఞాపకాల పొదిలో నిక్షిప్తమై ఉన్నాయి - ప్రతీదీ. మనం 'మర్చిపోయినది,' ఏదైనా ఉంటే దాన్ని కెమికల్స్ వాడో,

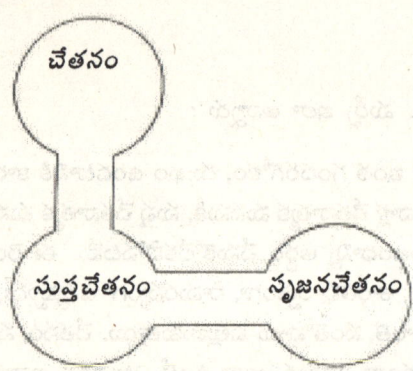

లేదా బాల్యంలోకి పంపే హిప్నోటిజమ్ చేసో, దాన్ని వెలికి తీయవచ్చు. లేత వయసులో అయిన గాయాలు పెద్ద అయ్యాక కూడా ఆ వ్యక్తి ప్రవర్తన మీద వ్యతిరేక ప్రభావం లేదా ప్రమాదకరమైన ప్రభావం చూపే అవకాశం ఉంది. అందుకని ఎందరో సైకోథెరపిస్టులు, అలాంటి గాయాలని వెలికి తీయటానికి హిప్నోసిస్ ఒక ప్రక్రియగా వాడతారు. శక్తివంతమైన ఫోబియాలు, వేళ్ళతో పాతుకుపోయిన భయాలు సాధారణంగా చిన్న పిల్లలుగా ఉండగా ఏర్పడుతాయి. కాని మనకి పెద్దయ్యాక, ఈ భయాలు ఎక్కడ్నుంచి వచ్చాయో గుర్తుండదు: కాని కొన్ని పరిస్థితులలో, సందర్భాలలో ఎదురైనప్పుడు ఆ భయాలు పెల్లుబుకటం వల్ల మన ప్రవర్తన చూసే వాళ్ళకి నిర్హేతుకంగా ఉంటుంది.

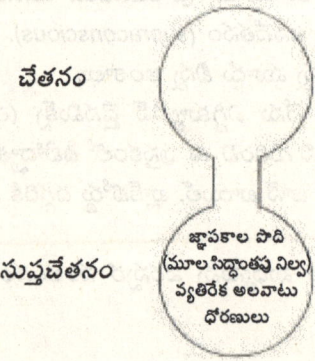

అదికాక, మన వ్యతిరేక అలవాటు ధోరణులు మన సుప్తచేతనంలో నిక్షిప్తమై వుంటాయి. అందువల్ల, మన సుప్తచేతనం ఇలా ఉంటుందని ఊహించుకోండి.

ఇప్పుడు మనం నేర్చుకోబోతున్నట్టుగా, మన సుప్తచేతనంలో నిక్షిప్తమై ఉన్న మూల సిద్ధాంతం మన ప్రవర్తనని అధికంగా నిర్ణయిస్తుంది. జీవితంలో ఏ యిద్దరి అనుభవాలు గానీ, మూల సిద్ధాంతం నిలువ గానీ ఒక్కలాగా ఉండదు కాబట్టి, ఏ యిద్దరూ ఒకేలా ప్రవర్తించలేరు. అందుకే తరచు ఒక సన్నివేశానికి మనం ప్రవర్తించిన దానికి భిన్నంగా ప్రవర్తిస్తారు ఇతరులు. మనమేమో వాళ్ళకి పిచ్చెక్కిందనో, వాళ్లలో ఏదో లోపముందనో అనుకుంటాము. మన ప్రవర్తన అంతా ఇన్నాళ్ళూ మనం ప్రోగేసుకు వచ్చిన మూల సిద్ధాంతం మీద ఆధారపడి వుంది. మన స్పందనని అది నిర్దేశిస్తుంది.

చేతనం స్థాయిలో, నాలుగు విషయాలు ప్రాథమికంగా జరుగుతాయి:

1. మన ఇంద్రియాల ద్వారా మనలోకి అడుగు పెట్టే విషయాలని చూస్తాము.
2. పోలిక లేదా తేడా గుర్తించటమనే తతంగం అవుతుంది.
3. మనం గుర్తించినదాన్ని విశ్లేషిస్తాము.
4. చర్య, ప్రతిచర్య, నిరాసక్తిలలో ఏది చెయ్యాలో నిర్ణయం తీసుకుంటాము.

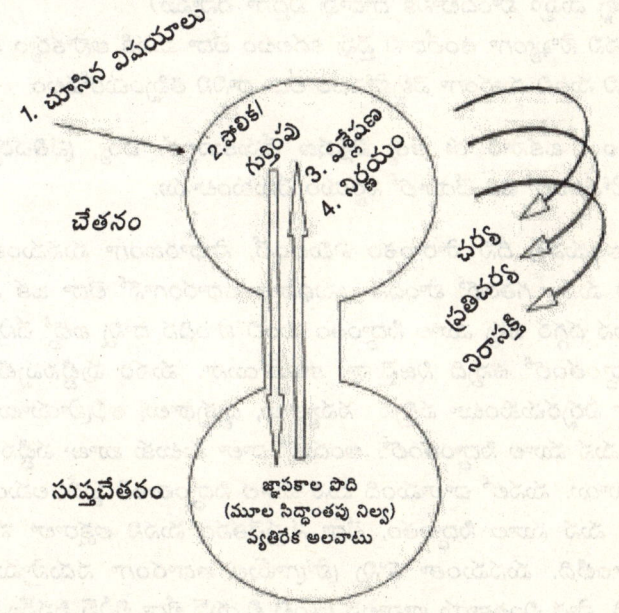

వీటిలో ఒక్కొక్క విధి గురించీ వివరంగా చూద్దాము. తేలిగ్గా గమనించటానికి ఈ క్రింది నమూనాని చూడవచ్చు.

1. **చూడటం :** చేతనాత్మక మనసులో అడుగు పెట్టే విషయాలని ఇంద్రియాల ద్వారా

చూస్తాము. మనం దేన్నైనా చూసి, విని, స్పర్శించి, వాసన చూసి, రుచి చూస్తాము. (ఇప్పటికీ స్కూళ్ళలో చెప్పే ఈ ప్రాథమిక ఐదే కాకుండా ఇంకా ఎన్నో భావనలు ఉన్నాయి. ఉదాహరణకి అంతర్వాణి, సమతుల్య భావన వగైరా)

2. **పోలిక :** మనం చూస్తున్నది ఏమిటో తెలుసుకోవటానికి అదే సమయంలో సుప్తచేతనంలోకి వెళ్తాము. ఏమిటది? కారా? విమానమా? పడవా? పక్షా? ఏనుగా? ఒక విధమైన ఆహారమా? స్నేహితుడా. శత్రువా? లేకపోతే ఇంతవరకూ మన దగ్గర దాని గురించి ఏమీ మూల సిద్ధాంతం లేదా?

3. **విశ్లేషణ :** మనం చూస్తున్నది ఏమిటో మూల సిద్ధాంతం నుంచి తెలుసుకున్నాక, 'ఈ వస్తువు నన్ను ఆనందపరుస్తుందా? విచారంలో ముంచెత్తుతుందా? హాయిగా ఉంచుతుందా? ఇబ్బందిపరుస్తుందా?' వగైరా.

అంతకుముందే చెప్పినట్టుగా చిన్నపిల్లలు ప్రాథమికంగా రెండు మూలాల నుంచి నేర్చుకుంటారు.

- మన తల్లిదండ్రులలో ఒకరినో లేదా ఇద్దరినీనో అనుకరించటం (మన తల్లిదండ్రులు మనకి ప్రేమని చవిచూపించిన ప్రాథమిక మూలాలు కాబట్టి, వాళ్ళ మెప్పు పొందటానికి దాదాపు ఏదైనా చేస్తాము)
- మనని సౌఖ్యంగా ఉంచేదాని వైపు కదలటం లేదా మనకి అసౌకర్యం కలిగించే దాని నుంచి దూరంగా వెళ్ళిపోవటం లేదా దానిని తప్పించుకోవటం.

4. **నిర్ణయం :** ఒకసారి ఈ ఆత్మ విశ్లేషణ చేసుకున్నాక, చర్య, ప్రతిచర్య, ఏమీ చేయకపోవటంలో ఏది చేయాలో నిర్ణయం చేసుకుంటాము.

అందువల్ల దీని సారాంశం ఏమిటంటే, సాధారణంగా మనమంతా మన నిర్ణయాలని మనం గతంలో పొందిన అనుభవాల ఆధారంగానో లేదా ఒక విషయం గురించి మన దగ్గర ఉన్న మూల సిద్ధాంతం నుంచి పొందిన దాన్ని బట్టో చేస్తాము, ఆ మూల సిద్ధాంతంలో ఉన్నది నిజమైనా, కాకపోయినా. మనం పుట్టినప్పటి నుంచి ఇప్పటిదాకా ఏర్పరచుకుంటూ వచ్చిన నమ్మకాలు, దృక్పథాలు, అభిప్రాయాలూ కూడా ఉంటాయి మన మూల సిద్ధాంతంలో. అందులో చాలా మటుకు బూజు పట్టిన భావాలే అయి ఉంటాయి. మనలో చాలామంది మన మూల సిద్ధాంతాలకి 'ఖైదీ' లమయిపోయి ఉంటాము. మన మూల సిద్ధాంతం, లేదా సుప్తచేతనం మనని అక్షరాలా 'నడిపించే' హార్డ్‌వేర్‌లాంటిది. మనమంతా కొన్ని ప్రోగ్రామ్‌ల ఆధారంగా నడుస్తాము, కాని చాలామంది, పాత చింతకాయ భావాలనే (అంటే బి.యస్. లేదా బిలీఫ్ సిస్టమ్స్) పట్టుకు ప్రాకులాడుతారు. అవి ఇప్పుడు ఎందుకూ పనికిరావు.

అమెరికా రచయిత, ప్రెసిడెన్షియల్ మెడల్ ఆఫ్ ఫ్రీడమ్ గ్రహీత, ఎరిక్ హోఫర్, అందంగా చెప్పినట్టుగా:

మారుతున్న కాలంలో, జిజ్ఞాసులు ఈ భూమికి వారసులు, కాని నేర్చుకున్నవారు ఇప్పుడు ఉనికిని కోల్పోయిన భూమితో వ్యవహరించటానికి ఎంతో చక్కగా సంసిద్ధతను పొందారు.

మనందరికీ తెలుసు, వాళ్ళ జీవితాల్లో 'బూడిదరంగు'ని ఆహ్వానించని వాళ్ళ గురించి. వాళ్ళకి ప్రతిదీ నలుపు లేదా తెలుపు. దాదాపు ప్రతిదాని గురించీ వాళ్ళకి చాలా ఖచ్చితమైన అభిప్రాయాలుంటాయి. అందుకని వాళ్ళ దృక్పథాన్ని గాని, అభిప్రాయాన్ని గాని మార్చటానికి దోహదం చేసే వేరే అభిప్రాయాల్ని గాని లేదా ఏదైనా కొత్త మూల సిద్ధాంతం లేదా సమాచారాన్ని గానీ ఆలోచించటానికి కూడా అట్టే ఇష్టపడరు.

'భూమికి వారసులు' అయిన జిజ్ఞాసులు, విద్యని నిరంతరం, జీవితాంతం కొనసాగే ప్రక్రియగా భావిస్తారు. వాళ్ళు ఎప్పటికీ కొత్త మూల సిద్ధాంతాన్ని వెతుకుతూనే ఉంటారు. వాళ్ళు నమ్మిన కొన్ని సిద్ధాంతాలకు అవి సవాలుగా నిలిస్తే, తమ సుప్తచేతనంలో ఉన్న మూల సిద్ధాంత పొదిని విశ్లేషించటానికి కూడా సిద్ధమే. ఏ 'ప్రోగ్రామ్‌లు' కొత్త పంథా తొక్కాలో, ఏ పాత మూల సిద్ధాంతం తప్పుగా ఉండి, తమకు పనికిరాని నిర్ణయాలు తీసుకునేలా చేసిందో చూస్తారు. వాళ్ళ అహాన్ని ఎప్పుడూ అదుపులో పెట్టుకుంటారు. వాళ్ళకి తాము "సబబే' అనిపించుకునే దానికన్నా సత్యం ఇంకా ముఖ్యం.

అచ్చంగా ఒకే పరిస్థితిలో ముగ్గురు భిన్న వ్యక్తులు పూర్తిగా ఒకరికొకరు భిన్నంగా ఎలా ప్రవర్తిస్తారో చూద్దాము. వాళ్ళ ప్రవర్తన ఆ పరిస్థితి యొక్క సత్యం లేదా నిజాన్ని బట్టి వుండదు, వాళ్ళ గత అనుభవాల దృష్ట్యా ఉంటుంది. ఇప్పుడు నేను రాస్తున్న అంశం మీద నేను ప్రసంగిస్తున్నాననుకుందాము. స్టేజీ మీదకి ఎవరైనా ముగ్గురిని రమ్మని పిలుస్తాను. మేరీ, శాలీ, జేన్ అనే ముగ్గురు స్త్రీలు ముందుకొస్తారు. ఒక గుండ్రటి బల్ల దగ్గర కూచోమంటాను. పాముల గురించి మనం మాట్లాడుకోబోతున్నామని నేను చెప్తాను వాళ్ళకి. గార్టర్ పాముకి పళ్ళు ఉండవనీ, అది కాటు వేయలేదనీ, పురుగులనే తింటుంది కానీ మనుష్యులని తినదనీ చెప్తాను. హేతుబద్ధంగా ఆలోచిస్తే గార్టర్ పాముని చూసి భయపడటంలో అర్థం లేదని కూడా చెప్తాను. బుద్ధిపరంగా అందరూ నాతో అంగీకరిస్తారు. అప్పుడు నేను చెప్తాను, 'బాగుంది, గార్టర్ పాముని చూసి భయపడాల్సిన అవసరం ఎంతమాత్రం లేదని ఇప్పుడు మనకి తెలిసింది కాబట్టి, నా పెంపుడు జంతువు, లారీని మీకు పరిచయం చేస్తున్నాను.' 'ఒక నిజమైన గార్టర్ పాముని బయటకి తీసి, ఆ బల్లమీద పడేస్తాను.

ఆ పాము ఇంకా బల్లమీద పడకుండానే, మేరీ గాల్లోకి లేచి, ఒక పెద్ద గావుకేక పెట్టి, స్టేజీ నుంచి ఒక్క దూకు దూకి, కిటికీలోంచి గెంతి, తలుపులోంచి దూసుకుపోతుంది. మళ్ళీ కంటబడకుండా.

ఏమయింది ఇక్కడ? సరే, ఇప్పుడు మనం రాసుకున్న నాలుగు విషయాలని మళ్ళీ సమీక్షిద్దాము.

1. **చూడటం :** మేరీ తన ఇంద్రియాలతో, ఈ విషయంలో తన కళ్లతో చూసింది జీవం ఉన్న ఏదో ఆకారాన్ని. అది పొడుగ్గా,నాజూగ్గా ఉండి, వంకర టింకరగా కదులుతోంది.
2. **పోలిక :** మేరీ తన సుప్తచేతనం (జ్ఞాపకాల పొది) లోకి వెళ్ళి ఏదో మూల సిద్ధాంతాన్ని పట్టుకుంది. అది ఆమెకి నిముషాల మీద అది 'పాము' అని చెప్పింది.
3. **విశ్లేషణ :** ఈ సన్నివేశం తనని సౌకర్యంగా ఉంచి ఆనందం తెస్తుందా? లేక అసౌకర్యం కలుగజేస్తుందా అన్న విషయం తెలుసుకోవటానికి, తన సుప్తచేతనంలో రికార్డు అయి ఉన్న చిత్రం కళ్ళముందుకు తేల్చుకోవటానికి కేవలం నానో సెకండ్ పడుతుంది అంతే. తను మూడవ తరగతిలో ఉండగా చిన్నారి జిమ్మీ జెన్సన్ గార్టర్ పాము పట్టుకుని తనని వీధుల వెంట పరిగెత్తించి, ప్రేమగా తన జాకెట్టు వెనుక నుంచి వదలటం గుర్తుకు వస్తుంది. ఆ క్షణంలోనే మేరీ జీవితకాలపు నిర్ణయం తీసేసుకుంది, మళ్ళీ జన్మలో ఎప్పుడూ పాములకి ఇంత దగ్గరగా వెళ్ళకూడదు అని. నిజానికి, తను ఒక సినిమా చూస్తుంటే, తెరమీద ఒక పాము కనబడితే చాలు, కళ్ళు మూసుకోవటమో లేదా లేచి వెళ్ళిపోవటమో చేస్తుంది. ఈ విషయం గురించి ఆలోచించండి. జీవమున్న ప్రాణే కాదు, కేవలం ఒక పత్రికలో ఒక బొమ్మ చూసి ఆమెకి పెద్ద భయమూ, ఖంగారు ముంచుకు రావచ్చు. అంటే పరిస్థితిలోని నిజాన్ని బట్టి (టీవి నుంచి పాము బయటకి గెంతి తన మెడ చుట్టుకుంటుంది లాంటిది) కాకుండా, తనకి గతంలో జరిగిన దాన్ని బట్టి ఈ భయం, మనం మేరీ ప్రవర్తన చూసి నవ్వేముందు, ఒక విషయం గుర్తుంచుకోవాలి. తెర వెనుక మన అందరికీ 'పాములు' ఉన్నాయి. వాటివల్ల ఇప్పటికీ కొన్ని సందర్భాల్లో మనం నిర్హేతుకంగా ప్రవర్తించటానికి కారణమవుతున్నాయేమో.
4. **నిర్ణయం :** ఇది అర్థమవుతూనే ఉంది. క్షణాల మీద చేసిన విశ్లేషణ ఆధారంగా, మేరీ స్పందించి అంటుంది, 'అంతే బాబూ, నేను పారిపోతున్నాను.' దాని వెనుక అరుపులూ, కేకలూ వేస్తూ కిటికీలోంచి 40 అడుగుల దూరం ఒక్క గెంతు గెంతి, భవంతి దాటి వెళ్తుంది, బహుశా పక్కనే ఉన్న పబ్‌కి.

ఇపుడు, ఇదే పరిస్థితికి శాలీ ఎలా స్పందిస్తుందో చూద్దాము. శాలీ పొలాల్లో పెరిగింది. ఆమె జీవితకాలమంతా జంతువుల మధ్య సాగింది. ఆమెకి జంతువులంటే ప్రాణం. ఆమెకి యిష్టమైన జంతువేదో తెలుసా? బాగానే గ్రహించారు, పాములు. నిజానికి, శాలీకి ఒక పెంపుడు పాము ఉంది. ఆమె దాన్ని ప్రేమగా చూసుకుంటుంది. (అరుదైన సరదా)

అందువల్ల, మేరీ నిర్ణయం తీసుకోవటానికి చేసిన తతంగమే శాలీ కూడా చేసింది.

1. ఆమె **చూసింది** ఆ వస్తువును తన ఇంద్రియాలు/కళ్ళ ద్వారా.
2. **పోలిక** ద్వారా ఆ వస్తువును గుర్తించింది 'పాము'గా.
3. క్షణాల మీద చేసిన **విశ్లేషణ** ఆమెలో ప్రేమ, అభిమానాలు పెల్లుబికేలా చేసాయి.

4. ఆమె ఒక నిర్ణయం తీసుకుంటుంది. పాము దగ్గరకి జరిగి, దాన్ని చేతుల్లోకి తీసుకుని, దానితో ఆడి, ముద్దులు పెట్టుకోవటమో, లేదా పాములని ప్రేమించే వాళ్ళు చేసే పని చేయటమో చేస్తుంది.

ఇప్పుడు జేన్ విషయానికొద్దాము. ఈ సన్నివేశంలో ఆమె ఏ విధంగానూ చలించదు. బహుశా నేనెందుకు వచ్చాను అనుకుంటుందేమో కూడా. ఆమెకి పాములంటే ప్రేమ పొంగిందీ లేదు, అవంటే పారిపోయేంత భయమూ లేదు. ఆమె 'చలనం లేకుండా' ఉండిపోతుంది లేదా స్పందన లేకుండా ఉంటుంది.

ఈ విధంగా అచ్చంగా ఒకే పరిస్థితిలో ముగ్గురు వ్యక్తులు పూర్తిగా ఒకరికి ఒకరు భిన్నంగా ఎలా ప్రవర్తించారో చూసాము. వాళ్ళ ప్రవర్తన ఆ పరిస్థితి యొక్క సత్యం లేదా నిజాన్ని బట్టి లేదు. వాళ్ళ గత అనుభవాల దృష్ట్యా ఉంది. దీని సారాంశం ఏమిటంటే, మీరూ, నేనూ మనకున్న అంతులేని శక్తిని బట్టి నిర్ణయాలు తీసుకోవటం లేదు. మనం గతంలో ప్రోగేసిన సంఘటనలు లేదా సమాచారం మీద మనం (ఇవాళ) తీసుకునే నిర్ణయాలు ఎక్కువగా ఆధారపడి ఉన్నాయి. ఎంత తరచు మీరు తీరిగ్గా కూర్చుని మీ గురించి విశ్లేషించుకున్నారు? మీ దృక్పథాలు, మీ అభిప్రాయాలు, భావాలు, 'నిజాలూ' అన్నీ బేరీజు వేసి, ఎప్పుడన్నా వీటిలో కొన్ని విషయాల్లో భిన్నంగా ఆలోచించటం కాని, భావించటం కాని చేద్దామనిపించిందా అని గమనించారా? వచ్చిన చిక్కేమిటంటే, చాలామంది ఈ విశ్లేషణ చేసుకోరు. ఎందుకంటే వాళ్ళకి ఎలా మారాలో తెలీదు. వాళ్ళు వాళ్ళ గురించిన స్వయం నిర్ణయానికి, అంతర్గత సంభాషణకి లొంగిపోతారు. దానివల్ల, 'నేను ఎప్పుడూ బాగా చేస్తాను, నేను ఎన్నడూ ____________ బాగా చేయలేను' అనుకుని జీవితాన్ని కొనసాగిస్తారు. అవే అవే పనులు పదే పదే చేస్తూ ఇంచుమించు రోబోల్లాగా తయారవుతారు. వీళ్ల చర్యలన్నీ చేతనాత్మక మనసు, సుప్తచేతనానికి అందించే సూచనల వల్ల ముందే నిర్ణయించబడి ఉంటాయి.

సుప్తచేతనం మన తరపున పనిచేసే యంత్రాంగం లాంటిది. చేతనాత్మక మనసు దానికిచ్చే ఆజ్ఞలను 24/7 అమలులో పెడుతుంది. ఇప్పుడు చెప్పిన దాన్ని మళ్ళీ ఒకసారి చూద్దాము. మన సుప్తచేతనం మనకి రాత్రనకా, పగలనకా సేవ చేయటానికి అందుబాటులో ఉన్న సేవకుడు. అది నిర్ణయాలు తీసుకోలేదు; మనం తీసుకుంటున్న నిర్ణయం మంచిదో, కాదో అది చెప్పదు. అది తన 'యజమాని' - చేతనాత్మక మనసు- ఇచ్చిన ఆజ్ఞలను తూ. చా. తప్పకుండా పాటిస్తుంది (అధ్యాయం 1లో ఓడ కెప్టెన్, నావికులని గుర్తుకుతెచ్చుకోండి.)

సుప్తచేతనాన్ని జాగ్రత్తగా వాడితే, మన జీవితంలో ఏ రంగంలోనన్నా సానుకూల మార్పు తీసుకురావటానికి ఉపయోగపడే అత్యంత గొప్ప పరికరం. మన అంతర్భాషణ శక్తిని మనం సరిగా అర్థం చేసుకుని, మన సుప్తచేతనాన్ని ఏం కోరుతున్నామో, దాన్ని మన అదుపులో పెట్టుకోవాలి.

అది ఎలా చేయాలో ఈ పుస్తకం చూపిస్తుంది మీకు.

సృజనచేతనాన్ని చర్చించే ముందు, ఇంతవరకూ చెప్పుకున్న దాన్ని ఒకసారి టూకీగా చూద్దాము. ఇప్పటి మన నిర్ణయాల్లో ఎక్కువ భాగం మన గత అనుభవాల వల్లో లేదా దేని గురించో మనకున్న సమాచారం వల్లో ఏర్పడినవి. మీరు ఫలానా మూల సిద్ధాంతం మారితే బాగుండును అని గుర్తుపట్టిన దాన్ని మీరు ఎలా మెరుగుపరచుకోవచ్చో లేదా ఎలా మార్చుకోవచ్చో మేము చూపిస్తాము. మనం ఇంకో విషయం కూడా అర్థం చేసుకోవాలి. మనం కొన్ని విషయాలని మన వ్యక్తిగత అభిప్రాయం దృష్ట్యా చూసేలాగా తీర్చిదిద్దబడ్డాము. ఇలాంటి చోటే తప్పుడు అభిప్రాయాలు ఏర్పడుతాయి.

మన జీవితంలో సానుకూల మార్పులు తేవటానికి మనకి పరికరాలు యిస్తే, ఆ పరికరాలని ఎలా వినియోగించుకోవాలో మనం సరిగ్గా నేర్చుకుంటే మన సుప్తచేతనాన్ని పరీక్షించే అద్భుత అవకాశం మనకి దొరికినట్టే. వాటి ద్వారా మన ప్రస్తుత జీవన అనుభవాలకి ఏ మూల సిద్ధాంతం పనికిరాదో నిశ్చయించుకోవచ్చు.

ఇక్కడ ఒక ముఖ్యమైన విషయాన్ని అర్థం చేసుకోవాలి. వ్యతిరేక అలవాటు ధోరణిని చూపించే దేన్నైనా మనం చూసి, గుర్తించామంటే, దాని ప్రభావం మన 'విశ్లేషకుడు'ని తొక్కి పడేస్తుంది. మనం అలాంటి పరిస్థితిలో ఎలా ప్రతిస్పందించాలని తీర్చిదిద్దబడ్డామో, అలాగే ప్రవర్తిస్తాము. మనం పూర్తిగా నిర్హేతుకంగా ప్రవర్తిస్తాము.

ఎప్పుడైతే మన వ్యతిరేక అలవాటు ధోరణులని గుర్తిస్తామో, అప్పుడే మనం మన సుప్తచేతనంలోకి కొత్త మూల సిద్ధాంతాన్ని చొప్పించవచ్చు. అది మనం కోరుకున్న చర్యని చేసేందుకు తోడ్పడుతుంది. అంతేకాదు, మనని కట్టిపడేసిన వ్యతిరేక అలవాటు ధోరణి నుంచి మనకి విముక్తి కలిగిస్తుంది కూడా.

మనసులో ఉన్న మూడవ భాగం సృజన చేతనం. ఇంగ్లీషులో సుప్రా కాన్షియస్ అంటారు 'సుప్రా' అంటే పైన లేదా అతీతంగా. ఇక్కడ చేతనానికి అతీతంగా.

దయచేసి ఒక విషయం గమనించగలరు. డా. మర్ఫీ సృజనచేతనం గురించి చెప్పలేదు. ఈ భాగం గురించిన పరిశోధనలో ఎక్కువ భాగం డా. మర్ఫీ తన పుస్తకాన్ని *1963*లో రాసాక జరిగింది. ఈ సృజన చేతనం మనకి ఎంత ముఖ్యమంటే నిజంగా ఏదైనా సమస్యని సృజనాత్మకంగా పరిష్కరించాలంటే, దీని గురించి తెలుసుకోవటం ఎంతో ముఖ్యం.

మనలో స్వచ్ఛమైన సృజనాత్మకతకంతా మూల కారణం సృజనచేతనం. ఆ భాగంలోనే గొప్ప స్ఫూర్తిని,సృజనాత్మక పరిష్కారాలని పొందుతాము. మన సుప్తచేతనం లేదా జ్ఞాపకాల పొదిలో ఉన్న ఏదైనా మూల సిద్ధాంతాన్ని అధిగమించి ఉంటుంది ఆ భాగంలో ఏదైనా సమస్యని పరిష్కరించటానికి కావాల్సిన సమాచారం. చూస్తుంటే 'మేధావుల'కి ఈ అంతులేని భాండాగారాన్ని వాళ్ళకి కావాల్సినప్పుడు వెలికి తీసే సామర్థ్యం ఉన్నట్టు ఉంది.

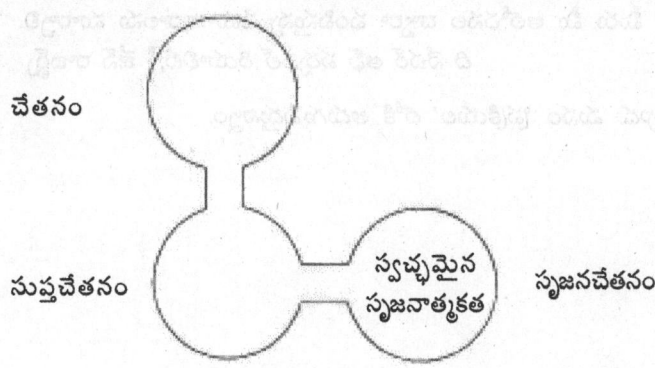

ఈ సృజనచేతనం మనకి ప్రేరణనిచ్చే మూలం కూడా. మనకి సృజనాత్మకంగా ప్రేరణ కలిగితే శక్తికూడా దానంతటి అదే వస్తుంది.

టూకీగా చెప్పాలంటే, మన మనసులో మూడు భాగాలు ఉన్నాయి. చేతనం, సుప్తచేతనం, సృజన చేతనం. ఈ మూడూ ఒకదానితో ఒకటి పరస్పర సంబంధం కలిగి వుంటాయి. కాని మనకి వాటి గురించి తెలియకపోతేనూ, అవి ఒకదానితో ఒకటి ఎలా కలిసి పనిచేస్తాయో తెలియకపోతేనూ. మన జీవితం గుడ్డెద్దు చేలో పడ్డట్టుగా ఉంటుంది. దాన్ని 'ఆటో పైలట్' అంటారు. ఎప్పుడూ కొన్ని విషయాల్లో రాణిస్తాము, కొన్ని చెత్తగా చేస్తాము. చేసిన తప్పులనే పదే పదే చేస్తుంటాము. కాని ఈ పుస్తకం మీకు ఒక మాట ఇస్తోంది. మీరు మనసులో ఉన్న ఒక్కొక్కభాగం గురించి పూర్తిగా నేర్చుకుని, అర్థం చేసుకుంటే, మేమిచ్చిన ప్రక్రియలని ఎలా వాడాలో తెలుసుకుంటే, మీరు వాటిని ఉపయోగించి పాత చింతకాయ భావాలని తిరగద్రోడి మీ లక్ష్యాలని మరింత తేలిగ్గా పొందేందుకు వీలయిన కొత్త సమాచారాన్ని లోనికి పంపే మార్గం నేర్చుకుంటారు. అప్పుడు మీరు నిజంగా మీ జీవితాన్ని మీ అదుపులో పెట్టుకుని, మీరు కోరిన మార్గంలో నడపగలుగుతారు. ఇంక ఏ మాత్రమూ నిస్సహాయ బలిపశువుగా మీ జీవితాన్ని కొనసాగించనక్కరలేదు.

మన గురించిన నిజం చైతన్యపూర్వకంగా మనకి మన గురించీ, ఎదుటి వారి గురించీ, ప్రపంచం గురించీ ఉన్న నమ్మకం వల్ల ఏర్పరచుకుంటాము. మనం మన సుప్త చేతనం దయాదాక్షిణ్యాల మీద ఆధారపడి లేము లేదా మనకి అర్థం కాని శక్తుల ముందు నిస్సహాయంగా నిల్చుని లేము. చేతనాత్మక మనసు సుప్తచేతనంలోని కార్యక్రమాలని నిర్దేశిస్తుంది. అంతర్గత మనసులోని శక్తులన్నింటి మీద చేతనాత్మక మనసుకి పూర్తి అధికారం ఉంది. ఇవి నిజం గురించిన మన భావాలకు అనుగుణంగా ప్రేరేపింపబడుతాయి.'

మీకు మీ అనుభవం నచ్చకపోతే, అప్పుడు మీ చేతనాత్మక ఆలోచనల, ఆశయాల స్వభావాన్ని మార్చాలి. మీ శరీరానికీ, మీ స్నేహితులకీ, మీ తోటివారికీ

మీరు మీ ఆలోచనల ద్వారా పంపిస్తున్న సమాచారాలను మార్చాలి.

దీ నేచర్ ఆఫ్ పర్సనల్ రియాలిటీ,* జేన్ రాబర్ట్స్

ఇప్పుడు మనం 'ప్రక్రియల' లోకి అడుగుపెడ్తున్నాం.

*రాబర్ట్స్, ఓపి. పుట. 13.

8

ధృవీకరణలు, ధృవీకరణ పద్ధతులు

అధ్యాయం 2 లో డా. మర్ఫీ 'స్వయం సూచన' అన్న పదాన్ని పరిచయం చేసారు. హిప్నొటిజమ్ చేయబడ్డ వ్యక్తులకి శక్తివంతమైన సూచనలు ఎలా ఇవ్వవచ్చో, ఆ సూచనలని నిజమని నమ్మితే, మత్తులోకి తీసుకువెళ్ళబడిన ఆ వ్యక్తి ఎలా అసాధారణంగా ప్రవర్తించవచ్చో చెప్పారు. ఇక్కడ 'అసాధారణం' పదం ఒక వ్యక్తి ప్రవర్తనకి అక్షరాలా వర్తిస్తుంది. సుప్తచేతనంలో 'సాధారణం'గా ముద్రింపబడి ఉన్న చిత్రం తాత్కాలికంగా మరుగునపడి, 'సాధారణ పరిమితులు' స్థానభ్రంశం చెంది హిప్నటిజమ్ చేయబడ్డ వ్యక్తికి ఇవ్వబడిన ఆజ్ఞలు, సూచనల వల్ల, అతను మామూలు పరిస్థితుల్లో చేయలేని స్థాయి కన్నా బాగా ఎక్కువ స్థాయిలో ప్రతిభని చూపుతాడు.

మనలో చాలామందిని మన మీద అధికారం ఉన్న పెద్దలు మన గురించి కొన్ని విషయాలు మనమే నమ్మేటట్టు 'హిప్నటైజ్' చేసేసారు. దానివల్ల వాటితో వచ్చే పరిమితులను కూడా అవి నిజం కాకపోయినా నమ్మేటట్టు చేసారు. కాని, వాటిని నిజమని మనం నమ్మేసి, అటువంటి 'నిజాలు' నిజం చేయటానికి వీలుగా మనం ప్రవర్తిస్తాము.

హిప్నోథెరపిస్ట్, లీ ఫులాస్, పిహెచ్‌డి, ఒక విషయం చెప్పారు. మనసు గాయపడ్డ పెద్దవాళ్ళకి నయం చేసేటప్పుడు ఆయన ఎదుర్కొన్న అతి గొప్ప సవాలు, వాళ్ళు చిన్నపిల్లలుగా ఉన్నప్పుడు వాళ్ళకివ్వబడిన తప్పుడు మూల సిద్ధాంతాన్ని స్వప్నావస్థలో మళ్ళీ తీసివేయటానికి (డీ– హిప్నోటైజ్ చేయటానికి) తోడ్పడటమే. అటువంటి తప్పుడు మూల సిద్ధాంతాన్ని పదే పదే తలచుకోవటం వల్లే వాళ్ళ మనసుకా గాయం తగిలింది మరి.

మనం ఎలా ఉండేవాళ్ళమో కాకుండా, మనం ఎవరిమో, ఇవాళ ఏమవుదామనుకుంటున్నామో దానికి తోడ్పడే సమకాలీన, అవసరమైన, నిజమైన మూల సిద్ధాంతంతో మన సుప్తచేతనాన్ని నిర్మాణాత్మకమైన ధృవీకరణ వాక్యాలతో మళ్ళీ ఎలా ప్రోగ్రామ్ చేయవచ్చో ఇప్పుడు పరిశీలిద్దాము. స్వయంసూచనకి ఇంకోపదం ధృవీకరణ అని డా. మర్ఫీ అన్నారు.

అంతకుముందు ధృవీకరణాన్ని ఇలా నిర్వచించాము, 'మీరు ఆశించిన అంతిమ ఫలితాల వైపు మిమ్మల్ని తీసుకువెళ్ళే (సానుకూల లేదా వ్యతిరేక)నిజం లేదా నమ్మకాన్ని సూచించే మాట.' 'నిజం' లేదా నమ్మకాన్ని సూచించే మాట నిజం కాకపోవచ్చు. కాని మనం దాన్ని నిజంగా భావించి, తదనుగుణంగా పనిచేస్తాము. అలాగే 'మీరు ఆశించిన

అంతిమ ఫలితం' మీరు కోరిన అంతిమ ఫలితం కాకపోవచ్చు. కాని, 'నేను ఎన్నడూ బాగా చేయలేదు' అని నమ్మటం వల్ల. మీరు మీకు పరిమితి విధిస్తున్న 'సత్యానికి' రాజీపడిపోయి, మీ పరిమితుల విషయంలో అనుగుణంగా మీ సుప్తచేతనాన్ని తదనుగుణమైన మూల సిద్ధాంతంతో నింపుతారు. దానివల్ల మీ నమ్మకాన్ని వమ్ము చేయకుండా మీరు దానికి తగ్గట్టే ప్రవర్తించేటట్టు చూస్తుంది మీ సుప్తచేతనం.

మీరూ, నేనూ ధృవీకరణ వాక్యాలు మన జీవితమంతా వాడుతూనే ఉన్నాము. మనం, మనలో మనకి గాని, ఇతరులతో గాని, 'నేను', 'నాకు' తర్వాత వాడే ఏ వాక్యమన్నా ధృవీకరణ వాక్యమే.

ఈ కింది వాక్యాలన్నీ ధృవీకరణ వాక్యాలే:

- నేను గొప్ప భర్తని.
- నేను చెత్త భర్తని.
- నేను ప్రేమని పంచే, ఓపిక వహించే తండ్రిని.
- నేను ఎప్పుడూ పిల్లల మీద మండిపడుతుంటాను. నేను మంచి తండ్రిని కాను.
- నేను అన్నీ సమర్థవంతంగా, క్రమపద్ధతిలో చేస్తాను.
- నేను అంతా అయోమయం. ఒక్క వస్తువు కనబడదు నాకు.
- నేను ఒక మంచి వక్తను.
- నేను భయంతో వణికిపోయి, అసలు మాట్లాడలేను. నలుగురిలో ఉంటే.

గుర్తుంచుకోండి, ధృవీకరణ అంటే, సానుకూల లేదా వ్యతిరేక సత్యం లేదా నమ్మకం ఉన్న వాక్యం అన్నాం. ఇంకో మాటలో చెప్పాలంటే, అది నిజం కాకపోవచ్చు (నిజానికి), మనం చూస్తున్నాం 'నిజం'గా అంతే.

మనం పుడుతూనే సమర్థులుగానో, అసమర్థులుగానో పుట్టలేదు. మనం పుడుతూనే గొప్ప వక్తలుగానో, భయంతో వణికిపోయే వక్తలుగానో పుట్టలేదు. వీటిలో దేని గురించైనా (సానుకూల లేదా వ్యతిరేక) దృక్పథాలు, అభిప్రాయాలు, ఆత్మభావనలు తర్వాత పెంపొందించుకున్నాము. మనం చాలా చిన్న వయసులో ఉండగానే 'నిజాలుగా' చలామణి అయ్యే (నిజానికి అవి నిజం కాకపోవచ్చు) మూల సిద్ధాంతాన్ని మన మీద బలవంతంగా రుద్దారు మన మీద అధికారం చూపేవాళ్ళు. మనం వాటిని నిజమని భ్రమపడ్డాము. కాలం గడిచేనరికి ఈ దృక్పథాలూ, అభిప్రాయాలూ, నమ్మకాలూ మనలో ఎంతగా పాతుకుపోయాయంటే, మనం నమ్మిన వాటిని గాఢంగా నమ్మాం. అప్పుడవి మన వ్యక్తిత్వంలో తిరుగులేని 'సత్యం'గా జీర్ణించుకుపోయాయి. నిజానికి, ఈ నమ్మకాలు ఎంతగా 'నిజం' అయి కూర్చున్నాయంటే, కొన్ని విపరీత పరిస్థితుల్లో మనం వాటికోసం మన ప్రాణాలొడ్డటానికి కూడా సిద్ధమే.

ఉదాహరణకి మీరెప్పుడైనా గమనించారా, నాగరిక చరిత్రలో మరణానికి కారణాలు

చూస్తే, మతం గురించిన నమ్మకాల కోసం చంపబడిన వాళ్ళ సంఖ్య ఎక్కువ. వేరే ఇతర కారణాల కన్నా అని? నిక్షేపంలా తెలివైన వాళ్ళు, ఒకరి ప్రాణాలని ఇంకొకరు ఎలా తీయగలరు? ఎంత అర్థంలేని పని?

నేను ఈ ఉదాహరణ ఇవ్వటానికి కారణం, ధృవీకరణ వాక్యాలు (సానుకూల లేదా వ్యతిరేక) పనిచేస్తాయని చూపించటానికి మాత్రమే. మనం ఈ భూమ్మీదికి జన్యుపరంగా మతం గురించో, ఒక ఆలోచనతోనో రాలేదు. కాని కొన్ని సిద్ధాంతాలని మనకి పదే పదే నూరిపోయటం వల్ల, మన అంతర్భాషణ వాటిని పదే పదే వల్లె వేయటం వల్ల, మనం, ఈ ఉదాహరణలో, మన మతపరమైన నమ్మకాలని (సాధారణంగా) జీవితకాలం తీర్చిదిద్దుకున్నాము. ఇదంతా ధృవీకరణల ప్రక్రియ వల్ల జరిగింది. 'నేను అనుకుంటాను,' 'నేను ________ చేయగలను.' అలా. ఈ ప్రక్రియే మన ఆత్మభావనని కూడా సృష్టించింది.

అందువల్ల, ధృవీకరణ పనిచేస్తుందని మనకి తెలుసు.

అలాంటప్పుడు, ఇదే తతంగం ఉపయోగించి, మనమెందుకు మన ప్రవర్తనని మార్చుకుని. మన జీవితంలో సృజనాత్మకమైన మార్పులు తీసుకురాకూడదు? ఈ అధ్యాయంలో మిగిలిన భాగంలో. అదెలా చేయాలో మీకు చెప్పబోతున్నాను.

ఈ ధృవీకరణ పద్ధతుల గురించి నేను మొట్టమొదటిగా విన్నది 1961లో. అప్పుడు ఇమేగా సెమినార్‌కి వెళ్ళాను నేను. అందులో దాని వ్యవస్థాపకుడు, కీర్తిశేషులు జాన్ బాయిల్ బోధించారు (ఉపోద్ఘాతం చూడండి).

నేను మొదట ధృవీకరణ వాక్యాలు వాడినప్పుడు, నిజం చెప్పద్దూ, నేను అట్టే నమ్మలేదు. కేవలం నేను ఏం కావాలనుకుంటున్నానో లేదా ఏం అవాలనుకుంటున్నానో వివరించే ఒక కొత్త వాక్యాన్ని సృష్టించినంతమాత్రాన అంత మార్పు వస్తుందా అనిపించింది. ఓమెగాకి వచ్చిన తక్కిన వాళ్ళలో కొందరు, అంతకుముందు కూడా ఆ సెమినార్‌కి వచ్చారు. వాళ్ళు ఆ ధృవీకరణ పద్ధతిని కొన్నాళ్ళుగా వాడుతున్నారు. అందుకని వాళ్ళు సాధించిన విజయాల గురించి గొప్పగా చెప్పుకొచ్చారు. ప్రయత్నపూర్వకంగా ధృవీకరణ వాక్యాలు చెప్పటం వల్ల వాళ్ళ జీవితాలు ప్రభావితం (సానుకూలంగా) అయిన రంగాల్లో హద్దులు ఉన్నట్టు కనబడటం లేదు.

సంబంధ బాంధవ్యాలు, పిల్లల పెంపకం, ఆరోగ్య సమస్యలు, వ్యాపార విషయాలు, ఆర్థిక వ్యవహారాలు – అన్నింటిలోనూ సానుకూల లాభాలను లేదా, పెరుగుదలను చవిచూశారు ఇలా ధృవీకరణ వాక్యాలను వాళ్ళ జీవితంలో ఒక భాగంగా చేసుకున్నవారందరూ. వాళ్ళకి పనిచేస్తే, నాకెందుకు పనిచేయదు అనుకున్నాను నేను.

నలభయి ఏళ్ళ తర్వాత, ఇప్పటికీ నేను ధృవీకరణ వాక్యాలు వాడుతూనే ఉన్నాను. అంటే ఇలా చేయటం వల్ల ఇందులో లొసుగులు గాని ఓటమి కాని లేదని అనటం లేదు నేను. కాని దీని వల్ల నా ఆలోచనాశైలి సానుకూలంగా ప్రభావితం చెందింది. అలా అవటం వల్ల నా జీవితాన్ని నేను జీవించాలని ఎన్నుకున్న విధానంలో కూడా

ఉన్నతమైన ఫలితాలనిచ్చింది. ఒకసారి విన్నాను, 'మనం ఏది ఎక్కువగా నేర్చుకోవాల్సిన అవసరం ఉందో, అదే నేర్పిస్తాము.' మరింతగా ఎదగటానికి, మార్పు రావటానికి నాకు ఖచ్చితంగా చాలా అవకాశం ఉంది. దాన్ని నేను ఉత్సాహంగా రెండు చేతులా ఆహ్వానిస్తాను.

ఇప్పుడు, ఎలా రాయాలి, ఎలా ధృవీకరణ వాడాలి చూద్దాము.

మీకు మీరు సాధించాల్సిన లక్ష్యాలో, అవసరాలో బోలెడు ఉన్నాయి అనుకుందాము. వాటిని సాధించటంలో మీకు తోడ్పడటానికి దోహదకారిగా మీరు ఇప్పుడు ధృవీకరణ వాక్యాలని వాడవచ్చు. ప్రతిరోజూ మీ ధృవీకరణని పదే పదే చెప్తూ, దానితోపాటు ఊహాచిత్రాలని, బలమైన భావోద్రేకాలని రంగరించి పోస్తే, మీ సుప్తచేతనాన్ని మీ లక్ష్యాలను సాధించటానికి వీలుగా మీరు నియంత్రిస్తున్నారు లేదా ఉన్నదాన్ని మారుస్తున్నారు.

మీరొక ధృవీకరణ వాక్యం రాసేటప్పుడు, ఆ వాక్యాన్ని ప్రథమ పురుషలో, వర్తమాన కాలంలో రాయండి. మీరు ఆశించిన ఫలితం ఇవాళే లభించినట్టు రాయండి.

ఇంకో విధంగా చెప్పాలంటే, '______తో నా అనుబంధం మెరుగుపడుతుంది', లేదా 'నా వ్యాపారం బాగుంటుంది,' అనకండి (అంటే భవిష్యత్తులో ఏదో మంచి జరుగబోతుందన్న ఆశ ఉంది వీటిలో). దాని బదులు మీ ధృవీకరణ ఇలా రాయండి, 'నాకొక అద్భుతమైన అనుబంధం ఉంది ________తో. అది రోజు రోజుకీ మరింత పటిష్టమవుతోంది,' లేదా, 'నేనొక విజయవంతమైన వ్యాపారవేత్తను. ప్రతిరోజూ నా వ్యాపారాన్ని మెరుగుపరచటానికి కొత్త దారులు పట్టుకున్నాను.'

మీరు ఆరోగ్య లక్ష్యాన్ని పొందటానికి ధృవీకరణ పద్ధతి వాడదామనుకున్నారనుకుందాం. ఉదాహరణకి మీరు బరువు తగ్గాలనుకున్నారు. ఇవాళ మీరు బరువు తూచుకుంటే 'ఇప్పటి నిజం' మీ బరువు 225 పౌండ్లు. మీరేమో 195 పౌండ్లకి తగ్గాలన్న కొత్త లక్ష్యం ఏర్పరచుకున్నారు. అప్పుడు మీరు తయారుచేసుకునే ధృవీకరణ పత్రం ఇలా ఉండాలి, 'నేను 195 పౌండ్ల బరువుతో చూడటానికి బాగున్నాను, హాయిగా ఉన్నాను.' ఇది ప్రథమ పురుషలో. వర్తమానకాలంలో, అదేదో ఇవాల్టి నిజంలాగా రాయబడింది. మీ ధృవీకరణ పత్రం ఇలా ఉండకూడదు, 'నేను బరువు లేను.' దానివల్ల ఏమవుతుంది? మీరు అధిక బరువు గురించి నొక్కివక్కాణిస్తున్నారు. అది సరిగ్గా మీరు సృష్టించవద్దనుకున్న చిత్రం.

దీనికి దోహదం చేసే ఒకటి రెండు ధృవీకరణ వాక్యాలు కూడా అందులో రాయవచ్చు కావాలంటే, 'నేను 195 పౌండ్ల బరువుని నిలబెట్టుకోవటానికి సరిగ్గా సరిపోయే ఆహారమే తింటున్నాను,' లేదా 'ప్రతిరోజూ వ్యాయామం చేస్తుంటే బాగుంది నాకు. ఒక్కరోజు కూడా మానను.'

గుర్తుంచుకోండి, మన ధృవీకరణ పత్రాలు మన ప్రవర్తనలో మార్పు తేవటం కోసం ఉద్దేశింపబడ్డాయి. నేను ______ పౌండ్ల బరువుతో చూడటానికి బాగున్నాను. హాయిగా ఉన్నాను,' అనే మన ధృవీకరణ పత్రం మన మంచాన్ని ఫ్రిజ్ పక్కకి

జరుపుకోవటానికి మనకి అనుమతినివ్వదు.

మీరేమవాలనుకుంటున్నారో, ఆ విజయపటాన్ని మీ మనసులో చూపే ఊహాచిత్రాలకి దోహదం చేసేదిగా ఉండాలి మీరు రాసే ధృవీకరణ పత్రం. ఉదాహరణకి, మీలో మీరు ఇలా అనుకున్నారు, 'నాకొక అద్భుతమైన అనుబంధం ఉంది తో. అప్పుడు మీరూ, ఆ వ్యక్తీ మీకిష్టమైన చోట, ఒకరి సాన్నిహిత్యాన్ని ఇంకొకరు ఆస్వాదిస్తూ ఉన్నట్టూ, నిజంగానే 'ఒక అద్భుతమైన అనుబంధం' ఉన్నట్టూ ఊహించుకుంటారు. అది గతంలో మీరిద్దరూ కలిసి ఆనందంగా గడిపిన సన్నివేశాన్ని మనసులో చిత్రించుకోవటమవవచ్చు. లేదా మీ ధృవీకరణకి దోహదం చేసేందుకు మీరు సృష్టించిన ఒక ఊహా చిత్రం కావచ్చు. ఏ చిత్రమైనా సరే (నిజమైనా, కల్పయైనా) సుప్తచేతనాత్మక మనసులో, అది నిజంగా జరిగినట్టుగా రికార్డు చేస్తుంది. కాకపోతే ఆ చిత్రానికి బలమైన, సానుకూల భావోద్రేక భావాలు దోహదం చేయాలి.

ఈ చివరి అడుగు, భావోద్రేక భావాల దోహదం, అన్నది చాలా ముఖ్యం. ఉదాహరణకి హిప్నోటిజమ్‌లో, వయసులో వెనక్కి వెళ్ళినవాళ్ళు, గతంలోంచి అనుభవాన్ని స్పష్టంగా తిరగదోడటమే కాక, ఆ అనుభవంతో పెనవేసుకున్న భావోద్రేకాలను కూడా తిరిగి అనుభవిస్తారు. అది సంతోషకర సంఘటన అయితే, నవ్వటం మొదలుపెట్టవచ్చు, దు:ఖభూయిష్టమైతే కళ్ళలో నీళ్ళు తిరగవచ్చు, అంతా మత్తులోనే సుమా. భాష (పదాల) యొక్క ఉద్దేశం ఒక చిత్రాన్ని సృష్టించటానికి లేదా అందుబాటులోకి తెచ్చుకోవటానికి అన్నది అర్థం చేసుకోవాల్సిన అవసరం ఎంతైనా ఉంది. అందుకే ఆ పదాలకి దోహదం చేసే భావాలూ, భావోద్రేకాలతో కలగలిపిన మన:కల్పన గాని ఊహా చిత్రాలు గాని ఎంతో అవసరం. దీన్ని తర్వాతి అధ్యాయంలో వివరంగా చూద్దాము.

దీని సారాంశం ధృవీకరణ ప్రక్రియలో మూడు దశలు ఉన్నాయి:

1. మీలో మీరే ధృవీకరణ చదువుకోండి.
2. గతం లేక భవిష్యత్తులోని ఏదైనా సంఘటననో లేక ఏదైనా కాల్పనిక సంఘటననో అనుభవిస్తున్నట్టు మనసులో ఊహించుకోండి.
3. మీ ఊహాచిత్రంలోకి సానుకూలమైన, ఆనందకరమైన భావన (భావోద్రేకం) చొప్పించండి.

ఒక్కొక్క ధృవీకరణ పత్రం 10-15 క్షణాలలో అయిపోవాలి. వాటిని మూడు నుంచి ఐదుసార్లు చెప్పాలి. లక్ష్యాలలాగే ధృవీకరణ వాక్యాలు కూడా ఒకసారికి 15 మించి ఉండకపోతే మంచిది.

పొద్దున్నే లేవగానే, రాత్రి పడుకోబోయే ముందూ ఈ ధృవీకరణలని అందుకోవటానికి మన మనసు సంసిద్ధంగా ఉంటుంది. నాకు తెలిసిన ఎందరో వ్యక్తులు ఈ ధృవీకరణలని 3×5 కార్డుల మీదో లేదా చేతిలో పట్టుకునే పరికరాల మీదో రాసుకుని, వాళ్ళ మంచాల పక్కన పెట్టుకుంటారు. ఒక్క క్షణం ముందుకు ఒక్క గెంతు గెంతుదాము.

ఈ పుస్తకంలో *అధ్యాయం 14లో*, డా. మర్ఫీ ఇలా అంటున్నారు :

మీ కోరికలకీ, మీ ఊహాగానానికీ మధ్యన ఉండే ఘర్షణని తప్పించుకోవాలంటే, మీ ప్రయాసని అతి తక్కువ స్థాయికి తీసుకొచ్చి, మగతగా, నిద్రలాంటి స్తితికి మీరు చేరుకోవచ్చు. నిద్రావస్థలో చేతనాత్మక మనసు అంతగా పనిచేయదు. మీ సుప్తచేతనంలోకి ఆలోచనలను చొప్పించటానికి అన్నిటికన్నా మంచి సమయం నిద్రపోయే ముందు. దీనికి కారణం, ఆ సమయంలోనే, అంటే నిద్రకి ముందు, లేదా నిద్రలేచిన వెంటనే సుప్తచేతనం శక్తివంతంగా ఉంటుంది. ఈ స్థితిలో మీ కోరికలను బలహీనపరిచే వ్యతిరేకమైన ఆలోచనలూ, ఊహలూ ఉండవు. మీ సుప్తచేతనం మీ కోరికలను స్వీకరించటానికి అడ్డంకులేమీ ఉండవు. మీ కోరిక నిజంగానే తీరినట్టు మీకు అనిపిస్తే, దాన్ని పొందిన అనుభూతిని మీరు అనుభవిస్తే, మీ సుప్తచేతనం ఆ కోరికని నిజంగానే తీరేటట్టు చేస్తుంది.

ఈ ధృవీకరణలని ప్రతిరోజూ సాధనచేస్తే, మీ జీవితాల్లో అద్భుతాలు జరుగవచ్చు. కాని అన్నిటిలోలాగే, ఇందులో కూడా ఎలా చేయాలో తెలుసుకోవటం ఒక ఎత్తు. దాన్ని అమలులో పెట్టటం ఇంకో ఎత్తు. మీ ధృవీకరణలని ప్రతిరోజూ సాధన చేస్తుంటే, అది ఒక అలవాటుగా మారుతుంది. తక్కిన అన్ని అలవాట్లలాగే, ఇది కూడా ఏ రోజు చేయకపోతే, ఆ రోజు 'మోసపోయినట్టు' అనిపిస్తుంది.

నేను వ్యక్తిగతంగా, రోజూ నా ధృవీకరణ పత్రాలని చెప్తానని ధృవీకరిస్తున్నాను. నా ధృవీకరణల ముందు చెప్పటానికి నేనొక వాక్యం రాసుకున్నాను. అది ఇలా సాగుతుంది:

ప్రతిరోజూ పొద్దున్న లేవగానే మొట్టమొదటగా, రాత్రి పడుకునే ముందు ఆఖరిగా నా ధృవీకరణలను చదవటం నాకెంతో ఇష్టం. నా జీవితాన్ని మరింతగా గుభాళింపచేయటానికి నేను ముఖ్యంగా భావిస్తున్న విలువలూ, లక్ష్యాలూ, దృక్పథాలను నా సుప్తచేతనంలో ముద్రింపచేస్తాయి ఊహాచిత్రాలతోనూ, బలమైన భావోద్రేకాలతోనూ కలగలిపిన నా రోజువారీ ధృవీకరణాలు.

వ్యతిరేక నమ్మకాలని పారద్రోలటానికి మనకి అధికారం ఉంది. ది నేచర్ ఆఫ్ పర్సనల్ రియాలిటీ* లోంచి కొన్ని వాక్యాలు.

ఇక్కడ మరికొంత ప్రత్యేకమైన పట్టిక . . . నమ్మకాల గురించి ఇస్తున్నాము. అందులో ఏదైనా మీక్కూడా ఉండవచ్చు

1. నేను అనారోగ్యంగా ఉన్నాను. ఎప్పుడూ అలాగే ఉంటాను.
2. డబ్బులో ఏదో పొరపాటు ఉంది. డబ్బున్న వాళ్ళేమో దురాశాపరులుగానూ, పేదవారికన్నా ఆధ్యాత్మికతలో తక్కువగానూ

*రాబర్ట్స్, ఓపి. పుట 13

ఉన్నారు. వాళ్ళు మరింత విచారంతోనూ, ఇతరులని అణగ ద్రొక్కుతూనూ ఉంటారు.

3. నాలో సృజనాత్మకత లేదు. నాకు ఊహాగానం లేదు.
4. నేను చేయాలనుకున్న దాన్ని ఎన్నడూ చేయలేదు.
5. ఎవరికీ నేనంటే ఇష్టం లేదు.
6. నేను లావుగా ఉన్నాను.
7. దురదృష్టం ఎప్పుడూ నా వెన్నంటే ఉంటుంది.

ఇవన్నీ అనేకమందికి ఉండే నమ్మకాలు. ఇలాంటి నమ్మకాలు ఉన్న వ్యక్తులకి అవి అనుభవంలోకి వస్తాయి. అందుకని ఎప్పుడూ భౌతికమైన మూల సిద్ధాంతం మన నమ్మకాలని గట్టిపరచినట్టు కనిపిస్తుంది. కాని నమ్మకాలే వాస్తవాన్ని ఏర్పరుస్తాయి... మీరొక విషయం గుర్తించాలి. మీ నమ్మకాలని ఎవరూ మార్చలేరు. అలాగే వాటిని బయటనుంచి మీ మీద రుద్దలేరు. కానీ, వాటి గురించి జ్ఞానం పొందీ, దాన్ని అమలులో పెడితే, ఖచ్చితంగా మీ నమ్మకాలని మీకు మీరే మార్చుకోగలరు.

ఇంతవరకూ చదివినదాన్ని బట్టి, మీ సుప్తచేతనాత్మక మనసుకి అతీతంగా ఉన్నదాని గురించిన జ్ఞానాన్నీ, దాని సిద్ధాంతాన్నీ పొందారనీ, ఇంకా పొందుతారనీ ఆశిస్తున్నాము. ఇప్పుడు మీరు చదివిన అధ్యాయం నుంచి, ఇప్పుడు మీరు 'వాడే విధానం' అంటే పరికరాలు పొందారు.

ఇంకా ముందుకు సాగుదాం. ఇప్పుడు కేంద్రీకరించబడిన ఊహాచిత్రాల శక్తిని చూద్దాము. మనం కోరి, ఆశించే అంతిమ లక్ష్యాలను స్పష్టంగా నిర్వచించే చిత్రాలను సృష్టించుకుని, మన చేతనావస్థలో నిలిపి ఉంచాల్సిన ఆవశ్యకతను చూద్దాము.

```
****************************************
CROSSWORD BOOK STORES PVT LTD.
3rd Floor ? Unit No 319-320
Plot No S.16,Survey No 1009,
Kphb Phase Vi,Kukatpally,
Hyderabad - 500 072
GST No: 36AABCP7596G1Z0
```

TAX INVOICE

Invoice No : FH-23-CSB-4223
Date   : 13-May-2023(14:29) T#2
Cashier   : cm1

Member

MANJUL
9788183225
Place Of Supply : Telangana(36)

Code	HSN	Description		
GST	Qty Rate		Disc%	Value
BK 0442706	49011010	BEYOND THE POWER OF		
0%	1 RS. 350.00		0.00%	350.00

Tot:	1		350.00
		Grand Total :	350.00

HDFC CC	XXXXXXXXXXXX	350.00

GST Summary

GST	Taxable	CGST	SGST	IGST
0 %	350.00	0.00	0.00	0.00
Tot:	350.00	0.00	0.00	0.00

Thank You

```
****************************************
```
Software by Logic Soft
www.logicsoft.co.in

exchanged / serviced within 15 days from the date of purchase, provided it is with a valid cash memo / warranty card.
5. Product bought during discounts / promotional schemes cannot be exchanged or returned unless they are defective and have a valid cash memo. Refunds shall be extended only in form of credit notes.
6. Credit notes and gift cards are to be utilized within the expiry date which is 6 months from the date of issue for a credit note and 1 year for a gift card. Credit notes gift cards of company owned stores cannot be redeemed at franchisee stores and vice-versa.
7. In the event of a credit note being partly redeemed, another credit note will be issued for the remaining value.
8. In case of loss of credit note or gift card, duplicates will not be issued.
9. In case of manufacturing defects, complaints have to be registered through the customer care of that brand / product.
10. In the event of any dispute, the same shall be subject to the jurisdiction of Mumbai courts.

Crossword Book Rewards

Enroll for the Crossword Book Rewards program to earn points on our purchases, stay updated on the events and promotions at Crossword.

We value your feedback & suggestions.
email us: feedback@crosswordbookstores.com
Call on:180030001203
(Mon - Fri between 10am to 7pm)

CROSSWORD

Shop Online: crossword.in

TERMS AND CONDITIONS

1. Please follow usage / care instructions.
2. Return you cash memo for any further reference.
3. We will exchange products within 15 days from the date of purchase, provided the merchandise has been returned in an undamaged & saleable condition with a valid cash memo.
4. Defective products, if any, can be exchanged / serviced within 15 days from the date of purchase, provided it is with a valid cash memo / warranty card.
5. Product bought during discounts / promotional schemes cannot be exchanged or returned unless they are defective and have a valid cash memo. Refunds shall be extended only in form of credit notes.
6. Credit notes and gift cards are to be utilized within the expiry date which is 6 months from the date of issue for a credit note and 1 year for a gift card. Credit notes gift cards of company owned stores cannot be redeemed at franchisee stores and vice-versa.
7. In the event of a credit note being partly redeemed, another credit note will be issued for the remaining value.
8. In case of loss of credit note or gift card, duplicates will not be issued.

9

బుద్ధిపూర్వక ఉద్దేశం: కేంద్రీకరించబడిన ఊహాచిత్రాలలో దాగిన అద్భుతశక్తి

ఇంతకు ముందు అధ్యాయం "ధృవీకరణలు, ధృవీకరణ పద్ధతులు'లో నేర్చుకున్నట్టుగా మీరు :

1. 'ధృవీకరణని మీలో మీరు ప్రథమ పురుషలో, వర్తమాన కాలంలో, మీ లక్ష్యాన్ని పొందేసినట్టుగా చెప్పుకోండి. ఉదాహరణలు:

   'నేను (లక్ష్యం)పౌండ్ల బరువుతో చూడటానికి బాగున్నాను, హాయిగా ఉన్నాను.'

   'నాకు (వ్యక్తి) అంటే బేషరతుగా ఇష్టం: అతను/ఆమెతో చక్కటి అనుబంధం ఉంది.

2. ఆ లక్ష్యాన్ని మీరు పొందినట్టుగా ఒక ఊహా చిత్రాన్ని సృష్టించుకోండి.
3. ఈ లక్ష్యాన్ని సాధిస్తే మీరు ఎంత సంతోషిస్తారో ఆ భావోద్రేకాన్ని అనుభవించండి.

బాగా సమర్థవంతమైన వాళ్ళకి, వాళ్ళకేం కావాలో, వాళ్ళెటు వెళ్తున్నారో స్పష్టమైన చిత్రమున్నది. వాళ్ళ చిత్రాలు లేసర్ అంత పదునుగా ఉంటాయి. వాళ్ళకి ఇంకా మంచి ఇల్లు కావాలనిపిస్తే, ఆ ఇల్లు ఎలా ఉండాలో వాళ్ళ దగ్గర స్పష్టమైన ఊహాచిత్రముంటుంది. ఎన్ని పడక గదులు ఉండాలి, ఎన్ని అంతస్తులు ఉండాలి, ఒకటా, రెండా, స్విమ్మింగ్‌పూల్, ఎటువంటి ఇరుగుపొరుగు, ఎంత ఖరీదులో కావాలి వగైరా, వగైరా. సరియైన లక్ష్యాలు లేనివారికి, ఆ లక్ష్యం సాధిస్తే ఎలా ఉంటుందన్నది వర్ణించటానికి స్పష్టంగా నిర్వచించాల్సిన చిత్రం తీవ్రంగా ఉండదు. 'నాకు ఇంకా మంచి ఇల్లు కావాలి.' అనే ధృవీకరణతో పాటు, ఆ ఇల్లు ఎలా ఉండాలో వర్ణించే స్పష్టత తోడుగా లేకపోతే, ఆ లక్ష్యాన్ని అమలులో పెట్టటానికి కావాల్సిన శక్తిని హరించివేస్తుంది.

నేను చిన్నపిల్లవాడిగా ఉండగా, మండు వేసవిలో ఒక భూతద్దం బయటకు తీసుకెళ్ళి, దాన్ని కదపకుండా ఒక కాగితం మీద పెట్టేవాడిని. అది ఉన్నట్టుండి కాలిపోయేది. తమాషా ఏమిటంటే, అదే భూతద్దాన్ని నేను సూర్యుడికి చూపిస్తూ, నా చేతిమీద ఒకచోట ఉంచకుండా కేవలం పైకీ కిందకీ జరిపితే (నేను తిరుగుతూ), నాకేం అయ్యేది కాదు.

ఆఖరికి కొంచెమన్నా వేడిగా కూడా అనిపించేది కాదు. కాని నేను దాన్ని నా చేతిమీద పుట్టుమచ్చ మీద పెట్టాననుకోండి, క్షణాల మీద వేగంగా ఆ భూతద్దాన్ని జరపాల్సిన పరిస్థితి ఏర్పడుతుంది. లేకపోతే అక్కడ బాగా కాలుతుంది. ఎందుకు?

ఈ విషయం ఆలోచించండి. శక్తిని ఇచ్చే సూర్యుడు, నిశ్చలంగా ఉన్నాడు. కాని భూతద్దం, దాన్ని సరిగ్గా కేంద్రీకరింపజేసి, ఆ శక్తిని అందిపుచ్చుకుని, దాని శక్తిని ఎన్నోరెట్లు ఎక్కువ చేస్తుంది. మనకేం కావాలో మనకి స్పష్టమైన అవగాహన ఉండి, నిరంతరం అదే ఆలోచనని (చిత్రాన్ని) గట్టిగా పట్టుకుని, ఆ చిత్రానికి సంబంధించిన భావోద్రేకం కూడా తీవ్రంగా ఉంటే, అదే జరుగుతుంది ఇక్కడ కూడా. అప్పుడు మనం మన సుప్తచేతనాత్మక శక్తిని అందిపుచ్చుకుని, ఎన్నో రెట్లు అధికం చేస్తాము, ఈ చిత్రాన్ని మనలో రూపుదిద్దుకుని, దాన్ని వాస్తవంగా మన జీవితంలో జరిగేటట్టు చేయడానికి. అధ్యాయం 13, 'సృజనచేతనం, సృజనాత్మక సమస్యా పరిష్కారం'లో మనం ప్రాథమికంగా పనిచేస్తున్న సూత్రాన్ని నేర్చుకుంటాము. అది, 'ఏ ఆలోచనైనా సరే. చేతనాత్మక మనసులో నిరంతరం ఉంటే, దాన్ని నిజం చేసి తీరాలి సృజనచేతనాత్మక మనసు. (సానుకూల లేదా వ్యతిరేక).'

ఈ అధ్యాయంలో ముందుకు సాగే కొద్దీ, ఇది ఎలా జరుగుతుందో చూపించటానికి మీకు ప్రత్యేకమైన ఉదాహరణలు ఇస్తాము.

ఇక్కడ గుర్తుంచుకోవాల్సిన ఒక ముఖ్యమైన విషయం ఉంది. మన సుప్తచేతనాత్మక మనసులో నిక్షిప్తమై ఉండేది మనం చెప్పే పదాలు కావు. ఆ పదాలు సృష్టించే చిత్రాలు (బొమ్మలు), ఆ చిత్రాలతో పెనవేసి ఉన్న భావోద్రేకాలు. దీన్ని ఇప్పుడు విజ్ఞానశాస్త్రపరంగా నిరూపించారు మాంట్రియల్ న్యూరాలజిస్ట్, డా. విల్డర్ పెన్‌ఫీల్డ్. డా. పెన్‌ఫీల్డ్ ఒక వ్యక్తికి లోకల్ అనెస్తీషియా ఇచ్చేవాడు. ఆ వ్యక్తి మేలుకునే ఉండేవాడు. అప్పుడు డా. పెన్‌ఫీల్డ్, మెదడులో జ్ఞాపకాలని నిక్షిప్తం చేసే భాగంలో కొంత భాగాన్ని బయటకి తీసాడు. ఆయన మెదడులో ఎలక్ట్రిక్ ప్రోబ్‌ని వేస్తే, ఆ వ్యక్తి తన జీవితంలో అంతకు ముందు జరిగిన అనుభవాన్ని నిజానికి ఇప్పుడు జరిగినట్టుగా చెప్తాడట. అది ఒకవేళ సంతోషకరమైన సంఘటన అయితే, ఆ వ్యక్తి చిరునవ్వు నవ్వుతూనో, గట్టిగా నవ్వుతూనో చెప్తాడు. అదే విచారకరమైన సంఘటన అయితే, ఆ వ్యక్తి బాధలో కృంగిపోయి, ఏడుస్తాడు. డా. పెన్‌ఫీల్డ్ ఆ ప్రోబ్‌ని తీసి మళ్ళీ అక్షరాలా అదే స్థానంలో పెడితే, ఆ వ్యక్తి అదే వ్యక్తిగత అనుభవాన్ని మళ్ళీ చెప్తాడు. అదెట్లా ఉంటుందంటే ఎవరో రికార్డరు మీద రివైండ్ బటన్ నొక్కినట్టన్నమాట.

అధ్యాయం 7లో నేర్చుకున్నట్టుగా, మనం జీవితంలో అనుభవించినవీ, వాటికి సంబంధించిన చిత్రాలూ, భావోద్రేకాలూ అన్నీ సుప్తచేతనావస్థలో ఉన్న మనసులో నిక్షిప్తమై ఉండి, మన ప్రస్తుత ప్రవర్తనని ప్రభావితం చేస్తాయి.

ఊహాచిత్రం ఎలా మన ప్రతిభని ప్రభావితం చేస్తుందన్నది ఈ క్రింది విషయం విజ్ఞానపరంగా ఇంకా నిరూపిస్తుంది.

డా. అల్వరో పాస్కుయల్ లియోన్, హార్వర్డ్ మెడికల్ స్కూల్‌లో ఉన్న బెత్

ఇజ్రాయిల్ డియాకొనెస్ మెడికల్ సెంటర్‌లో న్యూరాలజీ ప్రొఫెసర్.

మళ్ళీ ఒకసారి డా. డాయిజ్ పుస్తకం, ది బ్రెయిన్ దట్ ఛేంజెస్ ఇట్‌సెల్ఫ్‌కి వెళ్దాం. వెన్‌ఫీల్డ్ కనుగొన్న సాంకేతికతని, డా. పాస్క్యుయల్ లియోన్ ఎలా అధిగమించాడో డా. డాయిజ్ రాసారు. ట్రాన్స్‌క్రానియల్ మాగ్నెటిక్ స్టిమ్యులేషన్స్ లేదా TMS కనుక్కోవటం ద్వారా అధిగమించాడు. డా. డాయిజ్ మాటల్లో చెప్పాలంటే,

విల్డర్ పెన్‌ఫీల్డ్ సర్జరీ చేసి పుర్రెని తెరిచి, మోటార్ లేదా సెన్సరీ కార్టెక్స్‌ని ప్రేరేపించటానికి అందులో తన ఎలక్ట్రిక్ ప్రోబ్‌ని పెట్టాల్సి వచ్చేది. పాస్క్యుయల్ లియోన్ తన మెషీన్‌ని *(TMS)* వేసి, నా వేలిని కదిపేటట్లు చేస్తే, పెన్‌ఫీల్డ్ తన పేషెంట్ల పుర్రె తెరచి, దాంట్లో తన పెద్ద ఎలక్ట్రోడ్‌లు పెడితే వాళ్ళకెలా అనిపించిందో, నాకూ *సరిగ్గా* అలాగే అనిపించింది.

తన TMS పద్ధతులు వాడి గుడ్డివాళ్ళకి బ్రెయిల్ నేర్పించటంలో గొప్ప విజయం సాధించాడు డా. పాస్క్యుయర్ లియోన్.

కేంద్రీకరించబడిన ఊహా చిత్రానికీ, ప్రతిభకీ మధ్య ఉన్న శక్తినీ, అనుబంధాన్నీ నిరూపించిన పాస్క్యుయర్ లియోన్ విజయభేరిని మ్రోగిస్తున్నారు డా. డాయిజ్.

అతని తర్వాతి ప్రయోగం పూర్తిగా కొత్త మార్గానికి శ్రీకారం చుట్టుతుంది. మన మెదడుకున్న పదార్థ రూపురేఖలను మన ఆలోచనలు మార్చగలవని నిరూపిస్తాడు.

TMS ఉపయోగించి ఆలోచనలు మెదడుని ఎలా మార్చగలవో అధ్యయనం చేస్తాడు అతను. పియానో వాయించే వాళ్ళ వేలి పటములలో మార్పులు గమనించటానికి ఉపయోగిస్తారు TMS పాస్క్యుయల్ లియోన్ హీరోలలో ఒకరు గొప్ప స్పానిష్ న్యూరో అనాటమిస్ట్, నోబుల్ లారియెట్, సాంటియాగో రానన్ వై కాజల్, ఆయన తన శేష జీవితాన్ని బ్రెయిన్ ప్లాస్టిసిటీ గురించి కనుక్కోవటంలో నిష్ఫలితంగా గడిపారు. ఆయన 1894లో ఒక సిద్ధాంతాన్ని సూచించారు. కొన్ని పరిధుల్లో, చక్కగా నిర్దేశించిన మానసిక సాధనాల ద్వారా, ఆలోచనలను మార్చవచ్చుని, పరిపూర్ణం చేయవచ్చునీ సూచించాడు. 'మానసిక సాధన'లో పున:శ్చురణ చేసిన ఆలోచనలు ప్రస్తుతం ఉన్న న్యూరోనల్ కనెక్షన్స్‌ని గట్టిపరిచి, కొత్తవాటిని సృష్టించాలని ఆయన 1904లో వాదించాడు. ఈ తతంగం ఎంతో మానసిక సాధన చేసే పియానో వాయించే వాళ్ళ చేతివేళ్ళని అదుపులో పెట్టే న్యూరాన్‌లలో ప్రత్యేకంగా కనిపిస్తాయన్న అంతర్వాణి కూడా ఉంది ఆయనకు.

రానన్ వై కాజల్, తన ఊహాగానాన్ని వినియోగించి, ఒక ప్లాస్టిక్ మెదడు చిత్రాన్ని గీసాడు గాని, దాన్ని నిరూపించటానికి అవసరమైన పరికరాలు ఆయన దగ్గర లేకపోయాయి. పాస్క్యుయల్ లియోన్ తన దగ్గర TMS అనే పరికరం ఉందని ఇప్పుడు భావించాడు. నిజంగా మానసిక సాధన, ఊహాగానం శారీరక

మార్పులకి దారి తీస్తుందా లేదా అన్నది పరీక్షించటానికి *TMS.* పనికి వస్తుందన్నాడు.

ఊహాగానం గురించిన ప్రయోగం వివరాలు చాలా తేలికైనవి. దీనికి పియానో వాడాలన్న కాజల్ భావాన్ని తీసుకున్నాడు పాస్కుయల్ లియోన్. అసలు పియానో ఎన్నడూ నేర్చుకోని రెండు సముదాయాలకు ఒక పాట నేర్పించాడు. ఏ స్వరానికి ఏ వేళ్ళు కదపాలో చూపిస్తూ, అవి వాయిస్తున్నప్పుడు ఆ స్వరాలను వినిపించాడు. తర్వాత, ఒక సముదాయం అంటే 'మానసిక సాధన' సముదాయం ఒక ఎలక్ట్రిక్ పియానో కీ బోర్డు ముందు, రోజుకి రెండు గంటల చొప్పున ఐదు రోజులు కూర్చున్నారు. వాళ్ళు ప్రతిరోజూ పియానో మీద వాయిస్తున్నట్టూ, వాయిస్తుండగా ఆ పాట వింటున్నట్టూ, రెండూ ఊహించుకున్నారు. రెండో సముదాయం 'శారీరక సాధన' సముదాయం. అక్షరాలా పియానో వాయించారు రెండు గంటల చొప్పున ఐదు రోజులు. రెండు సముదాయాల మెదడులకీ ప్రతీరోజూ మ్యాప్‌లు తీసేవారు, ప్రయోగం చేసే ముందూ, చేసాకా. తర్వాత రెండు సముదాయాలనీ ఆ పాటని వాయించమనేవారు. ఒక కంప్యూటర్ వాళ్ళ ప్రతిభ కొలతని సరిగ్గా కొలిచేది.

పాస్కుయల్ లియోన్, రెండు సముదాయాలూ పాటని వాయించటం నేర్చుకున్నాయనీ, రెండింటి బ్రెయిన్ మ్యాపుల్లో కనబడే మార్పులు ఒకదాన్నొకటి పోలి ఉన్నాయనీ కనుగొన్నారు. తమాషా ఏమిటంటే నిజంగా పియానోని వాయిస్తే మోటార్ సిస్టమ్‌లో ఏ శారీరక మార్పులు వస్తాయో, కేవలం మానసిక సాధన చేసినా కూడా అదే శారీరక మార్పులు వచ్చాయి. ఐదో రోజు ముగిసేసరికి, రెండు సముదాయాల్లోనూ కండరాలకి పంపబడిన మోటార్ సిగ్నల్లు ఒక్కలాగే ఉన్నాయి. మూడో రో జుకి నిజంగా వాయించే వాళ్ళు ఎంత సరిగ్గా వాయించారో, ఊహల్లో వాయించే వాళ్ళు కూడా అంత సరిగ్గానూ వాయించారు.

నిజానికి ఐదు రోజులు ముగిసేసరికి అసలు పియానో మీద వాయించిన వాళ్ళ స్థాయికి చేరుకోలేదు మానసిక సాధన చేసిన వాళ్ళు. కాని, మానసిక సాధన సముదాయంకి దాని మానసిక సాధన ముగిసాక, కేవలం ఒక్కసారి పియానో మీద రెండు గంటలు వాయించటం నేర్పించాక, ఐదురోజులయ్యాక, నిజంగా సాధన చేసిన వాళ్ళు చూపిన ప్రతిభకి దీటుగా నిలిచారు వీళ్ళు కూడా. అంటే ఒక శారీరక ప్రజ్ఞని అతి తక్కువ శారీరక సాధనతో పెంపొందించుకోవాలంటే దానికి మానసిక సాధన సమర్థవంతంగా పని చేస్తుందని స్పష్టమవుతోంది.

డా. డాయిజ్ కొనసాగుతున్నాడు,

మానసిక సాధనలో గొప్ప ప్రగతి సాధించిన రూపం, 'మానసిక చదరంగం'

అంటే చదరంగపు పలక గాని, పావులు గాని లేకుండా ఆడటం. ఆటగాళ్ళు పలకని, ఆటనీ ఊహించుకుంటారు. ఏ పావులు ఎక్కడ ఉన్నాయో ఊహించుకుంటూ, సోవియట్ హ్యూమన్‌రైట్స్ ఆక్టివిస్ట్ అయిన అనాటలీ షారన్‌స్కీ జైలులో బ్రతికి బట్టకట్టటానికి మానసిక చదరంగం ఆడాడు. షారన్‌స్కీ ఒక యూదువు. కంప్యూటర్‌లో నిష్ణాతుడు. అతను అమెరికాకి గూఢచారిగా పనిచేస్తున్నాడని అపనింద వేసి 1977లో జైలులో పెట్టారు. తొమ్మిదేళ్ళు శిక్షననుభవించాడు. అందులో నాలుగు వందల రోజులు ఒంటరిగా బంధించారు. చలితో గడ్డకట్టించే, ఇటు ఐదు అటు ఆరు అడుగులున్న శిక్షించటానికి ప్రత్యేకంగా వాడే చీకటి గుయ్యారాలవి. అలా ఒంటరిగా రాజకీయ నాయకులని బంధించితే వాళ్ళకి పిచ్చెక్కుతుంది. ఎందుకంటే నన్ను వాడకపోతే నన్ను కోల్పోతావు అని బెదిరించే మెదడుకి దాని మ్యాపులని నిలబెట్టుకోవటానికి బాహ్యమైన ప్రేరణ కావాలి. ఇలా ఇంద్రియాలు పనిచేయలేని చీకటి గుహలో బంధించినప్పుడు, షారన్‌స్కీ నెలల తరబడి మానసిక చదరంగం ఆడాడు. బహుశా అదే అతని మనసు దెబ్బతినకుండా కాపాడిందేమో. తెలుపు, నలుపు పావులు రెండింటితోనూ ఆడేవాడు, మనసులోనే ఆటను ఊహించుకుంటూ. అలా రెండు వైపులా ఒకళ్ళే ఆడటం అనేది మెదడుకి అసాధారణమైన సవాలు. ఒకసారి నాతో షారన్‌స్కీ అన్నారు, సగం నవ్వులాటగా, తను వరల్డ్ ఛాంపియన్ అవ్వటానికి ఈ అవకాశాన్ని వినియోగించుకోవచ్చేమో అన్నట్టుగా ఆడేవాడట. పశ్చిమ దేశాల ఒత్తిడి తట్టుకోలేక అతన్ని విడుదల చేసారు. అప్పుడు ఇజ్రాయిల్ వెళ్ళి క్యాబినెట్ మినిస్టర్ అయ్యాడక్కడ. వరల్డ్‌ఛాంపియన్, గారీ కాస్పరోవ్,ప్రైమ్ మినిస్టర్, క్యాబినెట్ లీడర్‌తో ఆడినప్పుడు అందర్నీ ఓడించాడు,ఒక్క షారన్‌స్కీని తప్ప.

... కేవలం ఊహాగానం వల్లే మన మెదడులని ఎందుకు మార్చగలము అంటే దానికి ఒక కారణం, న్యూరో సైంటిఫిక్ కోణం నుంచి చూస్తూ, ఒక పనిని ఊహించుకోవటం, దానిని చేయటం, అవి కనబడినంత విభిన్నమైన పనులు కావు. ఒక వ్యక్తి తన కళ్ళు మూసుకుని, ఒక చిన్న వస్తువుని చిత్రించుకుంటే, ఉదాహరణకి 'ఏ' అన్న అక్షరాన్ని, ఆ వ్యక్తి నిజంగా 'ఏ'ని చూస్తే ఎలా ప్రాథమిక విషువల్ కార్టెక్స్ వెలుగుతుందో, ఇప్పుడూ అలాగే వెలుగుతుంది. మెదడు స్కాన్ వల్ల తెలిసిన విషయం, ఒక పని చేసినప్పుడూ, దాన్ని ఊహించుకున్నప్పుడు కూడా మెదడులో ఒకే భాగాలు ప్రేరేపించ బడుతాయి. అందుకని ఊహాచిత్రం ప్రతిభని నిరూపించగలదు*.

ధన్యవాదాలు, డా. డాయిజ్.

నాకు అక్షరాలా జరిగిన ఒక అనుభవాన్ని మీ ముందు ఉంచుతున్నాను. అది కేంద్రీకరించిన ఊహాచిత్రానికి శక్తి ఉందని మరి కొంచెం నొక్కి చెప్తుంది.

*డాయిజ్ ఓ.పి. పుట *31*

నేను లాస్ ఏంజిలిస్ నుంచి ఓరిగాన్‌లో, పోర్ట్‌లాండ్‌లో ఉన్న మా ఇంటికి 1975లో వెళ్తున్నప్పుడు, విమాన ప్రయాణంలో డబ్ల్యు టిమొథీ గాల్వే రచించిన ది ఇన్నర్ గేమ్ ఆఫ్ టెన్నిస్ చదివాను. నాకు టిమ్ రాసిన పుస్తకం ఎంతగా నచ్చిందంటే, నేను అతన్ని వెతికిపట్టుకుని, పోర్ట్‌లాండ్‌లో మా కంపెనీ మేనేజ్‌మెంట్ టీమ్‌కీ, అలాగే యంగ్ ప్రెసిడెంట్స్ ఆర్గనైజేషన్, ఓరిగాన్ చాప్టర్‌కీ ప్రసంగాలు ఇవ్వటానికి ఆహ్వానించాను.

ఆ సమావేశం ఫలితంగా, టిమ్‌కీ, నాకూ మధ్య స్నేహం ఏర్పడి అది మరింత బలపడింది. ఈ రోజు వరకూ అతన్ని, నా జీవితంలో ఎదురైన అత్యంత గొప్ప మార్గదర్శకుడుగా/గురువుగా భావిస్తాను. అతను నిజంగానే నాకు, నా జీవితంలో ఏ రంగంలోనైనా ప్రతిభ పెంచే అంతర్గత ఆటని నేర్పించాడు. అతను అటువంటి బోధనలకీ, అవగాహనలకీ తేలిగ్గా టెన్నిస్‌ని ఉపమానంగా వాడతాడు.

1976లో కొలరాడోలో ఉన్న కాపర్ మౌంటెన్‌కి తనూ, మరికొంతమందీ వెళ్తున్నామనీ, నా భార్య జెరీనీ, నన్నూ రమ్మనీ ఆహ్వానించాడు. టిమ్ రాయబోతున్న తర్వాత పుస్తకం, ఇన్నర్ స్కీయింగ్‌కి అతనితో కలిసి రాస్తున్న రచయిత బాబ్ క్రీగల్‌తో చేయబోయే కాపర్ మౌంటెన్ స్కీయింగ్ అనుభవం ఆధారం కాబోతుంది.

నా భార్యా, నేనూ చిన్నప్పటినుంచీ స్కీయింగ్ చేస్తూనే ఉన్నాము. నేను మా హైస్కూలు స్కీ టీమ్‌లో ఉన్నాను. ప్రో అమెచ్యూర్ పోటీలన్నింటిలోనూ 50 ఏళ్ళు వచ్చే వరకూ పాల్గొంటూనే ఉన్నాను. ఆఖరికి ఈ మాటలు రాస్తున్నప్పుడు కూడా, నా భార్యా, నేనూ ఇడాహొలోని సన్‌వాలీలో నెలరోజులుగా స్కీయింగ్ చేస్తూ ఆనందంగా గడుపుతున్నాము. నా ఉద్దేశం ఏమిటంటే నేను స్కీయింగ్‌కి కొత్తకాదు. సాంప్రదాయంగా ఇచ్చే సూచనలకు అసలే కాదు.

'అంతర్గత స్కీయింగ్' (inner skiing) ఒక వారంపాటు కాపర్ కొండమీద అనుభవించటానికి సుమారు 30 మంది చేరాము. స్కీయింగ్ చేయటం కోసం వచ్చిన వాళ్ళకి సాంప్రదాయంగా ఇచ్చే సూచనలు మూసలో పోసినట్టు ఒక్కలాగే ఉంటాయి. సూచనలు ఇచ్చే వ్యక్తి మీరు ఎలా చేస్తున్నారో రెండు సార్లు గమనించాక, 'ఇంకా మోకాళ్ళు వంచు,' లేదా 'కొండ కిందకి దిగుతున్నప్పుడు ఇంకా బరువు చూపించు,' వగైరా వగైరా. మొత్తం తతంగం యాంత్రికంగా కనసాగుతుంది.

కాని ఇలాంటిదేమీ జరుగలేదు కాపర్ కొండ మీద. కాని స్కీయింగ్‌లో మాప్రతిభ అనూహ్యంగా పెరిగింది. ప్రతిరోజూ పొద్దున్నే అల్పాహారం తీసుకున్నాక, మేమున్న హొటల్లో ఏదో ఒక పెద్ద గదిలో అందరం సమావేశమయ్యేవాళ్ళం. మేము స్కీయింగ్ చేయటానికి వేసుకెళ్ళే దుస్తులు వేసుకునే వాళ్ళం. ఆ గదిలోని కార్పెట్ మీద మమ్మల్ని పడుకోమనేవారు. మా అందరిచేతా ముందు పూర్తిగా విశ్రాంతి చెందే వ్యాయామం చేయించేవారు. ఆ తర్వాత కళ్ళు మూసుకుని మేము స్కీయింగ్ చేస్తున్నట్టుగా ఊహాచిత్రాన్ని నిర్మించుకోమనేవారు. మాకు ఈ ఊహాచిత్రాలకి విభిన్న పరిసర ప్రాంతాలనిచ్చేవారు.

ఉదాహరణకి విభిన్న పరిసరాలు, మెత్తగా జారేవి, సూదంటురాయిలా జారేవి, నాజూకుగా జారేవి. ప్రతి పరిసర ప్రాంతంలోనూ, ఆ పరిస్థితిలో మేము స్కీయింగ్ చేస్తున్నట్టు మమ్మల్ని ఊహాచిత్రం నిర్మించుకోమనేవారు. మేము ఈ సాధన 30-45 నిముషాల పాటు చేసాము. దాని తర్వాత విడిపోయి, మా మా సముదాయంతో, స్కీయింగ్ నిజంగా చేయటానికి కొండ దగ్గరికి వెళ్ళే వాళ్ళం.

ఒకసారి కొండెక్కాక, మా శిక్షకుడు (ఇంకా మాట్లాడితే మాకు మెళకువలు నేర్పించే వ్యక్తి)తను కొండ కిందకి 10-15సార్లు వెళ్తున్నాననీ, మమ్మల్నందరినీ తన వెనకాల ఒకరి తర్వాత ఒకరిని రమ్మనీ చెప్పేవాడు. ఒక్కొక్కళ్ళం అతన్ని చేరాక, అతను ఒకటే ప్రశ్న అడిగేవాడు. 'ఈ రోజు పొద్దున్న చూసిన ఊహాచిత్రంతో పోలిస్తే ఇది ఎలా ఉంది?' స్కీయింగ్ చేసే వ్యక్తి చెప్పేవాడు, 'నేను నడుము దగ్గర మరీ ఒంగాననుకుంటాను', లేదా, 'నేను శరీరం పైభాగంలో ఎక్కువ కదలికని చూపించాను,' వగైరా. అప్పుడు మా కోచ్ అనేవాడు, 'బాగుంది, ఈ రోజు పొద్దుటి మీ చిత్రాన్ని ఇంకా బాగా గుర్తుంచుకోండి చాలు,' అనేవాడు.

మేం మా గురించి వేసుకున్న అంచనాని అవుననో, కాదనో అనేవాడు కాదు అసలు. అసలు తప్పు సరిదిద్దే సూచనే లేదు – తేలిగ్గా, 'ఈరోజు పొద్దుటి మీ చిత్రాన్ని గుర్తుంచుకోండి' అనేవాడు అంతే.

> గమనిక : చాలా ముఖ్యం :
> మీరు ఆ పనిని చేస్తున్నట్టు అంతర్గతంగా ఊహాచిత్రం నిర్మించుకునేటప్పుడు, మీరు తప్పులు చేస్తున్నట్టుగా ఊహించుకోరు. స్కీయింగ్‌లో మీరు పడిపోతున్నట్టుగా ఊహాచిత్రం నిర్మించుకోరు. మీరు ఒక్క తప్పు దొర్లకుండా స్కీయింగ్ చేస్తున్నట్టు ఊహించుకుంటారు. మీరు గోల్ఫ్ ఆడుతున్నట్టు ఊహా చిత్రం నిర్మించుకునేటట్టయితే, బంతిని హద్దులు దాటి కొడ్తున్నట్టు ఊహించుకోరు. దాన్ని కొట్టాక అది చక్కగా మధ్యలో వెళుతున్నట్టో, సరాసరి కన్నం దగ్గరగా వెళుతున్నట్టో ఊహించుకుంటారు. మీరు పియానో వాయిస్తున్నట్టుగా ఊహాచిత్రం నిర్మించుకుంటే, తప్పుడు మీటలు నొక్కుతున్నట్టు ఊహించుకోరు. చాలా అద్భుతంగా పియానో వాయిస్తున్నట్టుగా భావించుకుంటారు.

మన ప్రతిభకి ఊహాచిత్రం ఏర్పరచుకునే విషయంలో ఇది ఒక ముఖ్యమైన నిజం. ఎందుకంటే ఇది సుప్తచేతనంలో నిక్షిప్తమై ఉండబోయే చిత్రం. మీరెలా ప్రతిభ చూపాలో మీ సుప్తచేతనానికి సూచనలిచ్చే చిత్రం.

ఇంకో 10-15 సార్లు స్కీయింగ్ చేసాక, మళ్ళీ మా శిక్షకుడు అడిగేవాడు, 'ఎలా ఉంది?' మేం ఇలా చెప్పవచ్చు, 'నడుము దగ్గర అంతగా ఒంగలేదు, అలాగే శరీరం పై భాగం మరింత కుదురుగానే ఉంది,' మా శిక్షకుడు 'బాగుంది,' 'బాలేదు'

అనేవాడు కాదు. కేవలం, 'అద్భుతం, ఈ రోజు పొద్దున్న మనం ఊహాచిత్రాన్ని నిర్మించినప్పుడున్న మీ చిత్రం మీద దృష్టి నిలిపే ఉంచండి చాలు.'

ఆ వారంలో ప్రతిరోజూ ఎటువంటి సూచనలు లేకుండానే మా ప్రతిభ పెరుగుతూనే వస్తోంది. మాకు మేమే 'శిక్షకుల'మవుతున్నాము.

ఒకరోజు మనసులో హత్తుకుపోయే సంఘటన ఒకటి జరిగింది. మేమంతా డబుల్ డైమండ్ రన్ చేయాల్సిన చోట పైన నిల్చుని ఉన్నాము. కొండ మీద చేసే అన్ని స్కీ రన్లలోకీ ఇవి అత్యంత క్లిష్టమైనవీ, అత్యంత ప్రమాదకరమైనవీను. మా శిక్షకుడు తన బూట్లకున్న బెల్ట్‌ని పూర్తిగా విప్పేసి, మమ్మల్ని కూడా అలాగే చేయమన్నాడు. అతనన్నాడు, 'నేను కిందకి వెళ్ళినప్పుడు, మీరంతా కూడా ఒకళ్ళ తర్వాత ఒకళ్ళు స్కీయింగ్ చేసుకుంటూ నా దగ్గరికి రండి.' ఆ మాట అంటూనే, ముందుకు రాకెట్టులా లాఘవంగా దూసుకుపోయాడు. కొండ కిందకి చేరగానే, హఠాత్తుగా ఆగి, తన కర్రలని మంచులో బిగించి, తను తన బూట్ల నుంచి ఒక్కసారిగా బయటకు గెంతి, మంచులో సుతారంగా స్టాకింగ్స్ ఉన్న పాదాలతో నిలబడ్డాడు. మేమందరం నిశ్చేష్టులయ్యాము.

కిందకి స్కీయింగ్ చేయటానికి నా వంతు వచ్చేసరికి, పైనుంచి వేగంగా కదిలాను. కొన్ని కదలికలు ఎబ్బెట్టుగా చేసాను, నాలోని గొంతు, గొంతు చించుకుని అరుస్తోంది, 'నన్ను నేను చంపుకోబోతున్నాను!' కాని ఇంకోస్థాయిలో నాకు తెలుస్తోంది, ఈ వారం మొత్తం మాకిచ్చిన శిక్షణ భయం, సందేహాలతో కూడిన ఈ గొంతుని (టిమ్ దీన్ని ఒక నేను అంటారు) నొక్కేసి, ఆ ఒక నేనుని మనం దారికడ్డం తొలగించగలిగితే, నా అంతర్గత నేను (రెండో నేను)కి సరిగ్గా ఏం చేయాలో తెలుసన్న విషయం తెలుసుకోవటమేనని.

అందుకని, నేను మర్యాదగా చెప్పాను ఒక నేనుకి, 'నోరు మూసుకో!!' రెండో నేనుకి ఏం చేయాలో పరిపూర్ణంగా తెలుసు అన్న నమ్మకానికి లొంగిఉన్న చోట ఎంత చక్కగా చేస్తానో, తక్కిన భాగమంతా అంత చక్కగా చేసాను స్కీయింగ్, అది కూడా బూట్లకి బెల్ట్ తీసివేసి. ఇది మామూలుగా సాంప్రదాయ శిక్షణకు గాని, బోధనకు గాని పూర్తిగా విరుద్ధం.

ఈ ఒక నేను ఎంతసేపూ మన దృష్టిని ఆకర్షించాలని ప్రయత్నిస్తుంది. ఈ చిన్న గొంతుకి అన్నిటిమీదా అభిప్రాయాలూ చెప్పటం మరో సరదా. ఈ ఒక నేను ఎంతగా మన ఏకాగ్రతని చెడగొడ్తుందో, ఎంతగా మన నాశనాన్ని కోరి తెస్తుందో చక్కగా తెలుసుకున్నాక, ఇప్పుడు ఎప్పుడైనా అతను వచ్చి నా తలుపు తడితే నేను మర్యాదగా (మరీ అంత కాదు) చెప్తాను, 'వెళ్ళిపో' అని. దాని తర్వాత నన్ను నేను వర్తమానంలోకి మరల్చుకుంటాను.

మీరు దేనికైతే స్పష్టంగా ఊహాచిత్రం నిర్మించుకుని, మీ సుప్తచేతనాత్మక మనసులో ముద్రించుకుంటారో, అదే మీకు మీ ప్రస్తుత వాస్తవంలో నిజమవుతుంది.

నేను ఈ ఆలోచనలను ముగిస్తుండగా, బ్రిటిష్ కొలంబియాలో విస్లర్‌లో జరుగుతున్న 2010 వింటర్ ఒలింపిక్స్ చూస్తున్నాను. అందులో ఒక ప్రకటన పదే పదే వస్తోంది. ఆల్ఫ్ పర్వతాల మీద స్కీయింగ్ చేసి పతకం సంపాదించిన జూలియా

మాంకుసో, తన తొమ్మిదో ఏటనే తన చిత్రం ఒకటి గీసుకుందిట. ఆ చిత్రం ఏమిటో తెలుసా? తను స్త్రీల స్కీయింగ్‌లో బంగారు పతకం గెలుచుకున్న చిత్రం. ఆ రోజునుంచీ, అంటే తొమ్మిదేళ్ళ నుంచీ, దాదాపు ప్రతిరోజూ ఆ చిత్రాన్ని చూసుకుంటూనే వస్తోంది. 2006 వింటర్ ఒలింపిక్స్‌లో, తనకి 21 ఏళ్ళ వయసులో, జూలియా మాంకుసో బంగారు పతకాన్ని గెలుచుకుంది.

ఇంకా ఏమైనా చెప్పాలా?!

దీని సారాంశం ఒక్కటే. మనం ఏది ఊహించుకుని, ఆలోచించుకుని నమ్ముతామో అదే మనం.

10

వ్యక్తిగతశక్తిని పెంపొందించుకోవటం

లీ ఫులాస్ పిహెచ్‌డి, ఎబిపిపి

ఈ పుస్తకానికి ముందు మాటలో లీ ఫులాస్, పిహెచ్‌డి, క్లినికల్ సైకాలజిస్ట్ ఇలా అన్నారు.

> కొన్నేళ్ళుగా అనేక సమస్యలతో నా దగ్గరికి వచ్చిన వేలాది రోగులని తీసుకుంటే, అందులో అథమపక్షం 95 శాతం మందికి సమస్య ఆత్మగౌరవంతోనే అని నేను చెప్పగలను. అంటే వాళ్ళకి విలువ ఉందనో లేదనో అనుకునేవారు ప్రేమ, విజయం, ఆరోగ్యం లేదా సంపద పొందటానికి కావాల్సిన అర్హతని అంతర్గతంగా ఈ భావన ప్రభావితం చేస్తుంది.

ఆత్మగౌరవంకి ఉన్న ప్రాముఖ్యత వల్లా, ఈ పుస్తకం మొత్తానికీ దానికీ ఉన్న సంబంధం వల్లా, ఈ అంశం మీద ఈ అధ్యాయాన్ని రాసి పెట్టమని లీ ఫులాస్‌ని అర్థించాను నేను.

లీ రాస్తున్నారు :

ఆత్మగౌరవం అన్నది మనసుకి, ఆత్మకి రోగ నివారక వ్యవస్థ. ఆత్మగౌరవం అంటే జీవితంలో ఎదురయ్యే ప్రాథమిక సవాళ్ళని ఎదుర్కొనే శక్తి ఉందని అనుభవంతో కూడిన భావన. ఆత్మ గౌరవం అంటే ఆనందంగా ఉండటం, విలువైన వ్యక్తిగా భావించుకోవటం, ఆనందం పొందే అర్హత వుందనుకోవటం. జీవితంలో చేయాల్సిన పనులు చేస్తున్నామనుకుంటున్న వారిలో ఆత్మగౌరవం మెండుగా ఉంటుంది. పనులు సక్రమంగా జరగకపోయినా మనని కించపరచుకోకపోవటమే అసలైన ఆత్మగౌరవమంటే.

ఒక వ్యక్తిగా మన విలువ ఏమిటి అన్నది చెప్తుంది ఆత్మగౌరవం. ఒక అంతర్గత నిశ్చయాత్మకత, ఒక సంతోషకరమైన భావన. జీవితాన్ని గెలుస్తున్నామన్న భావన, మన జీవితంలోకి ప్రేమని ఆకర్షించి, ఆహ్వానించి, అందుకోవటానికి మనకి తగ్గ అర్హత ఉందన్న భావన. తమని గురించి తక్కువ అంచనా వేసుకున్న వాళ్ళకి, లేదా తక్కువ అభిమానం

ఉన్నవాళ్ళకి, ప్రేమని పొందటం కన్నా పంచటం తేలిక.

మీలో రోగనిరోధక శక్తి ఉందంటే, మీరు ఎన్నడూ రోగాల బారిన పడరనా అర్థం? ససేమిరా కాదు. కాకపోతే మీరు అంత తేలిగ్గా అనారోగ్యం పొందరు. ఒకవేళ పొందినా, త్వరగా కోలుకుంటారు. అలాగే మీకు అత్యుత్తమ స్థాయిలో ఆత్మగౌరవం ఉందంటే మీరు ఎన్నడూ ఆందోళన, బాధ, నిస్పృహ పొందరని కాదు. లేదా ఏదైనా సందర్భం వచ్చినా కృంగిపోరని కాదు. మీ గురించిన గట్టి నమ్మకం, మీ విలువ పెంచుకోవటం వల్ల ఉపయోగం ఏమిటంటే మానసికంగా మీకు మొక్కవోని ధైర్యం ఉంటుంది. మీరొక లక్ష్యాన్ని సాధించే ప్రయత్నంలో ఎదురుదెబ్బతిన్నా, నిలదొక్కుకుంటారు. అన్నిసార్లూ గెలవలేకపోవచ్చు. కాని ఓటమికన్నా గెలుపే ఎక్కువగా ఉంటుంది. నేను ఏర్పాటు చేసిన ఎగ్జిక్యూటివ్ సెమినార్‌లో ఉన్నత పదవిలో ఉన్న ఒక వ్యక్తి అన్నాడు, 'నేను ఐదుసార్లు కిందపడ్డాను. కాని ఆరోసారి నిలదొక్కుకున్నాను.' ఒక సగటు సియివో, విజయం సాధించేలోపు 3.2 పెద్ద ఓటములు చవిచూస్తాడు.

అదే ఆత్మగౌరవం తక్కువ స్థాయిలో ఉన్న వాళ్ళు నిలదొక్కుకునే ప్రయత్నం చేస్తారు కాని వాళ్ళు గెలిచే సందర్భాలకన్నా, ఓటమి పొందేవి ఎక్కువ. మన ఆత్మగౌరవాన్ని బట్టి మన అంచనాలు ఒక స్థాయి మేరకు ఉంటాయి, మన అంచనాలు కోరికలు తీర్చే భవిష్యవాణి అవుతాయి.

మన జీవితంలోని అనేక రంగాలలో మనకున్న ఆత్మగౌరవం పొడచూపినా, అది ప్రధానంగా, అన్నివేళలా కనిపించేది అనుబంధాల విషయంలోనూ, ప్రేమనూ, విషయంలోనూ. ఎవరికైనా తాము ప్రేమింపదగని వాళ్ళము అన్న భావన ఉంటే, తమని ఎవరైనా ప్రేమిస్తున్నారంటే అసలు నమ్మలేరు. అందుకని ఆ అనుబంధాన్ని ఏదో ఒక విధంగా నాశనం చేయటానికే చూస్తారు. మీరెప్పుడైనా తను ప్రేమింపదగని వ్యక్తిని అనుకుంటున్న వ్యక్తికి నిన్ను ప్రేమిస్తున్నానని చెప్పటం కాని, ప్రేమ ప్రదర్శించటం కాని చేసారా? మీరు ఏం చేసినా వాళ్ళకి నచ్చచెప్పలేరు.

కాకపోతే, మన ఆత్మగౌరవం ఒక్కో రంగంలో ఒక్కో రకంగా ఉంటుంది. మన సామర్థ్యపు స్థాయి, మన ప్రతిభ లేదా విజయం అన్నది ఆ ప్రత్యేక రంగంలో మన ఆత్మగౌరవాన్ని బట్టి ఉంటుంది. ఉదాహరణకి ఒక మేనేజరుగా, మీ భావాలను నలుగురికీ చక్కగా చెప్పగలనన్న ఆత్మగౌరవం మీకు ఎక్కువగా ఉంటే, తదనుగుణంగానే ఆ రంగంలో మీ సామర్థ్యం గాని, విజయంగానీ ఉంటుంది. సాంకేతిక పరిజ్ఞానం విషయంలోనూ, చెడిపోయిన భాగాలను మరమ్మత్తు చేసి వస్తువులను బాగుచేయటంలోనూ మీకు ప్రతిభ లేదని అనిపించవచ్చు. ఆ రంగంలో 'అయోమయం' అని మిమ్మల్ని మీరూ, మీ స్నేహితులూ ముద్దుగా పిలవవచ్చు. ఒక తండ్రిగానో, భర్తగానో మీ గురించిన మీ అంచనా మధ్యస్థంగా ఉండవచ్చు, దానికి తగ్గట్టుగానే ఆ రంగంలో మీ ప్రతిభ రాణిస్తుంది.

ఒకవేళ మీ జీవితంలోని అన్ని రంగాలనూ తీసుకుని, వాటిలో మీ సామర్థ్యపు హెచ్చుతగ్గులను సూచించే బార్‌గ్రాఫ్ గీసారనుకోండి, బహుశా ఒక ఒంకరటింకర గీత

వస్తుందేమో చివరికి. సైకాలజిస్టులు దీనికి సగటు విలువ లెక్క కట్టి, దాన్ని 'జి' (g)విలువ అంటారు. లేదా ఆత్మగౌరవపు సగటు స్థాయి (general level of self esteem) అంటారు.

మీ జీవితంలో కొన్ని ప్రత్యేక రంగాలలోమీకు పరిమితులని విధించే నమ్మకాలను మార్చాలంటే కొన్ని సాధనలు చేయవచ్చు. అది కాక, ధృవీకరణలతోనూ, ఊహాచిత్రాలతోనూ, హిప్నోసిస్ స్వయంగా చేసుకోవటం ద్వారానూ, మీ సుప్తచేతనానికి కొత్త విషయాలు బోధించి, మళ్ళీ తర్ఫీదునిస్తే (ప్రోగ్రామింగ్ చేస్తే) కూడా ఈ విభిన్న రంగాల్లో మీ సామర్థ్యపు స్థాయి పెరుగుతుంది.

ఆ విధంగా, ఆత్మ గౌరవం అంటే మనకి మనం నిర్దేశించుకున్న పేరు. ఆత్మగౌరవం కన్నా విశాలమైనది ఆత్మభావన. చెప్పాలంటే ఆత్మభావన ఒక గొడుగులాంటిది. అది మన నమ్మకాలని, సిద్ధాంతాలని, మన ఆత్మభావనలో ముఖ్యభాగమైన మన బాడీ ఇమేజ్‌నీ దానికింద దాచేస్తుంది. అందులోనే వస్తాయి మన బాధ్యతలు, మన ఆస్తిపాస్తులు, మన పరిమితులు, మన సామర్థ్యాలూ కూడా; ఆత్మగౌరవం దాని భాగాలలో ఒక ముఖ్యభాగం.

ఆత్మగౌరవం యొక్క ప్రాముఖ్యతని నలభయి ఏళ్ళ కిందట దేశమంతటా గుర్తించేలా మొట్టమొదట చేసింది కాస్మోటిక్ సర్జన్ డా. మాక్స్‌వెల్ మాల్ప్ రచించిన పుస్తకం సైకో - సైబర్నెటిక్స్* ఆయన పుస్తకంలో వర్ణించారు, ఎలా తను వారానికి ఒక రోజు జైలులో ఉన్న ఖైదీలకి కాస్మెటిక్ సర్జరీ చేసారో. సుమారు రేండేళ్ళ తర్వాత వార్డెన్ డా. మల్ప్‌ని తన ఆఫీసుకి పిల్చి చెప్పారు. ఆయన ముక్కుకీ, మొహంలో హెచ్చుతగ్గులకీ ప్లాస్టిక్ సర్జరీ చేసి రూపురేఖలు ఎవరికి మార్చారో, ఆ ఖైదీలు జైలు నించి విడుదల అయ్యాక, వాళ్ళ నేరాలు తగ్గించారుట. జైలుకి తిరిగి రావటమూ తగ్గిందట. నేను అంతకు ముందు చెప్పినట్టుగా, ఆత్మభావనలో బాడీ ఇమేజ్ ఒక ముఖ్యభాగమనీ, వాళ్ళ బాడీ ఇమేజ్‌ని మార్చటం వల్ల ఆ నేరస్థులకి వాళ్ళ గురించి కొంత నయంగానే అనిపిస్తోందని డా. మాల్ప్ గ్రహించారు. ఆత్మగౌరవం అన్నది '20వ శతాబ్దంలో కనుగొన్న అతి ముఖ్యమైన విశేషం' అని కూడా పేర్కొన్నారు ఆయన.

తన తర్వాతి రచనల్లో, డా. మాల్ప్ ఇంకో ఇద్దరు యువతుల గురించి వర్ణించారు. వాళ్ళకి కూడా పెద్ద మార్పు వచ్చేలా మొహం మీద కాస్మెటిక్ సర్జరీ చేసారుట. కట్టిన కట్లు విప్పి, కట్ల వల్ల ఏర్పడిన ఉబ్బెత్తు రూపం మాయమయ్యాక ఇద్దరు యువతులూ ఎవరిని వారు పదే పదే తేరిపార చూసుకుని, చాలా విచారంగా, చాలా నిస్పృహగా అన్నారట, 'నేనేం వేరేగా కనబడటం లేదు. పెద్దగా ఏమీ మార్పు లేదు. ఇప్పటికీ నా మీద నాకు అదే భావన ఉంది.' అప్పుడు గ్రహించారు డా. మాల్ప్, స్వీయ అంచనా అన్నది చాలామంది అంతర్గత భావనే గానీ, మనం అందంగా పేర్కొనే బాహ్యపు రూపు రేఖలు కావు.

ఎలిజబెత్ టేలర్ కూడా ఇలాగే వాపోవటం గుర్తొచ్చింది నాకు. ఆవిడ ఒక ఇంటర్వ్యూలో చాలా బాధగా, చాలా అమాయకంగా తనను తాను ఇలా వర్ణించుకుంది, 'చిన్నగా, పొట్టిగా, చెత్తగా ఉంటాయి నా తొడలు. నా ముక్కు అంటే ద్వేషం నాకు. నా

* మాల్ప్, మాక్స్‌వెల్. సైకో సైబర్నెటిక్స్, ఎ న్యూ వే టు గెట్ మోర్ లివింగ్ అవుటాఫ్ లైఫ్. *పాకెట్.1989*

కళ్ళు ఒకదానికొకటి ఆమడదూరంలో ఉన్నాయి. నా మొహం రూపురేఖలు నాకు ఇష్టం. లేదు. మొత్తం తీరుతెన్నులు మార్చుకోగలిగితే ఎంత బాగుండును అనిపిస్తుంటుంది ఒక్కోసారి.' 'ఆ స్వీయవర్ణన వచ్చింది ప్రపంచ సుందరిలలో ఒకరి నుంచి. అలాంటప్పుడు అంత వరస నాశనకారి చర్యలు చేయటంలో ఆశ్చర్యమేముంది? అంటే మత్తుమందుకు, మాదక ద్రవ్యాలకి బానిస అవటం, అనేక యాక్సిడెంట్లు అయి, అనేక ఆపరేషన్లు అవ్వటం, ఎనిమిది పెళ్ళిళ్ళు చేసుకోవటం వగైరా. ఆత్మగౌరవం అన్నది అంతర్గత పని.

ఇప్పుడు నేను ఏం చెప్దామనుకుంటున్నానంటే, ఆత్మగౌరవం కొరవడితే కనబడే లక్షణాలని. కొన్ని లక్షణాల గురించి తెలిస్తే, ఆ అవగాహన తీసుకువస్తుంది మార్పుకు కావాల్సిన నిక్షిప్త శక్తిని. మన జీవన నౌక సాఫీగా సాగకుండా, మనందరిలోనూ హెచ్చుతగ్గుల్లో ఉన్న మానసిక భయాలని, కొంతమేరకైనా పారద్రోలటానికి అవకాశం దొరుకుతుంది అప్పుడు.

మొట్టమొదటి లక్షణం, బలిపశువుని అయ్యాననుకోవటం. దీన్ని విక్టిమ్‌హుడ్ *(victimhood)* అంటారు. బలిపశువులకి వాళ్ళ మీద వాళ్ళకి నమ్మకం ఏ కోశానా ఉండదు. వాళ్ళ మీద వాళ్ళే జాలిపడతారు. వాళ్లకి అన్యాయం జరిగిందనుకుంటారు. వాళ్ళని ఎవరూ మెచ్చుకోవటం లేదనీ, అపార్థం చేసుకుంటున్నారనీ, సరిగ్గా చూడటం లేదనీ పారిపోతుంటారు. ఏ పనికీ బాధ్యత తీసుకోవటానికి త్వరగా ముందుకు రారు ఈ బలిపశువులు. ఎంతసేపూ వాళ్లకే మీరు పనులు చేసి పెట్టాలనుకుంటారు. బలిపశువులు తరచు ఇతరులలో అపరాధభావం చొప్పించి, తద్వారా వీళ్ళని కాపాడేటట్టు చేసుకుంటారు కాని ఎన్నడూ వాళ్ళకి వాళ్ళు కావలసినంతగా ఏదీ చేయరు. ఎప్పుడూ ఓడిపోయినట్టే భావిస్తూ ఉంటారు, వాళ్ళ ఓటమికి ఇతరులనో లేదా పరిస్థితులనో నిందించటానికి వీలుగా.

బలిపశువులు వాళ్ళ శక్తిని గతానికి ఇస్తారు : 'నాకు వేరే తల్లిదండ్రులు ఉండి ఉంటే, మా నాన్నకి మరికొంచెం డబ్బు ఉండి ఉంటే....' నింద, నింద, నింద. శక్తికున్న చవకరకం దెబ్బ. వాళ్ళ శక్తిని ఇచ్చిపారేస్తారు కాబట్టి వాళ్ళకున్న ఏకైక శక్తి ఇదే.

ఇక్కడ కొంచెం పక్కకి వెళ్దాము. సాధారణంగా జీవితమనే నిచ్చెనలో కింద మెట్టుమీద ఉన్నవాడికే ఆత్మగౌరవం తక్కువగా ఉంటుందన్న అపోహ ఉంది మనలో. రెండేళ్ళ క్రితం నా ఆఫీసులోకి ఒక కొత్త పేషెంట్ వచ్చింది. ఆమె నల్ల తోలు దుస్తులు, నగలు వేసుకుని వచ్చింది. మొహం మీద కోపం, దుర్మార్గం తారట్లాడుతున్నాయి. ఆమె వివరాలు రాసుకుంటుంటే, తనొక వేశ్యనని చెప్పింది. నేనొక గుటక మింగాను. ఆమె ఇంకొన్ని వివరాలు చెప్పింది. ఆమెఇంటికి అనేకమంది పురుషులు వచ్చి, బాగా డబ్బిచ్చి తమని తిట్టమని, అగౌరవపరచమనీ, చెడ్డపనులు చేయమనీ అంటారుట. ఖంగారుపడవద్దు, ఇందులో లైంగిక చర్యలేం లేవు అని హామీ ఇచ్చిందామె. అలా తమని అవమానపరచమని కోరి హింసించుకునే పురుషులు ఎటువంటి వాళ్లో అని నేను స్వగతంగా అన్నాను. ఆమె క్లయింట్లలో ఒకరు సుప్రీంకోర్టు జడ్జీట. ఇద్దరు విజయవంతమైన వ్యాపారవేత్తలట. ఒకతను లాయరట. అది నన్నింకా దిగ్భ్రాంతిలో ముంచింది. ఆమె చెప్పుకొచ్చింది, ఇలాంటి

పురుషులలో తాము అర్హులు కామన్న భావన ఉంటుందిట. దాన్ని ఇంపోసర్ సిండ్రోమ్ *(imposed syndrome)* అంటారు. వాళ్ళు వాళ్ళ పదవుల్లో గాని, ఉద్యోగాల్లో గాని ఉన్నతస్థానాలు చేరుకున్నారు కాని, వాళ్ళకి అక్కడ ఉండే అర్హత లేదు అనుకుంటారు. ఆమె మాటల్లోనే చెప్పాలంటే, 'వాళ్ళ ఆత్మగౌరవం తక్కువ స్థాయిలో ఉంది. నా దగ్గరికి ఎందుకు వస్తారంటే, వాళ్ళ స్థాయి ఎక్కడ ఉందని వాళ్ళనుకుంటున్నారో అక్కడికి నేను వాళ్ళని దింపగలనని.' ఇది నిజంగా నాకు కనువిప్పు కలిగించింది. నా పేషెంట్ నాకు గురువైన ఇంకోరోజన్న మాట నా ఆఫీసులో.

ఇప్పుడు, ఆత్మగౌరవాన్ని తక్కువ స్థాయిలో ఉంచే రెండో లక్షణానికి సాగుదాము. అది మతం కోసం ప్రాణాలొడ్డడం. దీన్ని మార్టిర్‌హుడ్ *(martyrhood)* అంటారు. మన సాంప్రదాయం, జూడియో-క్రిస్టియన్ విలువల నీడలో మనమందరమూ పెరిగాము. అది కష్టపడందే ఏమీ నేర్చుకోలేమన్న విషయాన్ని నొక్కి వక్కాణిస్తుంది. 'శ్రమ లేందే, లాభం లేదు.' 'మన సాంప్రదాయం ఘర్షణనీ, బాధనీ కూడా గౌరవించింది. అలాగే ప్రతి ఉన్నత మతగురువునీ అతను పడ్డ బాధలకీ, కష్టాలకీ, చేసిన త్యాగాలకీ అతన్ని ఆకాశానికెత్తేసింది. ఇది మన సామూహిక చైతన్యంలోకి ఎంతగా చొచ్చుకుపోయిందంటే, కష్టం, అవమానం, చిన్న ఓటమిలలాంటివి ముందు చవిచూడకుండా ఏదైనా సాధించినా, విజయం పొందినా అది సరియైంది కాదన్న నమ్మకంలో పడిపోయారు అందరూ. కాని మనం మతం కోసం ప్రాణాలొడ్డే ఈ గురువుల లక్షణాలని మరింత విశదంగా చూద్దాం. అలా చేయటం వల్ల వాటిని గుర్తించి, మనలో అవి ఉంటే, వాటికి పారద్రోలటానికి ఏం చేయగలమో అది చేద్దాము.

మార్టిర్‌హుడ్ మొట్టమొదటి లక్షణం గుర్తింపు పొందకపోవటం. అంటే, 'కష్టాలంటే ఏమిటో నాకు తెలిసినట్టుగా ఎవరికీ తెలియదు. నేను పడినంత శ్రమ ఎవరూ పడరు. నేను అధిగమించాల్సిన సమస్యలను, ఆటంకాలను మీరు అర్థం చేసుకోరు,' ఇలా సాగుతుంది.

మార్టిర్లందరూ సాధారణంగా ఎప్పుడూ తమని సరిగ్గా చూడలేదనో, సరిగా అర్థం చేసుకోలేదనో బాధపడుతుంటారు. వాళ్ళలో ఎప్పుడూ నిస్సహాయత కనిపిస్తూ ఉంటుంది. ఎప్పుడూ తమని అపార్థం చేసుకున్నారనుకుంటారు.

తమ శక్తిని తక్కువ అంచనా వేసే ఇంకో లక్షణం లేదా ఆత్మగౌరవం ఏమిటంటే తనకి అర్హత లేదన్న భావన. ఇది మిమ్మల్ని వెనక్కి లాగి, పెరగకుండా గతంలోనే నిలిచిపోయేలా చేయగలదు. అంటే ఎక్కడ వేసిన గొంగళి అక్కడే ఉండిపోయేలా చేస్తుంది. అంతేకాదు అర్హత లేదన్న భావన భవిష్యత్తులో వచ్చే విజయాలని అందుబాటులో లేకుండా చేసి, భవిష్యత్తులోకి మీ ప్రయాణాన్ని ఇంతో, అంతో నిదానం చేస్తుంది. మిమ్మల్ని గతంలోనే అతుక్కుపోయేలా చేస్తుంది. లేదా మీరు వెళ్ళాల్సిన చోటికి తీసుకువెళ్ళకుండా, వెనక్కి మీరు ఎక్కడ ఉంటే అక్కడకి తీసుకువెళ్తుంది.

మీరు నిశ్శబ్దంగా కూర్చుని, ఈ అర్హత సమస్యని విశ్లేషించుకోవాల్సిన అవసరం ఎంతైనా ఉంది. ఎందుకంటే అది ఎన్నోసార్లు మనుష్యులని కిందికి పట్టిలాగి, వాళ్ళ

విలువని, వాళ్ళ చొరవని, వాళ్ళ సాహసాన్ని తగ్గిస్తుంది. ఎన్నోసార్లు నా ఆఫీసులో నా క్లయింట్ల చరిత్ర తీసుకుంటున్నప్పుడు, ఈ మాటలు వింటుంటాను, 'నాకు.... అర్హత లేదు,' '..... పొందే విలువ లేదు నాకు, ' అది ఏ విషయంలోనైనా సరే - ఇవన్నీ పలికేదెవరు? బాగా విద్యనభ్యసించిన వాళ్ళు, మంచి ఉద్యోగం, కుటుంబం ఉన్నవాళ్ళు.

తమని తాము తక్కువగా అంచనా వేసుకుని చూపే ఇంకో లక్షణం అవమానం. అవమానం బాధించినంత లోతుగా మరే భావోద్రేకం బాధించదు. ఎన్నో మానవ ఘర్షణలకి మూల కారణంగా నిలిచింది ఇది. అవహేళన, చిన్నచూపు, తిరస్కారం, మోసపుచ్చటం, తిట్టటం లేదా ఒంటరిగా వదిలివేయటం, లేదా తీవ్రమైన శిక్షని అనుభవించటం లాంటి వాటిని ఎదుర్కొన్నవాళ్ళు అణగద్రొక్కబడిన భావనో, అర్హత లేని భావననో నిరంతరంగా అనుభవిస్తూ ఉంటారు. అలాగే ఎన్నడూ మెప్పు పొందని పెద్దలూ, పిల్లలూ, తమని ఎవరూ దయగా చూడకపోయినా, అర్థం చేసుకోకపోయినా, వాళ్ళ ఉనికే అనవసరమన్నట్టుగా సంజాయిషీలు ఇస్తారు. వాళ్ళ అవమానం పాళ్ళు ఎంత లోతుగా ఉన్నాయో దాన్ని బట్టి వాళ్ళకి ఇందులో నిష్ణాతుల సహాయం అవసరమా లేదా అన్నది చూడాలి.

తమ మీద తమకి అనుమానం, అపనమ్మకం గట్టిగా ఉన్నవాళ్ళని, ఉపమాలంకారంలో 'కదులుతున్న ఊతకర్ర'ని పట్టుకున్నట్టు అభివర్ణిస్తారు. వాళ్ళు ఎంతసేపూ తమని గురించో, తమ అభిప్రాయాల గురించో లేదా చివరికి తమ ఉనికి గురించో సంజాయిషీలు ఇస్తూనే ఉంటారు. ఎక్కడ, ఎవరు కాదంటారోనని వంగి వంగి ఇతరులని తృప్తిపరచటానికి తాపత్రాయపడతారు. అదే కారణం వల్ల తమ మీద తమకి తక్కువ అంచనా ఉన్నవాళ్ళు, మార్పంటే హడలిపోతారు. ఎంత హాయి భావనలో కుంచించుకుపోతారు గాని, మార్పులు చేయటానికి కాని, వాళ్ళు ఎవరి భావాలతో అన్నా ఏకీభవించకపోతే వాళ్ళ పరిధి నుంచి బయటికి వచ్చి సవాలు చేయటం గానీ, ఎదుర్కోవటం గానీ కలలో కూడా చేయరు.

వాళ్ళకి లోపల్లోపల ఉన్న అభద్రతా భావన వల్ల, ఒక గూటిపక్షులు ఒక చోటికే చేరతాయి. తమని తాము కించపరచుకునే వాళ్ళు సాధారణంగా ఒక చోట చేరతారు. తనని ఉన్నతంగా ఊహించుకునే వ్యక్తి తనని కించపరచుకునే వ్యక్తితో వ్యాపారంలో భాగస్వామిగా గానీ, జీవిత భాగస్వామిగా గానీ చేసుకున్న సందర్భాలు చాలా అరుదు. ఒక్కోసారి అనుబంధాలు, పెళ్ళిళ్ళు వీగిపోవటానికి కారణం, ఇద్దరిలో ఒకరు 'కొంచెం ఎక్కువ'గా ఉండటానికి నిశ్చయించుకోవటమే. అతనో, ఆమెనో ఏవో కోర్సులకెళ్ళీ, పుస్తకాలు చదివీ, సెమినార్లకి వెళ్ళీ కొంత ఎదుగుతారు. దానివల్ల భావోద్రేకపరంగా కొంత శక్తిని, మానసికి శక్తిని పెంచుకుని, తన భాగస్వామికీ తనకీ అన్నింటిలోకీ చుక్కెదురని గుర్తిస్తారు. ఎందుకంటే ఆ భాగస్వామి ఎంత హాయి భావనలోనే క్షేమంగా కుంచించుకుపోతాడు కాని బయటకు రాడు. అందుకని రెండోవాళ్ళు తరచు ముందుకు సాగిపోతారు.

ఇంతకుముందు చెప్పినట్టుగా, తమ మీద తమకి తక్కువ అంచనా ఉన్నవాళ్ళు తమకీ విలువ ఉన్నట్టుగా చూపించుకోవటానికి, పేరు తెచ్చుకోవటానికి లేదా ఇతరులని

తృప్తిపరచటానికి ప్రయత్నిస్తుంటారు. వాళ్ళు బోలెడు బొమ్మలనూ, బోలెడు ప్రాపంచిక వస్తువులనీ పోగేస్తారు. కాస్మెటిక్ సర్జరీ ద్వారానో, లైంగిక వేధింపులు లేదా గెలుపుల ద్వారానో వాళ్ళ విలువలని నిరూపించుకోవటానికి ప్రయత్నిస్తారు. వీటివల్ల తాత్కాలికంగా బాగుంటుంది. బాడీ ఇమేజ్‌లో ఒక భాగాన్ని మార్చుకోవటం వల్ల ఎన్నో రెట్లు విలువ పెరగవచ్చు, కాని ఆత్మగౌరవం నిజంగా మారాలంటే, లోపలినించి మార్పురావాలి గానీ, బయటి నుంచి కాదు.

నన్నడిగితే, ఈ ప్రపంచంలో ప్రతి ఒక్కరికీ తమ అంతర్గత ఆత్మస్థైర్యం గురించీ, ఆత్మ గౌరవం గురించీ ఏదో ఒక సమస్య, సందేహాలు, ప్రశ్నలు ఉంటాయి. ఇంతవరకూ మీకు చెప్పుకువచ్చిన దాంట్లో ఉద్దేశం ఏమిటంటే మీరు మీ మానసిక విలువని పెంచుకోవటం మొదలుపెట్టటానికి ఏం మారుద్దామనుకుంటున్నారు, ఏం చేయటం ఆపుదామను కుంటున్నారు, లేదా ఏం చదువుదామనుకుంటున్నారు అన్నది మీరు కనుగొనేలా చేయటం. మన నమ్మకాలు, మనం ఈ ప్రపంచం ఉండే తీరుని నిర్ణయిస్తాయి. కాని నమ్మకాలని మించింది, ఎన్నిక! మనం ఉన్నచోటే నిలిచిపోవచ్చు, అంటే మనం ఎంత హాయి భావనలో చల్ల కదలకుండా ఉండవచ్చు లేదా మార్పు తెచ్చే అవస్థని అనుభవించి, మన జీవితానికో కొత్త అర్థాన్ని సృష్టించవచ్చు. మీరు ఈ పుస్తకం చదవటానికి ఎన్నుకోవటం చెప్పకనే చెప్తోంది, మీరు కొన్ని పాత చింతకాయ భావాలని పారద్రోలి, కొత్త జీవితం ఊపిరిపోసుకోవటానికి నిశ్చయించుకున్నట్టుగా!

మన కణాల మీద ఉన్న 70,000 పై చిలుకు రిసెప్టర్లు కొన్ని సిగ్నళ్ళని అందుకునేలా తీర్చిదిద్దబడ్డాయన్నది ఒకసారి గుర్తుకుతెచ్చుకుందాం. కొన్ని మన బాహ్య పరిసరాలకి తీర్చిదిద్దబడ్డా, వాటిలో అధికశాతం మన దృక్పథాలు, నమ్మకాల ప్రతిధ్వనులకి, తీవ్రతకీ స్పందించేటట్టుగా ప్రోగ్రామ్ చేయబడ్డాయి. ఉదాహరణకి మనం ఘర్షణ, మార్టిర్ హుడ్‌ల మానసిక తరంగాలని ఆపితే, ఆ రిసెప్టర్లు స్ట్రెస్ హార్మోన్‌లని విడుదల చేయటం ఆపుతాయి. ఈ ప్రపంచంలో కొత్త తరహాగా జీవించటం మొదలుపెడితే, అంటే మరింత ప్రేమపూర్వకంగా మరింత క్షమాపూర్వకంగా, తక్కువ నిర్ణయాత్మకంగా ఉంటే, తక్కిన రిసెప్టర్లు మరింత శక్తివంతమైన ప్రతిధ్వనులకి కొత్త తరంగాలకి ప్రతిస్పందిస్తాయి. దానివల్ల ఉపశమనం కలగజేసి, హాయిని కలగజేసే మాలిక్యుల్స్‌ని విడుదల చేస్తాయి. ఆ మాలిక్యూల్స్ వాటి వంతుగా, మన జీవితంలో కావాల్సిన మార్పులు పొందటానికి చేయాల్సిన సాహసానికి అవసరమైన ఆత్మస్థైర్యాన్ని ఇస్తాయి.

ఇప్పుడు మనం ముందుకు సాగి, ఆత్మగౌరవం మెండుగా ఉన్న వాళ్ళలో హెచ్చుతగ్గుల్లో ఉండే లక్షణాలు కొన్ని చూద్దాము.

మొట్టమొదటి లక్షణం, వాళ్ళు నిరంతరం విలువైన లక్ష్యాలు విసిరే సవాలుని, ప్రేరణని వెతుకుతూనే ఉంటారు. లక్ష్యాల కోసమే కదా మనిషి చేసే పనులన్నీ. మన లక్ష్యాలన్నీ సాధించి తీరాలని లేదు. ఆ మాటకొస్తే సాధించటమూ కుదరదు. కాని అవి ఉంటే, మనం ఉన్న స్థాయికన్నా మనని పైకి తీసుకువెళ్తాయి. లక్ష్యాలు కలలాంటివి.

చాలామంది వాళ్ళ భవిష్యత్తు గురించి వాళ్ళే కలలు కనే బదులు, తక్కిన వారి కలల్లోకి వెళ్ళే అవకాశాన్ని వాళ్ళే ఇస్తారు. మన వాస్తవాన్ని సృష్టించుకోవటానికి రెండు మార్గాలు ఉన్నాయి. లక్ష్యాలను ఏర్పరచుకుని, ఉజ్జ్వల భవిష్యత్తు కోసం మనని తీర్చిదిద్దుకోవటం లేదా తీరికూర్చుని, ఏది జరిగితే దాన్ని ఆహ్వానించటం. రెండూ ప్రోగ్రాములే. రెండూ పనిచేస్తాయి. ఆత్మగౌరవం మెండుగా ఉన్న వ్యక్తులు వాళ్ళని వాళ్ళు ప్రేమించుకుంటారు. అందుకని వాళ్ళు కలలు కంటారు. వాళ్ళు అడుగిడబోయే ఉజ్జ్వల భవిష్యత్తుని సృష్టించుకుంటారు.

ఆత్మగౌరవం మెండుగా ఉన్నవాళ్ళు, ఒక గొప్పకారు లాంటి ప్రాపంచిక వస్తువులని పొందటం విజయానికి చిహ్నాలని గ్రహిస్తారు కాని, అదే నిజమైన విజయం అనుకోరు. నిజమైన విజయం స్వభావసిద్ధమైనది. మీరు మిమ్మల్ని, మీ కుటుంబాన్ని, ఇతరులని చూసే విధానంలో ఉంది.

తమ విలువని బాగా గుర్తించిన వాళ్ళు సమస్యని పరిష్కరించటంలో ***చైతన్యవంతంగా*** జీవిస్తారు. వాళ్ళు నిజాలని, సత్యాలని గౌరవిస్తారు. వాళ్ళతో ఎవరైనా మాట్లాడుతుంటే వాస్తవంలో జీవిస్తున్నందుకు సంతోషిస్తారు. వాళ్ళ గురించిన అవగాహనకీ, నిజాయితీగా ఆత్మ విమర్శ చేసుకోవటానికీ, కేవలం బాహ్య ప్రపంచం కాకుండా అంతర్‌ప్రపంచం గురించిన అవగాహనకీ వాళ్ళలో తీవ్ర జిజ్ఞాస ఉంది. పైగా వాళ్ళు వాళ్ళని కాదనుకునో, మత్తుపదార్థాలు, మాదక ద్రవ్యాలకి బానిసలయ్యో వాళ్ళని మత్తులో ముంచెత్తుకోరు.

ఇంకో ముఖ్యమైన విషయం, వాళ్ళు తమని తాము, ఇతరులని చాలా తేలిగ్గా క్షమించేస్తారు. వాళ్ళు గతాన్ని విడుదల చేసేస్తారు. ఎప్పుడో గతంలో జరిగిన వాటి గురించి సణుగుతూ కూర్చోవటమో, ప్రతీకారం తీర్చుకోవాలనో ప్రస్తుతాన్ని బాధపెట్టరు. జైలులో ఎక్కువ సమయాన్ని గడిపేది ఖైదీలు కాదు, జైలు వార్డెన్ అన్న విషయం గ్రహిస్తారు వాళ్ళు. ఎవరినన్నా మీ భావోద్రేకంలో ఖైదుగా మీరు బంధిస్తే, అసలు ఖైదీ మీరన్నమాట. అంతకుముందే చెప్పినట్టుగా, ఉపశమనాలన్నీ, క్షమాగుణమన్న తలుపులోంచే వెళ్ళాలి.

ఇంకో లక్షణమేమిటంటే, తమకి తాము విలువనిచ్చుకునే వాళ్ళు, ఎదుటివారిని కూడా గౌరవంగా చూస్తారు. తమ గురించి మంచిగా భావించుకునే వాళ్ళు కులబేధాలు, స్త్రీ,పురుష బేధాలు, వయోబేధాలు చూడరు. స్త్రీ,పురుషుల్లో ఎవరైనా, ఏ కులానికి చెందినా, ఏ మతాన్ని పాటించినా, ఏ వయసు వాళ్ళైనా వాళ్ళకి ఎదురొచ్చి మరీ గౌరవమర్యాదలు ఇచ్చి, వాళ్ళని ఉన్నతంగా చూస్తారు.

ఇంతకుముందు సూచించినట్టుగా, ఆత్మగౌరవం మెండుగా ఉన్నవాళ్ళు అనుబంధాలని బాధించేవిగా కాక, చిగురించేవిగా చేస్తారు. వాళ్ళు ఏం మాట్లాడినా మనసువిప్పి, నిజాయితీగా మాట్లాడుతారు. చెప్పేది భయపడకుండా, స్పష్టంగా చెప్తారు. దేని గురించైనా వాళ్ళ అభిప్రాయం చెప్పాలంటే, వాళ్ళ భావాలకి వాళ్ళే బాధ్యత వహిస్తారు. 'నువ్వు' ఇలా చేసి ఉండాల్సింది అని నింద వేసేకన్నా, వాళ్ళ వాక్యానికి 'ఈ క్షణంలో

జరిగిన దానికి నేను ఇలా భావిస్తున్నాను,' అన్న మాటలు ముందు కలుపుతారు.

ఇంకో లక్షణం అణకువ. అణకువ అంటే లేనిపోని వినయం నటించటమో, మీరు ఎలా ఉన్నారో దానికి సంజాయిషీ చెప్పటమో కాదు. ఒక వ్యక్తిని ఎన్నిసార్లు ఒక పద్ధతిలో చూసినా, ఉదాహరణకి, పుకార్లు పుట్టించే వ్యక్తిగానో, అధికారం చూపించే వ్యక్తిగానో చూసినా, అణకువ అంటే జీవితంలో ప్రతి నిముషాన్నీ కొత్తగా చూడటానికి మనసుని సంసిద్ధం చేయటం. అంటే ఫలానా వ్యక్తి పెద్ద బోరు అని ముందే నిర్ణయించుకోకుండా ఉండటం. లేకపోతే, ఈసారి ఆ వ్యక్తి భిన్నంగా ప్రవర్తించటానికి అవకాశమిచ్చే అణకువ కలిగి ఉండటం. అణకువ అంటే ప్రతి ఒక్క క్షణాన్నీ, లేదా అనుభవాన్నీ ముందే నిర్ణయం తీసుకోకుండా సరికొత్తదిగా చూడటం.

నిస్వార్థ సేవ చేయటం ఆత్మగౌరవం మెండుగా ఉన్న వాళ్ళకి ఉన్న అదనపు లక్షణం. నిస్వార్థసేవ అంటే ఇతరులకి ఏదైనా సహాయం లేదా సేవ చేయటం. ఆ సేవ ఏదైనా స్వచ్ఛంద సేవ కావచ్చు, లేదా పెద్దన్నయ్య/పెద్దక్కయ్యలా అండగా ఉండవచ్చు లేదా వాళ్ళకిష్టమైనదేదైనా ఎన్నుకోవచ్చు. ఆ ఎన్నుకున్నది ఏదైనా వాళ్ళు ఉన్నతంగా ఉండటానికో, ఉత్సాహంగా ఉండటానికో తోడ్పడేటట్టు ఉంటుంది. ఒక సంఘసేవా కార్యక్రమంలో పాల్గొన్న కొందరు స్త్రీలు వృద్ధాశ్రమంలో బాధపడుతున్న వారికి స్వచ్ఛంద సేవ చేసారు. అలా చేయటం వల్ల వాళ్ళకి హృదయాంతరాళాల్లో చిరకాలం నిలిచే తృప్తి కలిగిందట. ఇంకా చెప్పలేని ఉత్సాహం, తమకున్న విలువ మీద ఎనలేని విశ్వాసం కలిగాయట. అదిగాక, నిరాశానిస్పృహలు, నెప్పులు, బాధలు తగ్గాయట.

ఆత్మగౌరవం మెండుగా ఉన్నవాళ్ళలో బాధ్యత కూడా ఎక్కువగానే ఉంటుంది. ఒక ఉదాహరణ ఇస్తాను చూడండి. ఇటీవల నా స్నేహితులలో ఒకతను ఫోన్ చేసాడు. అతను నన్ను భోజనానికి పిలిచాడు. అతని భార్య అతని దగ్గర స్నేహితునితో లేచిపోవటం వల్ల దు:ఖంలో మునిగిపోయిన అతను, తన బాధని నాతో పంచుకోవాలనుకుంటున్నాడు. 'అయ్యబాబోయ్, ఇప్పుడు ఆమెని తిట్టిపోసి, తనమీద తాను జాలి ప్రకటించుకుంటాడు కాబోలు,' అనుకున్నాను. ఈ సందర్భంలో నా అణకువ ఇలా ఉంది మరి. కాని, అంత బాధలో మునిగితేలుతున్నా, అతనన్నాడు, 'లీ, నీకు నేను ఎన్నో ఏళ్ళుగా తెలుసు, నువ్వు నా భార్యతోనూ, నాతోనూ కలిసి గడిపావు ఎన్నో సందర్భాలలో. నాలో ఏం లోపం ఉంది, ఆవిడ నన్ను విడిచివెళ్ళిపోవటానికి? నేను ఏం చేసి ఉంటాను లేదా ఏం చేసి ఉండకూడదు?' నాకు కళ్ళనీళ్ళు తిరిగినంత పనయింది. అతని బాధ నాకు తెలుస్తోంది. కాని అంత బాధలో కూడా జరిగిందానికి తను బాధ్యత వహిద్దామనుకుంటున్నాడు. తన శక్తినంతా ఆమెని నిందించటానికో, 'పాపం నేను' అని బాధపడటానికో ధారపోయటం లేదు. ఇంకో మాటలో చెప్పాలంటే, తన జీవితాన్ని, దాని వాస్తవాన్ని సృష్టించుకోవాల్సిన బాధ్యత తనదేననీ, తను చేసినదేదో లేదా చేయనిదేదో తన జీవితంలో ఒక విషాదగీతాన్ని ఆలపించేటట్టు చేసిందనీ అతను అంగీకరించాడు. కాని దానివల్ల, కొంత కాలం గడిచేసరికి, తన గురించి కూడా ఎంతో ఎక్కువ నేర్చుకున్నాడు.

ఆత్మగౌరవం మెండుగా ఉన్నవాళ్ళు వెలుగులోకి వస్తున్న ఆధ్యాత్మికతని ఆహ్వానిస్తారు. ఆధ్యాత్మికత అంటే జీవరాశులన్నింటితోనూ పశుపక్ష్యాదులు, మనుష్యులతో అనుబంధం పెంచుకోవటం. మనకన్నా ఉన్నతంగా ఒక శక్తి ఉందని గ్రహించటం. ఈ ఉన్నతశక్తితో అనుసంధానమయ్యే రీతిని పెంపొందించుకోవటం. పుడమి తల్లిని, పరిసరాలని మరింతగా అర్థం చేసుకోవటం, ఇతరుల మీద మరింత ప్రేమ చూపించటం. మరింతగా ఇవ్వటం కూడా ఉంటుంది దీనిలో. ఆధ్యాత్మికత అంటే ఒక్కొక్కరికీ ఒక్కొక్క అర్థం ఉంటుంది నిజమే, దీన్ని మీకు కావాల్సిన రీతిలో మీరు అర్థం చేసుకుంటారని నా గట్టి నమ్మకం.

చివరగా, ఆత్మగౌరవం మెండుగా ఉన్నవాళ్ళు వాళ్ళ గొప్పతనం గురించీ వాదిస్తారు. ఎదుటివారిలోనూ గొప్పదనం చూస్తారు, వాళ్ళ పరిమితులు చూసేబదులు.

కాని, మన అంతర్గత ఆత్మని గట్టిపరచుకోవటానికి,ఏళ్ళ తరబడి సైకోథెరపీ గాని, సైకలాజికల్ పరిశోధనలు గానీ చేయకుండా, చేతనస్థాయిలో మనమేం చేయగలము? ఈ పై చెప్పినవన్నీ వడబోసి, తేలిక చేయవచ్చా? నా పేషంట్లందరికీ ఆత్మగౌరవం గురించి ఈ క్రింది నాలుగు లక్షణాలూ చెప్తూ ఉంటాను. ఎందుకంటే వాటితో తేలిగ్గా వ్యవహరించవచ్చు. చేతనస్థాయిలో అదుపులో పెట్టవచ్చు.

ఆత్మగౌరవం మెండుగా ఉన్నవాళ్ళకి చక్కటి సరిహద్దులుంటాయి. వాళ్ళు ఆ గీతని ఇసుకలో రాయగలరు. వాళ్ళకి కుదరని లేదా నచ్చని వాటికి 'లేదు' అని చెప్పగలరు. ఇంకోమాటలో చెప్పాలంటే, వాళ్ళనీ, వాళ్ళ అవసరాలనీ, వాళ్ళ నమ్మకాలనీ వాళ్ళే నిర్వచించుకోగలరు, వాళ్ళ శక్తిని ఇంకొకరి చేతిలో పెట్టి వాళ్ళు నిర్వచించేటట్టు చేయటం కన్నా.

రెండోది, బహుశా అత్యంత ముఖ్యమైనదీ, వాళ్ళు తప్పులెన్నరు. అంటే వివేకం చూపుతారు. మీరు ఇతరులలో తప్పులెన్నుతున్నప్పుడల్లా, మీలో మీకు నచ్చని ఒక భాగాన్ని వాళ్ళలో చూసి దాన్ని తప్పుపట్టుకున్నట్టన్నమాట. తప్పులెన్నితే, గతంలో మీలో ఒక భాగాన్ని గడ్డ కట్టించి, వాస్తవంగా మీరేమిటో తెలుసుకోనీయకుండా మిమ్మల్ని గుడ్డివారిని చేస్తుంది. అందువల్ల తప్పులెన్నటం అంటే, అంతర్లీనంగా మన తప్పులెన్నటం అన్నమాట. మిమ్మల్ని మీరు ప్రేమించటాన్ని నేర్చుకోవటమూ, ఇతరులని ప్రేమించటం నేర్చుకోవటమూ ఒకదానితో ఒకటి పెనవేసుకుని ఉంటాయి.

ముందే చెప్పినట్టుగా, మూడోది మన అంతర్గత సంభాషణ లేదా అంతర్భాషణ. మనం మేలుకుని ఉన్న సమయంలో నిముషానికి 150-300 పదాలుగా లేక రోజుకు 45,000 నుండి 50,000 ఆలోచనలుగా సాగుతుంది! మన సుప్తచేతనం మన ఆలోచలన్నింటినీ 'ప్రార్థనలు'గా పరిగణిస్తుంది కాబట్టి (అది నిర్ణయం తీసుకోదు), రోజంతా మీరు దేనికోసం 'ప్రార్థిస్తున్నారు?' ఆత్మగౌరవం మెండుగా ఉన్నవాళ్ళు, రోజంతా వాళ్ళ మనసుని మంచి స్వాప్నిక ఆలోచనలతో 'నింపుతున్నారా' లేదా చెడు స్వాప్నిక ఆలోచనలతో నింపుతున్నారా అన్నది జాగ్రత్తగా పరీక్షించుకుంటారు. మన సుప్తచేతనమనే తోటలో

మనం కలుపుమొక్కలని నాటుతున్నామా, పూలమొక్కలని నాటుతున్నామా?

నాలుగోది, ఆత్మగౌరవం మెండుగా ఉన్నవాళ్ళు ఇవ్వటంలోనూ, పుచ్చుకోవటంలోనూ విలువని చూస్తారు. సాధారణంగా ఆత్మగౌరవం కొరవడివాళ్ళు, సాధారణంగా 'తృప్తిపరిచేవాళ్ళు'గానూ, బాగా సర్దుకుపోయే వాళ్ళుగానూ ఉంటారు. వాళ్ళ అవసరాలు వెలిబుచ్చితే ఎక్కడ కాదంటారోనన్న భయం వాళ్ళది. కొన్ని సందర్భాలలో అయితే, ఈ తృప్తిపరిచేవాళ్ళు, పొందటానికి ఒకే మార్గం వెతుక్కుంటారు. అది సుప్తచేతనాత్మకంగా 'అనారోగ్యం' పాలు అవటమో లేదా ప్రమాదం పాలు అవటమో చేస్తారు. అప్పుడు వాళ్ళకి సేవ చేయటం లేదా వాళ్ళని చూడటం అంగీకార సూచకం అవుతుంది.

అదృష్టవశాత్తూ పైన చెప్పినవన్నీ చేతనాత్మకంగా అదుపులో పెట్టవచ్చు. అంటే హృదయపూర్వకంగా ప్రయత్నం చేసి, తప్పుడు అభిప్రాయాలు తనమీదా, ఇతరుల మీదా ఏర్పరచుకోకుండా ఉంటే, చేయవచ్చు.

మనం ఎదుర్కొనే అసలైన శత్రువులు వ్యతిరేక ఆలోచనలూ, మనకి పరిమితులని విధించే ఆలోచనలూను. అవి మన ఉత్సాహాన్నీ , మన మనసునీ, మన ఆత్మభావననీ, మనని మనం అంచనా వేసుకునే తీరునీ - అంటే మన ఆత్మగౌరవాన్నీ తగ్గించివేస్తాయి.

నన్ను అందరూ తరచూ అడుగుతుంటారు, 'ఈ ఆత్మగౌరవం గురించిన శ్రద్ధ ఇటీవల, ఈ న్యూ ఏజ్ మూవ్‌మెంట్ వల్ల వచ్చిందా?' సర్వకాల సర్వావస్థలకూ అత్యుత్తమ గురువులలో ఒకరు, 2000 పై చిలుకు ఏళ్ళ క్రిందటే చెప్పారు, 'నీ పొరుగువాడిని నీలాగా ప్రేమించు.' మిమ్మల్ని మీరు ప్రేమించుకోలేకపోతే, మీ పొరుగువాడిని ప్రేమించలేరు. మీకు లేనిదాన్ని ఎలా ఇస్తారు?

దీనితో నా కొలీగ్ లీ ఫులాస్ చెప్పిన అమూల్య సందేశం ముగిసింది. ఇంత అద్భుతంగా రాసినందుకు ధన్యవాదాలు, లీ.

ఆత్మగౌరవం మెండుగా ఉన్నవాళ్ళు చేతనాత్మకంగా దాని గురించి పాటుపడ్తారు. వాళ్ళ ఆత్మగౌరవాన్ని మరింత పెంపొందించుకోవటానికి ఈ పుస్తకంలో వివరించిన సూత్రాలనీ, వాటితోపాటూ ఇచ్చిన పరికరాలని వాడే విధానాలనీ అర్థం చేసుకుంటారు.

ఆత్మగౌరవం పెంపొందించుకోవటానికి రెండు అద్భుతమైన ధృవీకరణ వాక్యాలు:

'నన్ను నేను బేషరతుగా ఇష్టపడుతున్నాను (ప్రేమిస్తున్నాను)'

'నేను ఎన్నడూ వినాశనకారియైన విమర్శతో నన్ను నేను (లేదా ఇతరులని) కించపరచను'.

11

ఆధునిక యుగంలో మానసిక చికిత్స

గత నాలుగు దశాబ్దాలుగా, ఇన్‌స్టిట్యూట్ ఆఫ్ నోటిక్ సైన్సెస్ (IONS) మూల ధార అయిన వైద్యం మార్పు చెందటంలోనూ, శాస్త్రీయ పరిశోధనా రంగాల్లోనూ, గణనీయమైన ప్రభావాన్ని చూపింది. రోగాన్ని ఉపశమనం చేయటంలో చేతన మనసు యొక్క పాత్ర గురించి చేసిన మా పరిశోధన, మనసు ఆరోగ్యాన్ని ఎలా ప్రభావితం చేస్తుందన్న విషయం శాస్త్రపరంగా అర్థం చేసుకోవటంలో ప్రముఖ పాత్ర వహించింది. మనసు-శరీరం నందు ఏదో చిన్న భావన నుంచి అమెరికాలో అక్షరాలా అన్ని ప్రధాన వైద్య సంస్థల్లోనూ, మరింత ఎక్కువగా ప్రపంచవ్యాప్తంగానూ ముఖ్యమైన వస్తువుగా మారటానికి మా పరిశోధన తోడ్పడింది. ధ్యానం, దయాగుణాల వల్ల కలిగే లాభాల గురించి మేము ముందు చేసిన పరిశోధన మనలో అత్యధిక శక్తిని పెంపొందించటానికి, కొంగ్రొత్త శాస్త్రీయ పద్ధతులు, లోతైన అవగాహన పెంచటానికి దోహదం చేసింది. టైముకి, స్పేస్‌కి మధ్యనున్న అవినాభావ సంబంధం గురించి మొట్టమొదటగా మేము చేసిన శాస్త్రీయ పరిశోధన, నిజమైన దాని స్వభావం గురించి సాంప్రదాయ భావాలకి సవాలుగా నిలచి, ఇప్పుడు ఫిజిక్స్ మూలధారలో చోటు చేసుకుంటోంది. నిరంతర మిస్టరీలలో అంటే దూరదృష్టి, మరణం తర్వాత జీవితం, ప్రార్థన, ఉపశమనం, మార్పుతెచ్చే అనుభవాలలో మా పరిశోధన శాస్త్రీయమైన పరిశోధన చేయటానికి అంగీకరింపబడే అంశాల పరిధిని విశాలపరచటానికి తోడ్పడుతూనే ఉంది. ఒక్కముక్కలో చెప్పాలంటే మన గురించీ, నిజం గురించీ మనం అర్థం చేసుకునే పరిధులని విశాలం చేసుకుంటూ పోతోంది ఇంకా.

– మార్లిన్ మండేల స్లిడ్స్, పిహెచ్‌డి.
ప్రెసిడెంట్/ సియివో
ఇన్‌స్టిట్యూట్ ఆఫ్ నియోటిక్ సైన్సెస్

మనం మనసు గురించీ, చేతనావస్థ గురించీ నేర్చుకుంటున్నాము. భౌతిక శరీరాన్ని నయం చేయటంలో మనసు పాత్ర ఉందని శాస్త్రీయ నిదర్శనాలు ఎక్కువవుతున్నాయి. దయచేసి డా. మర్ఫీ రాసిన 'మెంటల్ హీలింగ్స్ ఇన్ మాడర్న్ టైమ్స్' అధ్యాయం చదివి, తరించండి. ఈ అధ్యాయం చివర్లో, నాకు *1981*లో ఎలా చికిత్స జరిగిందో మీతో నా అనుభవాన్ని

పంచుకుంటాను. అది డా. మర్ఫీ బోధ పూర్తిగా నిజమని ఒప్పిస్తుంది.

శరీరం కొచ్చిన అనారోగ్యాలకి, మానవ సమస్యలకి చికిత్స ఏమిటన్నది ఖచ్చితంగా అందర్నీ పట్టి పీడిస్తున్న సమస్యే. నయం చేసేది ఏమిటి? ఈ శక్తి దేనికి ఉంది? అందరూ వేసే ప్రశ్నలు ఇవి. ఈ ప్రశ్నలకి సమాధానం మీ సుప్త చేతనాత్మక మనసుకే ఈ నయం చేసే శక్తి ఉంటుంది. రోగి మానసిక ధోరణిలో మార్పు వస్తే ఈ శక్తి విడుదల అవుతుంది.

మనో విజ్ఞానవేత్తలు, మత గురువులూ, మనో రోగ నిపుణులూ, మనోరోగ వైద్యులు లేదా మామూలు వైద్యులూ - వీరిలో ఎవ్వరూ ఎన్నడూ ఏ రోగినీ నయం చేయలేదు. మనస్తత్వ శాస్త్రవేత్త గానీ, మనోరోగ నిపుణుడు గానీ, రోగికున్న మానసిక అడ్డంకిని మాత్రమే తొలగించటం వల్ల నయమయ్యే సూత్రం విడుదలయ్యి, రోగికి ఆరోగ్యం కుదుటపడుతుంది. అదే విధంగా ఒక సర్జన్ శారీరకమైన అడ్డంకులని తొలగించటం ద్వారా, శరీరాన్ని బాగుచేసే శక్తులు చక్కగా పనిచేసేందుకు సాయపడతాడు. ఏ డాక్టరూ, సర్జనూ, మానసిక రోగాల వైద్యుడూ, తనే 'రోగికి నయం చేసా'నని అనలేడు. నయం చేసే శక్తి ఒకటే. కాని దాన్ని అనేక పేర్లతో పిలవవచ్చు - ప్రకృతి, జీవితం, దేవుడు, సృజనాత్మకమైన తెలివితేటలు, సుప్తచేతనాత్మక శక్తి.

మనందరినీ చురుగ్గా ఉండేటట్టు చేసే జీవనసూత్రం సాఫీగా పనిచేయటానికి అడ్డం వచ్చే మానసిక భావోద్రేకాలను శారీరకమైన ఆటంకాలను తొలగించటానికి అనేక పద్ధతులున్నాయి. మీ సుప్తచేతనాత్మక మనసు నయం చేయగలదు, చేసే శక్తి ఉంది. దాన్ని మీరు గానీ, మరొకరు గానీ సరియైన మార్గంలో పెడితే, మీ మనసులోనూ, శరీరంలోనూ వున్న రోగాలన్నీ మటుమాయమవుతాయి. మీరు నాస్తికులైనా అజ్ఞేయతావాదినని చెప్పుకున్నా కూడా, మీ సుప్తచేతనాత్మక మనసు కాలిన మచ్చలను గానీ, చేతిమీది గాయాన్ని కాని నయం చేస్తుంది.

మీలో ఉన్న అంతులేని తెలివితేటలు, మీ సుప్తచేతనాత్మక మనసుకున్న శక్తీ మీ నమ్మకాలకు అనుగుణంగా స్పందిస్తాయనే సత్యంపై ఆధునిక, మానసిక చికిత్స ఆధారపడి ఉంది. మనస్తత్వ శాస్త్రవేత్తలు వాళ్ళ మనసు గదిలోకి వెళ్ళి తలుపులు మూసేసుకుంటారు. అంటే దాని అర్థం వాళ్ళు తమ మనసుని స్థిరంగా ఉంచి, సేదదీరి, విశ్రాంతి పొంది, వాళ్ళలో ఉన్న అంతులేని నయం చేసే శక్తి గురించి ఆలోచిస్తారు. బాహ్య విషయాలు, బయట మనుష్యులూ తమని ఆటంకపరచకుండా, వాటికి తమ మనసనే తలుపులను మూసేస్తారు. అప్పుడు నెమ్మదిగా, ప్రయత్నపూర్వకంగా తమ సుప్తచేతనాత్మక మనసుకి తమ అభ్యర్థనని గాని, కోరికని గాని తెలియజేస్తారు. తాము కోరిన ప్రత్యేకమైన అవసరాలకి తమ తెలివైన మనసు జవాబిస్తుందని వాళ్ళకి తెలుసు.

మనం తెలుసుకోవాల్సిన అత్యంత అద్భుతమైన విషయం ఇది. మీరు ఆశించిన గమ్యం ఊహించుకుని, అది నెరవేరినట్టుగా భావించండి; అప్పుడు అంతులేని మీ జీవన సూత్రం మీరు చేతనావస్థలో కోరుకున్నదానికి, ప్రయత్నపూర్వకంగా మీరు చేసిన అభ్యర్థనకి

స్పందిస్తుంది. మీరు అందుకున్నారని నమ్మండి. మీరు అందుకుంటారు అన్నదాని అర్థం ఇదే. ప్రార్థనతో చికిత్సను చేసే ఆధునిక వైద్యుడు చేసేది కూడా ఇదే.

ఒకటే చికిత్సా పద్ధతి

ప్రతి విషయంలోనూ ఒకటే విశ్వజనీనమైన చికిత్సాపద్ధతి పనిచేస్తుంది పిల్లి, కుక్క చెట్టు, గడ్డి, గాలి, భూమి - ప్రాణంతో ఉన్న దేనికైనా సరే. ఈ జీవన సూత్రం జంతువుల్లో, కూరగాయల్లో, ఖనిజాల్లో అంతఃప్రేరణ రూపంలోనూ, ఎదుగుదల సూత్రంలోనూ ఒక్కలాగే పనిచేస్తుంది. మనిషికి ఈ జీవన సూత్రం గురించి అవగాహన ఉండటం చేత, తనని ఎన్నో విధాలుగా దీవించేలా, బుద్ధిపూర్వకంగా దానికి దిశానిర్దేశం చేయగలడు.

ఈ విశ్వజనీనమైన శక్తిని వినియోగించటానికి అనేక విభిన్న మార్గాలూ, ఉపాయాలూ, పద్ధతులూ ఉన్నాయి. కాని నయం చేసేందుకు మాత్రం ఒక్కటే ప్రక్రియ ఉంది అది నమ్మకం.

నమ్మకమనే సూత్రం

ప్రపంచంలోని అన్ని మతాలూ అనేక నమ్మకాలకి ప్రాతినిధ్యం వహిస్తాయి. ఈ నమ్మకాలు రకరకాలుగా వివరించబడుతాయి. నమ్మకమే జీవన సూత్రం. మీ గురించీ, జీవితం గురించీ, ఈ విశ్వం గురించీ మీరేం నమ్ముతారు?

నమ్మకం అనేది మీ మనసులోని ఒక ఆలోచన. మీరు ఆలోచించే అలవాట్లని బట్టి, మీ సుప్తచేతనాత్మకమైన మనసు తాలూకు శక్తి మీ జీవితంలోని అన్ని దశల్లోకీ వ్యాపిస్తుంది. మీ మనసులోని నమ్మకం మీ మనసులోని ఆలోచనే తప్ప మరేదీ కాదు.

మీకు బాధ కాని, హాని కాని కలిగించే దాన్ని నమ్మటం మూర్ఖత్వం. ఒకటి గుర్తుంచుకోండి. మీకు బాధ కాని, హాని కాని కలిగించేది మీరు నమ్మే విషయం కాదు, ఆ పని చేసేది మీ మనసులోని నమ్మకం లేదా ఆలోచన. మీ అనుభవాలూ, చర్యలూ, మీ జీవితంలోని సంఘటనలూ, పరిస్థితులూ - అన్నీ మీ ఆలోచనలకి ప్రతిబింబాలూ, ప్రతిక్రియలూ మాత్రమే.

శాస్త్రీయ పద్ధతిలో నిర్దేశింపబడిన చేతన, సుప్తచేతనాత్మక మనసుల ఉమ్మడి చర్య ధృవీకరణలు, కేంద్రీకరింపబడిన ఊహాచిత్రాలు

ఒక నిర్దిష్టమైన ప్రయోజనం కోసం, చేతన, సుప్తచేతనా మనసులని క్రమబద్ధంగా, సామరస్యంతో, తెలివితేటలను ఉపయోగించి చేసే పనినే ధృవీకరణ అంటారు. శాస్త్రీయమైన ప్రార్థన లేదా ధృవీకరణ చేసేటప్పుడు, మీరు ఏం చేస్తున్నారో, ఎందుకు చేస్తున్నారో మీకు తెలియాలి.నయం చేసే సూత్రాన్ని మీరు నమ్మండి. ధృవీకరణని మానసిక చికిత్స అనీ,

శాస్త్రీయమైన ప్రార్థన అనీ అంటారు.

ధృవీకరణలో మీరు అనుభవించదలచుకున్న ఏదైనా ఒక నిర్దిష్టమైన ఆలోచననో, మానసిక చిత్రాన్నో లేదా ప్రణాళికనో ప్రయత్నపూర్వకంగా ఎన్నుకుంటారు. మీరు అనుకున్న స్థితి నిజమయినట్లుగా భావించి, మీ సుప్తచేతనానికి ఈ భావన లేదా మీ ఊహని మీ సుప్తచేతనాత్మకమైన మనసులోకి పంపించవచ్చని తెలుసుకోండి. మీ మానసిక దృక్పథం మీద మీకు నమ్మకం ఉంటే, మీ ప్రార్థనకి జవాబు దొరుకుతుంది. ధృవీకరణ పద్ధతి, ఏదైనా విశేషమైన ఉద్దేశం కోసం చేసే విశేషమైన మానసిక చర్య (అధ్యాయం 8 చూడండి)

ధృవీకరణ పద్ధతి ద్వారా ఏదైనా సమస్యని నయం చేయగలమని మీరు నిర్ణయించుకున్నారనుకుందాము. మీ సమస్య గాని, అనారోగ్యం కాని మీ సుప్తచేతనంలో భయంతో కూడిన వ్యతిరేకమైన ఆలోచనలని నింపటం వల్ల తలెత్తిందని మీకు తెలుసు. మీ మనసులోంచి ఆ ఆలోచనలని తుడిచిపారేస్తే, మీరు కోలుకుంటారనీ మీకు తెలుసు.

అందుకని మీ సుప్తచేతనంలోని నయంచేసే శక్తివైపు తిరగండి. దానికి గల అంతులేని శక్తి గురించీ, తెలివితేటల గురించీ, ఎటువంటి పరిస్థితినన్నా నయం చేయగలదన్న సామర్థ్యం గురించీ గుర్తుచేసుకోండి. ఈ సత్యాల గురించి మీరు ఆలోచించిన కొద్దీ, మీ భయం నెమ్మదినెమ్మదిగా తగ్గిపోతుంది. ఈ సత్యాలని జ్ఞాపకం పెట్టుకుంటే, అది మీ తప్పుడు నమ్మకాలని సరిదిద్దుతుంది.

తప్పకుండా జరుగుతుందని నమ్మకం ఉన్న చికిత్సకి మీరు ధన్యవాదాలు చెప్పండి. దాని తర్వాత మళ్ళీ మీకు ధృవీకరించాలని అనిపించేదాకా మీ మనసుని ఆ సమస్యకు దూరంగా ఉంచండి. ధృవీకరించేటప్పుడు కూడా, వ్యతిరేక పరిస్థితులకి కొంచెం కూడా శక్తిని అందించకండి. ఒక్క క్షణం కూడా ఈ సమస్య పరిష్కరింపబడదన్న ఆలోచన మీ దరిదాపుల్లోకి కూడా రానివ్వకండి. ఇటువంటి దృక్పథం, చైతన్యమైన మనసు, సుప్తచేతనాత్మక మనసుల మధ్య సామరస్యం పెంపొందిస్తుంది. దానివల్ల నయం చేసే శక్తి విడుదల అవుతుంది.

నమ్మకం ద్వారా ఉపశమనం (faith healing) అంటే ఏమిటి

గుడ్డి నమ్మకం ఎలా పనిచేస్తుంది

నమ్మకం ద్వారా ఉపశమనం అని అందరూ అనేది నిజానికి బైబిల్‌లో చెప్పిన నమ్మకం కాదు, అది చేతనావస్థకీ, సుప్తచేతనావస్థకీ గల పరస్పర సంబంధం గురించిన పరిజ్ఞానం ఉండటం. నమ్మకం ద్వారా ఉపశమనం కలిగించే వ్యక్తి అందులోని శక్తుల గురించిన ఏ విధమైన శాస్త్ర పరిజ్ఞానం లేకుండానే చేస్తాడు. ఉపశమనం కలిగించటంలో తనకి ప్రత్యేకమైన నేర్పు ఉందని చెప్పుకోవచ్చు అతను. రోగికి అతని మీద ఉన్న గుడ్డి నమ్మకం వల్లో లేదా అతని శక్తి వల్లో ఆశించిన ఫలితాలు లభించవచ్చు.

సౌత్ ఆఫ్రికాలోనూ, ప్రపంచంలోని ఎన్నో ప్రాంతాల్లోనూ మంత్రాల ద్వారా

కొందరు ఉపశమనం కలుగచేయవచ్చు. లేదా మహాత్ముల జ్ఞాపక చిహ్నాన్ని తాకటం వల్ల నయమవవచ్చు. ఆ మాటకొస్తే ఏ పద్ధతి లేదా ప్రక్రియ మీద రోగికి గట్టి నమ్మకం ఏర్పడుతుందో దాని వల్ల తగ్గవచ్చు.

మిమ్మల్ని భయం, ఆందోళనల నుంచి నమ్మకం, ఆశల వైపు తీసుకువెళ్ళే ఏ పద్ధతి అయినా మీకు నయం చేయగలదు. ఎవరికి వారే, తాము నమ్మిన సిద్ధాంతాలు ఫలితాలను చూపిస్తున్నాయి కాబట్టి అవే సత్యమని వాదిస్తారు. కాని, ఈ అధ్యాయంలో ముందే చెప్పినట్టుగా, నిజమవటానికి వీలు లేదు.

గుడ్డి నమ్మకం ఎలా పనిచేస్తుందో చూడండి. వియన్నా ఉపశమనుడు, ఫ్రాంజ్ ఆంటన్ మెస్మర్, రోగుల శరీరాలని అయస్కాంతాలతో తాకి ఎన్నో రోగాలను నయం చేస్తున్నానని 1776లో ఘంటాపథంగా చెప్పాడు. ఆ తర్వాత ఆయన అయస్కాంతాలని వదిలేసి, ఆనిమల్ మాగ్నటిజమ్ అన్న థియరీని పెంపొందించారు. ఆయన దానిని ఒక ద్రవంగా భావించాడు. అది ఈ విశ్వం అంతటా వ్యాపించి ఉందనీ, మనిషి శరీరంలో మరింత చురుకుగా పనిచేస్తుందనీ ఆయన అభిప్రాయ పడ్డాడు.

తన చేతుల్లోంచి రోగి శరీరం వైపు పంపబడుతున్న ఈ ద్రవం రోగాన్ని నయం చేస్తుందని ఖచ్చితంగా చెప్పాడు. ప్రజలు తండోపతండాలుగా ఆయన దగ్గరికి వచ్చారు. అనేక వ్యాధులని ఆయన అద్భుతంగా నయం చేసాడు.

మెస్మర్ ప్యారిస్‌కి వచ్చేశాడు. అక్కడి ప్రభుత్వం ఆయన చేసే చికిత్సలను పరిశీలించేందుకు ఒక కమీషన్‌ని నెలకొల్పింది. ఆ కమీషన్‌లో ప్రసిద్ధులైన వైద్యులూ, అకాడెమీ ఆఫ్ సైన్స్ సభ్యులూ ఉన్నారు. వాళ్ళలో బెంజమిన్ ఫ్రాంక్లిన్ కూడా ఒకరు. లోతుగా పరీక్షలు జరిపాక, మెస్మర్ నిజంగానే రోగాలని నయం చేసాడని కమీషన్ ఒప్పుకుంది. కానీ ఆయన చెప్పిన అయస్కాంత ద్రవం సిద్ధాంతాన్ని నిరూపించటానికి ఒక్క రుజువు కూడా దొరకలేదనీ, రోగుల నమ్మకం వల్లే ఉపశమనం లభించి ఉంటుందనీ అన్నారు వాళ్ళు.

ఆ వెంటనే మెస్సర్‌కి దేశ బహిష్కరణ శిక్ష వేసారు. 1815లో ఆయన మరణించారు. అది జరిగిన కొన్నాళ్ళకి, మాన్‌చెస్టర్‌కి చెందిన డా. బ్రైడ్, డా. మెస్మర్ చేసిన చికిత్సలకీ, అయస్కాంత ప్రభావానికీ ఎటువంటి సంబంధమూ లేదని రుజువు చేసేందుకు నడుం కట్టుకున్నాడు. రోగులని ఒక కొవ్వొత్తి వెలుగు మీద దృష్టి నిలిపేలా చేయటం వల్ల, హిప్నొటైజ్ చేసి నిద్రావస్థలోకి పంపవచ్చునీ, ఆ సమయంలో అయస్కాంతం వల్ల సాధించానని మెస్మర్ చెప్పిన పేరుగాంచిన ఎన్నో చికిత్సలు చేయవచ్చునీ ఆయన కనుగొన్నారు. హిప్నోసిస్‌ని బ్రైడ్ 'ఫిజియాలజీ ఆఫ్ ఫాజినేషన్' అన్నారు (ఇక్కడ ఫాజినేషన్ అంటే స్వీకరించటం అని వస్తుంది.)

దీన్ని బట్టి మీరే గ్రహించగలరు, ఈ రకమైన చికిత్సలన్నీ ఉన్న ఊహాశక్తి వల్లా, వాళ్ళ సుప్తచేతనాత్మక మనసుకి ఆరోగ్యం గురించిన శక్తివంతమైన సూచనలు అందించటం వల్లా జరిగాయని. ఆ రోజుల్లో ఈ వైద్యం ఎలా జరిగిందో ఎవరికీ

అవగాహన లేదు కాబట్టి దీన్ని గుడ్డి నమ్మకం అనచ్చేమో.

సుప్తచేతనాత్మక మనసులోని పని (kinetic aciton) ని విడుదల చేయటం

మనస్తత్వ శాస్త్రవేత్త అయిన నా స్నేహితుడొకతను, అతని ఊపిరి తిత్తుల్లో ఒకటి దెబ్బతిన్నదని చెప్పాడు. ఎక్స్‌రేలు, పరీక్షలు చేసాక, అతనికి క్షయ వ్యాధి ఉందని తేలింది. అతను రాత్రి నిద్రపోయేముందు, ప్రశాంతంగా దృఢపరచుకునేవాడు, 'ప్రతి కణమూ, నరమూ, కణజాలమూ, ఊపిరితిత్తులలోని ప్రతి కండరమూ ఇప్పుడు సంపూర్ణంగా, స్వచ్ఛంగా, బ్రహ్మాండంగా తయారవుతోంది. నా శరీరమంతటా మళ్ళీ ఆరోగ్యమూ, సామరస్యమూ చోటుచేసుకుంటున్నాయి'.

ఇవి అచ్చుగుద్దినట్టు అతను చెప్పిన మాటలు కాదు కాని అతని మాటల సారాంశం మాత్రం ఇదే. ఒక నెల తిరిగేసరికి అతను పూర్తిగా నయమయ్యాడు. ఆ తర్వాత తీసిన ఎక్స్‌రేలో అతనికే రోగం లేనట్టు వచ్చింది.

అతనెలా చేసాడో తెలుసుకోవాలనిపించింది నాకు. అందుకని, నిద్రపోయే ముందు ఆ మాటలు ఎందుకు చెప్పాడని అడిగాను నేను. అతనిచ్చిన జవాబిది, 'మీరు నిద్రపోతున్నంతసేపూ మీ సుప్తచేతనాత్మక మనసు పనిచేస్తూనే ఉంటుంది. అందుకని, మీరు నిద్రలోకి జారుకునే ముందు మీ సుప్తచేతనాత్మక మనసుకి ఏదైనా లాభదాయకమైన పనిని అప్పచెప్పండి.' ఇది చాలా తెలివైన జవాబు. సామరస్యం, సంపూర్ణ ఆరోగ్యం గురించి ఆలోచించేటప్పుడు, అతను తన అనారోగ్యం పేరెత్తలేదు ఒక్కసారి కూడా.

మీరు మీ అనారోగ్యం గురించి మాట్లాడటం మానేయమని నా గట్టి సలహా. రోగం పేరు అసలే ఎత్తకండి. రోగం శక్తి పుంజుకునేది మీరు దానిమీద పెట్టే శ్రద్ధ నుంచి లేదా మీరు చూపే భయం నించి. పైన చెప్పిన మనస్తత్వ శాస్త్రజ్ఞుడిలా మీరు కూడా మానసికమైన వైద్యుడిలా మారండి. అప్పుడు మీ కష్టాలు కూడా ఎండిపోయిన కొమ్మలు చెట్టునుంచి రాలిపోయినట్టుగా తొలగిపోతాయి.

మీరు నిరంతరం మీ బాధ, రోగ లక్షణాల గురించే మాట్లాడుతూ ఉంటే, మీ సుప్తచేతనానికి ఉన్న ఉపశమన శక్తిని, క్రియా శక్తిని విడుదల కాకుండా చేసిన వారవుతారు. అంతేకాదు, మీ మనసు తాలూకు సూత్రాన్ని అనుసరించి, మీ ఊహలు రూపుదిద్దుకుని, 'అచ్చం నేను భయపడ్డట్టే జరిగింది,' అనేటట్టు అవుతుంది. మీ మనసుని జీవితం తాలూకూ గొప్ప సత్యాలతో నింపి, ప్రేమ అనే వెలుగువైపుకి ముందడుగు వేయండి.

లీ ఫులాస్ అన్నారు:

శరీరం/మనసుని నయం చేసే అనేకమంది వైద్యుల ప్రస్తుత ఆలోచన ఒకటే. ప్రతి అనారోగ్యం వెనకా ఒక భావోద్రేకం ఉంటుంది, దాన్నిపట్టించుకోవటం లేదు అని లేదా దాన్ని 'అణచి' వేసేసామని. పట్టించుకోని ఆ భావోద్రేకం

(సాధారణంగా కోపం, ఒత్తిడి వగైరా) ఏదయి ఉంటుంది?

మీ శరీరం/మనసు నించి వచ్చే రోగ లక్షణం మీరు జీవితంలో దేన్నో మార్చాలని మీకిచ్చే సూచన. ముందుగా శరీరం గుసగుసలాడుతుంది, తర్వాత మాట్లాడుతుంది. ఇంకా వినకపోతే, అరుస్తుంది. అయినా పట్టించుకోకపోతే 'ఆలశ్యమయిపోయింది!' అని గావుకేక పెడ్తుంది.

మీ ఆరోగ్య చిట్కాలు టూకీగా

1. మీకు ఉపశమనం దేనివల్ల కలుగుతుందో తెలుసుకోండి. మీ సుప్తచేతనాత్మక మనసుకి అందించే సరియైన నిర్దేశాలు మీ మనసుకీ, శరీరానికీ ఉపశమనం కలిగిస్తాయని గ్రహించండి.
2. సుప్తచేతనకి మీ ఆసక్తినీ, కోరికలనీ తెలియజేయటానికి ఒక పద్ధతిని పెంపొందించుకోండి.
3. మీరు కోరుకున్న లక్ష్యాన్ని ఊహించి, అది నిజంగా జరిగినట్టుగా భావించండి. ఇలా పదేపదే చేస్తే, ఖచ్చితమైన ఫలితాలు లభిస్తాయి.
4. నమ్మకం అంటే ఏమిటో నిర్ణయించుకోండి. నమ్మకం అంటే మీ మనసులోని ఆలోచనే అనీ, మీరు అనుకునేదే మీరు సృష్టిస్తారనీ తెలుసుకోండి.
5. అనారోగ్యాన్ని, మీకు నష్టం లేదా హాని కలిగించే దాన్ని నమ్మటం మూర్ఖత్వం. పరిపూర్ణ ఆరోగ్యం, సమృద్ధి, శాంతి, సంపద, దైవకృప మీద నమ్మకం పెట్టుకోండి.
6. మీరు అలవాటుగా గొప్ప, ఉన్నతమైన ఆలోచనలని ఆలోచిస్తే, అవి గొప్ప పనులుగా రూపుదాలుస్తాయి.
7. మీ జీవితంలో ప్రార్థన ద్వారా ఉపశమన శక్తిని అమలుచేయండి. ఏదైనా ఒక ఖచ్చితమైన ప్రణాళిక, ఆలోచన లేదా మానసిక చిత్రాన్ని ఎన్నుకోండి. దానితో మానసికమైన, భావనాత్మకమైన సామరస్యాన్ని ఏర్పరచుకోండి. మీ మానసిక దృక్పథం మీద మీరు నమ్మకం ఉంచుకుంటే, మీ ప్రార్థనకి సమాధానం దొరుకుతుంది.
8. ఎప్పుడూ ఒక విషయం గుర్తుంచుకోండి. నిజంగా మీకు ఉపశమన శక్తిని పొందాలని ఉంటే, దాన్ని మీరు నమ్మకం ద్వారా పొందవచ్చు. దాని అర్థం మీ చేతన, సుప్తచేతనలు పనిచేసే తీరుతెన్నులని మీరు నమ్మాలి. నమ్మకం, అర్థం చేసుకోవటం నుంచే పుడుతుంది.
9. గుడ్డి నమ్మకం అంటే శక్తుల గురించీ, వాటి ప్రభావాల గురించీ శాస్త్రీయ పరమైన అవగాహన ఏమీ లేకుండానే చికిత్స ద్వారా ఫలితాలని పొందటం.
10. రోగంతో బాధపడుతున్న మీ ఆత్మీయుల కోసం ప్రార్థించటం నేర్చుకోండి. మీ మనసుని ప్రశాంతంగా ఉంచుకోండి. ఆరోగ్యం గురించీ, జీవశక్తి గురించీ, పరిపూర్ణత గురించీ మీ మనసు చేసే ఆలోచనలు, విశ్వజనీనమైన ఆత్మాశ్రయ మనసుతో కలిసి, మీ ఆత్మీయుల మనసులో భావాల రూపంలో బయటపడుతాయి.

1974 నాటికి నా భార్యా, నేనూ ధ్యాన (ట్రాన్స్‌డెంటల్ మెడిటేషన్) సాధన మెదలెట్టాము. క్రమం తప్పకుండా రోజూ ధ్యానం చేస్తే కలిగే లాభాలని ఈ రోజుకి కూడా అనుభవిస్తున్నాము. చేతనాత్మక మనసు అత్యంత హాయిగా విశ్రాంతి చెందుతున్నప్పుడు, దాన్ని 'హిప్నాగాజిక్ స్టేట్' అంటారు. అప్పుడు ఆ చేతనం ఇచ్చిన మూల సిద్ధాంతానికి సుప్తచేతనం బాగా స్పందిస్తుందని నేర్చుకున్నాను నేను. అందుకని నేను ధ్యానంలో బాగా లీనమైనప్పుడు, నా భావాలను ధృవీకరిస్తాను.

ఇప్పుడే మీరు చదివిన అధ్యాయం శారీరక (మరియు మానసిక) రుగ్మతలని నయం చేసే శక్తి సుప్తచేతనానికి ఉందని వివరిస్తుంది కాబట్టి, నేనొక వ్యక్తిగత అనుభవాన్ని చెప్తాను చూడండి. దానికి నా దగ్గర శాస్త్రపరమైన వివరణ లేదు.

1981లో మేము ఇదాహెూలోని సన్‌వాలీలో ఉన్నాము. ఆ వాతావరణంలో నాకు గొంతు నెప్పి వచ్చి ఎంతకీ తగ్గటం లేదు. (నాకిది అసాధారణం). ఒక డాక్టరు స్నేహితుని కలిసాను. అతను నన్ను పరీక్షలు చేసి, నాకు మోనోన్యూక్లియోసిస్ అనే జబ్బు తీవ్రస్థాయిలో ఉందన్నాడు. నిజానికి అతను నన్ను రాత్రికి రాత్రే హాస్పిటల్‌లో చేరిపొమ్మని ఒత్తిడి చేసాడు. నాకు ఇంట్రావీనస్ ఇంజక్షన్లు, తదితర వైద్యాలు చేస్తానన్నాడు. నాకున్న ఈ జబ్బు నయమవటానికి నెలపైనే పట్టవచ్చుని కూడా చెప్పాడు. ఇది నాకు అంగీకార సూచకం కాదు. నేను ఆ పై వారంలో కొత్త ఉద్యోగంలో జేరబోతున్నాను. దానికోసం నేను సియాటిల్‌కి వలస వెళ్ళాలి. నా డాక్టర్ స్నేహితుడు జాలిగా నవ్వి అన్నాడు, 'జిమ్, నీకున్న సానుకూల దృక్పధాన్ని నేను మెచ్చుకుంటున్నాను, కాని నీ ఎఱ్ఱ రక్తకణాలూ, తెల్ల రక్త కణాలూ...' అంటూ శాస్త్రపరంగా నాకు వివరణ యివ్వసాగాడు. నా శరీరాన్ని పూర్వపు ఆరోగ్యస్థితికి తీసుకురావటానికి ఎందుకు అన్ని వారాలు కాని, నెలలు కాని పడుతుందో చెప్పాడు.

రాత్రికి రాత్రే నా శరీరాన్ని నయం చేసుకుతీరాలని నేను ఒంటికాలి మీద నిల్చున్నాను.

నేను ధ్యానంలో బాగా లీనమయ్యాను. నా రక్తకణాలకి ఒక తెల్లకాంతి శక్తి ఉపశమనం చేకూరుస్తున్నట్టుగా నేను ఊహించుకున్నాను. కంటి మీద కునుకు లేదనుకుంటాను. కాని నేను అత్యంత విశ్రాంతి స్థితిలో (తేటగా అనిపించింది) ఉన్నట్టనిపించింది. పైగా అంత ఎక్కువసేపు ఆ స్థితిలో అంతకు ముందెన్నడూ (ఆ తర్వాత కూడా) లేను. నిజంగా అదొక అద్భుతమైన అనుభూతి.

ఆ మర్నాడు ప్రొద్దున, చాలా శక్తి పుంజుకున్నట్టు అనిపించింది. నా భార్యకి ఫోన్ చేసి నా జాగింగ్ బూట్లు, సార్ట్స్, టీ షర్ట్ హాస్పిటల్‌కి తెమ్మని చెప్పాను. నర్సులని నా చేతి కున్న రబ్బరు ట్యూబులని తీసేయమని చెప్పి, డ్యూటీ డాక్టర్‌కి నేను జాగింగ్‌కి వెళ్తున్నానని చెప్పాను. నేను హాస్పిటల్ వదిలి వెళ్ళటానికి అతను ఇష్టపడలేదు. నేను 100 అడుగులు పరిగెత్తలేనని అన్నాడు. నిజమే నేను పరుగెత్తలేదు. ఎనిమిది మైళ్ళు పరిగెత్తాను. దాన్ని సన్‌వాలీ ప్రజలు 'లూప్' అంటారు. నాకు ఎంత ఆనందం వేసిందో!

నేను హాస్పిటల్‌కి తిరిగివచ్చేసరికి, నా డాక్టర్ స్నేహితుడు అక్కడే ఉన్నాడు. నాకు పిచ్చెక్కిందని సౌమ్యంగానే చెప్పాడు. నేను నా రక్తం పరీక్షించటానికి నా చేతి నుంచి రక్తం తీసుకోమని, పరిశోధన ఫలితాలు వచ్చాక నాకు ఇంటికి ఫోన్ చేసి చెప్పమనీ చెప్పాను. తర్వాత అతను ఫోన్ చేసి, నన్ను మళ్ళీ హాస్పిటల్‌కి రమ్మన్నాడు. ఇంకోసారి రక్త పరీక్ష చేయాలిట. అతను కోరినట్టే హాస్పిటల్‌కి వెళ్ళాను. మళ్ళీ రెండోసారి రక్తం ఇచ్చాను పరీక్ష చేయటానికి. అందులోనూ నాకు మోనోన్యూక్లియోసిస్ రోగం లేదనే వచ్చింది.

ఇంతకు ముందెన్నడూ ఇలాంటిది చూడలేదతను. నేనూ చూడలేదు. ఇప్పుడు జరిగిన దానికి శాస్త్రీయ వివరణ ఏదీ లేదు. కాని లోతుగా చూస్తే, నాకు ఉపశమనం కలగటం నేను అనుభవించానని నాకు తెలిసింది. అది నేను చేసిన సుదీర్ఘ ధ్యానం వల్లా, నాకు నయమయి తీరుతుందని నాకున్న గట్టి నమ్మకం వల్లా సాధ్యమయిందని నా నమ్మకం. దీని గురించేం ఆర్భాటం చేయలేదు నేను. తేలిగ్గా 'ధన్యవాదాలు, ప్రభూ' అని చెప్పేసి, నా పనిలో నేను మునిగిపోయాను.

ఇప్పుడు, దాదాపు *30* ఏళ్ళ తర్వాత డా. మర్ఫీ మాటలు చదువుతుంటే, ఆ ఉపశమనాన్ని కలగజేసిన శక్తి ఏమిటో పూర్తిగా అర్థమయింది. నా సుప్తచేతనాత్మక మనసు యొక్క శక్తి నిజంగా అనుభవించాను.

అన్ని ఉపశమనాలూ ఒక్క ప్రాథమిక సత్యాన్ని నమ్మటం వల్ల కలిగిన ఫలితం అన్న విషయం చెప్పాలి. తనకి శక్తినిచ్చే అంతర్గత లక్షణాల వల్ల పదార్థం ఏర్పడిందనీ, ఆశించిన దాన్ని బట్టి ఆకారం ఏర్పడుతుందనీ, అన్ని చేతనత్వాలలోనూ నిభిడీకృతమై ఉన్న సృజనాత్మక శక్తిని మేలుకొల్పటం ద్వారా పదార్థాన్ని ఎప్పుడైనా పూర్తిగా మార్చవచ్చనీ అర్థం.

దిలో నేచర్ ఆఫ్ పర్సనల్ రియాలిటీ, జేన్ రాబర్ట్స్*

*రాబర్ట్స్, ఒపి, పుట *13*

12

సుప్తచేతనం ఎప్పుడూ జీవితంవైపుకే మొగ్గు చూపుతుంది

అధ్యాయం 7 లో నేను సృజనచైతన్యాన్ని టూకీగా పరిచయం చేసాను. నేను అన్నాను:

మనలో స్వచ్ఛమైన సృజనాత్మకతకు మూల కారణం సృజనచేతనం. ఆ భాగంలోనే గొప్ప స్ఫూర్తిని, సృజనాత్మక పరిష్కారాలని పొందుతాము. మన సుప్తచేతనం లేదా జ్ఞాపకాల పొదిలో ఉన్న ఏదైనా మూల సిద్ధాంతాన్ని అధిగమించి ఉంటుంది, ఆ భాగంలో ఏదైనా సమస్యని పరిష్కరించటానికి కావాల్సిన సమాచారం. చూస్తుంటే 'మేధావు'లకి ఈ అంతులేని భాండాగారాన్ని వాళ్ళకి కావాల్సినప్పుడు వెలికితీసే సామర్థ్యం ఉన్నట్టు ఉంది.

డా. మర్ఫీ సృజనచేతనం (supraconscious) గురించి చెప్పలేదు. ఈ భాగం గురించిన పరిశోధనలో ఎక్కువ భాగం డా. మర్ఫీ 1963లో తన పుస్తకాన్ని రాసాక జరిగింది' అని కూడా రాసాను.

ఈ పుస్తకంలో ముందుకు సాగుతూ డా. మర్ఫీ 'సుప్తచేతనం' గురించి రాసిన చోటల్లా, నేను దాన్ని 'సృజనచేతనం' *(ఇటాలిక్స్‌లో)* గా మారుస్తాను, అది గనుక ఈ పుస్తకంలో సృజన చేతనాన్ని వర్ణించినట్టుగా ఉంటే *(అధ్యాయం 13 సృజన చేతనం యొక్క విధులూ, లక్షణాలూ వివరంగా చెప్తుంది).*

మీ మానసిక జీవితంలో 90 శాతం పై చిలుకు సుప్తచేతనమే. అందువల్ల ఈ అద్భుత శక్తిని వినియోగించుకోవటంలో విఫలులైన స్త్రీ, పురుషులు ఎంతో సంకుచితమైన హద్దులో ఉండిపోవాల్సి ఉంటుంది.

మీ సుప్తచేతన ప్రక్రియలన్నీ ఎప్పుడూ జీవితానికి సంబంధించి, నిర్మాణాత్మకంగా ఉంటాయి. మీ సుప్తచేతనే మీ శరీరాన్ని నిర్మించి, దాని తాలూకు జీవ క్రియలన్నింటినీ నిర్వహిస్తుంది. అది రోజుకి 24 గంటలూ పనిచేస్తూనే ఉంటుంది. నిద్రన్నమాట ఎరుగదు. ప్రతి నిముషం మిమ్మల్ని కంటికి రెప్పలా కాపాడుతూ, మీకు ఎటువంటి హాని కలుగకుండా చూస్తుంటుంది.

మీ సృజనచేతనాత్మక మనసు అనంతమైన జీవితం తోటీ, హద్దులేని వివేకం తోటీ కలిసి ఉంటుంది. దాని ప్రేరణలూ, ఆలోచనలూ ఎప్పుడూ జీవితం వైపే ఉంటాయి. మరింత వైభవమైన, మరింత ఉన్నతమైన జీవితం కోసం గొప్ప ఆకాంక్షలూ, ప్రేరణలూ, దర్శనాలూ అంకురించేది ఈ సృజనచేతనం నుంచే. మన లోతైన నమ్మకాల గురించి మనం తార్కికంగా వాదించలేము. ఎందుకంటే అవి మీ చైతన్య మనసులోంచి రాలేదు: అవి మీ సృజనచేతనం నుంచి వచ్చాయి. మీ సృజనచేతనం అంతర్ దృష్టి ద్వారానూ, ప్రేరణల ద్వారానూ, అనుభూతుల ద్వారానూ, సంకేతాల ద్వారానూ, కోరికల ద్వారానూ, ఆలోచనల ద్వారానూ, మీతో మాట్లాడుతుంది. అది ఎప్పుడూ మిమ్మల్ని ఉత్సాహం చూపమనీ, అధిగమించమనీ, ఎదగమనీ, ముందుకు దూసుకుపొమ్మనీ, సాహసాలు చేయమనీ, మరింత ఎత్తులకి చేరుకోమని చెపుతూ ఉంటుంది. ప్రేమించాలనే తపన, తోటివారి ప్రాణాలు కాపాడాలనే బలమైన ఆకాంక్ష కూడా ఈ సృజనచేతనం లోతుల్లోంచే వస్తుంది. ఉదాహరణకి, 18 ఏప్రిల్, 1906లో శాన్ ఫ్రాన్సిస్కోలో జరిగిన అతి పెద్ద భూకంపంలో బలహీనులూ, ఎంతోకాలంగా మంచాన పడి ఉన్న వికలాంగులూ, లేచి సాహస కృత్యాలు చేసి తమ అద్భుతమైన సహన శక్తిని ప్రదర్శించారు. ఎట్టి పరిస్థితిలోనైనా తోటివారిని కాపాడాలన్న తీవ్రమైన కోరిక వారి అంతరాంతరాల్లోంచి పెల్లుబికింది. దానికి తగ్గట్టే వారి సృజనచేతనం కూడా స్పందించింది.

గొప్ప కళాకారులు, సంగీత విద్వాంసులు, కవులు, వక్తలు, రచయితలు తమ సృజనచేతనంతో కలిసిపోయి ఉత్సాహాన్నీ, ప్రేరణనీ పొందుతారు. ఉదాహరణకి, రాబర్ట్ లూయి స్టీవెన్సన్ నిద్రపోయేముందు, తన సృజనచేతనానికి తనకి కథలు అల్లిపెట్టమని పని అప్పచెప్పేవాడు. అతని అకౌంట్‌లో డబ్బు చాలా తక్కువున్నప్పుడల్లా తన సృజనచేతనాన్ని ఒక మంచి, విరివిగా అమ్ముడుపోయే సంచలనాత్మక కథని ఇవ్వమని అడిగే అలవాటు ఆయనకి ఉండేది. తన లోతైన మనసు తనకి కథని విడి విడి భాగాలుగా, ఒక సీరియల్‌లాగా తనకి అందించేదని స్టీవెన్సన్ అన్నారు. దీన్ని బట్టి, మీ చైతన్యమైన మనసుకి తెలియని విషయాలని కూడా మీ సృజనచేతనం ఎలా అద్భుతంగా, తెలివిగా మీ ద్వారా మాట్లాడగలదో స్పష్టమవుతుంది.

మార్క్ ట్వెయిన్ తన జీవితంలో ఎన్నడూ ఉద్యోగం చేయనే లేదని ప్రపంచానికి ఎన్నోసార్లు చెప్పాడు. ఆయన హాస్యం, ఆయన గొప్ప రచనలు అన్నీ ఆయన తన సృజనచేతనంలో ఉన్న తరిగిపోని ఖజానా నుంచి తీసుకోవటం వల్లే వెలుగుచూసాయి.

రాబర్ట్ లూయీ స్టీవెన్సన్ తన సృజనచైతన్యాన్ని ఎలా మేలుకొలిపాడో డా. మర్ఫీ పేర్కొన్న ఉదాహరణలో ఉత్సాహకరమైన విషయం ఏమిటంటే, ఈ భాగంలోని మనసునుంచి 'మనకి వచ్చే' పరిష్కారాలు సంపూర్ణమైనవి. అవి పరిపూర్ణ పరిష్కారాలు. తన పుస్తకాల్లో ఒకదానికి స్టీవెన్సన్ ఇంకో అధ్యాయమో, కవితో రాసినప్పుడు, అతను కాగితం మీద పెట్టిన దానికి మార్పులూ, చేర్పులూ చేయటం కాని, తిరిగి రాయటం కాని చేయాల్సిన అవసరం

రాలేదు. అతను చెప్పాడని అంటారు, 'బ్రౌనీలు నా కలలోకి వచ్చి రాసారు.'

గొప్ప సృజనాత్మకత ఉన్న తక్కిన వాళ్ళు కూడా తమ సృజనాత్మకతకి కారణం సృజనచేతనమే అంటారు. మోజార్ట్ మూడేళ్లకే సంగీతం రచించటం మొదలు పెట్టాడు. తన మొట్టమొదటి పుస్తకం ఆరేళ్ళకి ప్రచురించాడు. అతనే చెప్పుకున్నాడు. నేను 'కంపోజర్'ని కానని. 'సంగీతం నాకలా వచ్చింది. అంతే.' నేను కేవలం సంగీతాన్ని అందుకున్న ట్రాన్స్‌క్రైబర్ని తప్పితే కంపోజర్‌ని కాను'.

సంగీతం శబ్దాలు విని రాసేవాడు. దాని తర్వాత బ్రాస్, పియానో, తదితర వాయిద్యాల శబ్దం విని, తను విన్నదాన్ని 'ట్రాన్స్‌క్రైబ్' చేసేవాడు. అది పూర్తి చేసాక చూస్తే, అతను ట్రాన్స్‌క్రైబ్ చేసిన దానిలో వంకలు పెట్టటానికి లేదు. మార్చాల్సిన అవసరం లేదు. అంత ఖచ్చితంగా ఉండేది. మీకు గుర్తుండే ఉంటుంది, అమదేశ్ సినిమాలో మోజార్ట్‌ని పెద్ద మోసగాడుగా చిత్రించటానికి చేసిన ప్రయత్నం. ఎందుకంటే గొప్ప రాగాలను కంపోజ్ చేసిన విద్వాంసులు అన్నారు, కేవలం ఒక్కసారి కూర్చుని ఒక రాగాన్ని సృష్టించటం, అందులోనూ మార్పులూ, చేర్పులూ చేయనవసరం లేకుండా అన్నది 'అసంభవం'.

బీథోవెన్ అన్నాడు, 'పరిపూర్ణంగా, అద్భుతంగా ఉన్న సమయంలో నా అంతర్గత చెవిలో సంగీతం వినబడుతుంది.' తర్వాత అతని జీవితంలో పూర్తిగా చెవిటివాడు అయ్యాక, కొన్ని అద్భుత రాగాల్ని సృష్టించాడు.

స్ట్రావిన్స్కీ అన్నాడు, 'నేను విన్నాను. విన్నది రాసాను., సంగీతానికి నేనొక ఛానెల్‌ని.'

రాల్ఫ్ వాల్డో ఎమర్సన్ ఆటోమాటిక్‌గా, తన ప్రమేయం లేకుండా రాసేవాడు. 'నేను బల్ల దగ్గర కూర్చుని, కలం చేతిలో పట్టుకుంటానో లేదో,ఏదో అద్భుత శక్తి నా చేతిని గట్టిగా పట్టుకుని, నేనెలా రాయాలో నాకు మార్గదర్శకత్వం వహిస్తుంది. ఈ విషయాలు నాకు తెలుసని నాకే తెలియదే అన్న గొప్ప ఉత్సాహంతో దాన్ని చదువుతాను.'

జ్ఞానం కన్నా ఊహాశక్తి ఇంకా ఎంతో ముఖ్యం.

ఆల్బర్ట్ ఐన్‌స్టీన్

మనసు చేసే పనులని శరీరం ఎలా చిత్రిస్తుంది

మీ చేతన, సుప్తచేతనల మధ్య పరస్పర క్రియ జరగాలంటే, మీ నాడీ వ్యవస్థల మధ్య కూడా అటువంటి పరస్పర క్రియ జరగాలి. చేతనాత్మక మనసుకి అంగం సెరిబ్రో స్పైనల్ సిస్టమ్, సుప్తచేతనాత్మక మనసుకి అంగం సింపథిటిక్ సిస్టమ్. చైతన్య స్థితిలో మీరు గ్రహించే ప్రభావాలు సెరిబ్రో స్పైనల్ సిస్టమ్ ద్వారా వస్తాయి. వాటి ద్వారానే శరీరంలోని ఐదు ఇంద్రియాలు స్పందిస్తాయి. మన శరీర కదలికలని మీరు స్వచ్ఛంగా నియంత్రించగలుగుతారు. ఈ వ్యవస్థకి నరాలు మెదడులో ఉన్నాయి. అది మీ చేతనాత్మక మనసు చేసే చర్యలకి ఛానెల్.

సింపతటిక్ సిస్టమ్‌ని, అసంకల్పిత (involuntary) నాడీ వ్యవస్థ అని కూడా అంటారు. దీని క్రియలకి కేంద్రాలు కడుపు వెనుకభాగంలో నున్న నాడీ గ్రంథిలో (ganglionic mass) లో ఉంది. దాన్ని నాభిచక్రము (solar plexus) అని అంటారు. ఒక్కోసారి ఎబ్‌డామినల్ బ్రెయిన్ అని కూడా అంటారు. మెదడులోని ఈ ఛానెల్ శరీరంలోని ప్రధాన జీవక్రియలకి అసంకల్పితంగా ఆధారంగా ఉంటుంది. అందుకే మనం తరచు, 'నీ కడుపులోని ప్రేగు (gut) ఏమంటోంది?' అంటాము.

ఈ రెండు వ్యవస్థలూ విడివిడిగాకానీ, కలిసికట్టుగా కాని పనిచేయగలవు. జడ్జి థామస్ ట్రోవర్డ్* అన్నారు, 'మెదడు భాగం నుంచి సంకల్పిత వ్యవస్థ (voluntary system) లో ఒక భాగంగా వేగస్ నరం వెళ్ళుతుంది. దీని ద్వారా స్వరపేటిక నియంత్రించబడుతుంది; అక్కడ్నుంచి థొరాక్స్‌కి వెళ్ళి అక్కడ్నుంచి గుండెకి, ఊపిరితిత్తులకి శాఖలుగా విస్తరిస్తుంది; చివరిగా, డయాఫ్రమ్ నుంచి వెళుతున్నప్పుడు, దానికున్న పై పొరను కోల్పోతుంది. దానివల్ల సంకల్పిత వ్యవస్థ నరాలుగా ఉన్న ప్రత్యేకతని కోల్పోయి, అసంకల్పిత నరాలతో కలిసిపోతాయి. ఆ విధంగా ఈ రెండు రకాల నరాలూ కలిసిపోయి, మనిషిని శారీరకంగా ఏక వ్యక్తిని చేస్తాయి.

'అలాగే మెదడులోని విభిన్న ప్రాంతాలకి మనసు చేసే వస్తుగత, వ్యక్తిగత చర్యలకి సంబంధం ఉంటుంది. తేలిగ్గా చెప్పాలంటే, మెదడులోని ముందు భాగాన్ని వస్తుగత చర్యలకీ, వెనుకభాగాన్నీ వ్యక్తిగత చర్యలకీ, మధ్యభాగాన్ని రెండు చర్యలకీ ఆనవాలు అని చెప్పవచ్చు.'

శరీరాన్ని పరిరక్షించే జ్ఞానం ఒకటి ఉంది

మీరు కణజాలాన్నీ, అంగాల నిర్మాణాన్నీ అధ్యయనం చేస్తే, అంటే కళ్ళు, చెవులూ, హృదయం, కాలేయం, మూత్రాశయం వగైరాలు కొన్ని కణాల సమూహంతో ఏర్పడి, సామూహిక జ్ఞానం కలిగి ఉంటాయని, అందువల్ల కలిసికట్టుగా పనిచేస్తాయని తెలుస్తుంది. మాస్టర్ మైండ్ (చేతన మనసు) సూచనలతో అవి ఆదేశాలని స్వీకరించి వాటిని అర్థం చేసుకుని, ఆచరణలో పెట్టగలవు.

మన క్లిష్టమైన శరీరంలో జరిగేది తెలుసుకోవటానికి ఏక కణజీవిని పరిశీలిస్తే తెలుస్తుంది. ఏక కణజీవికి అంగాలు లేకపోయినా, అది మానసిక చర్యలూ, ప్రతిచర్యలూ జరిగినట్టు చూపిస్తుంది. ప్రాథమిక చర్యలు, కదలిక, పోషకాహారాన్ని తీసుకోవటం, దాన్ని ఒంటపట్టించుకోవటం, వ్యర్థ పదార్థాల విసర్జన అది చేస్తుంది.

మీ శరీరాన్ని దాని మానాన దాన్ని వదిలేస్తే, దాన్ని కాపాడుకునే జ్ఞానం దానికి ఉందని ఎందరో అంటారు. అది నిజమే. కాని వచ్చిన చిక్కేమిటంటే, చేతనాత్మక మనసు ఎప్పుడూ తగుదునమ్మా అంటూ బైటికి కనిపించేదాన్ని బట్టి దాని పంచేంద్రియాలకి, సాక్ష్యాలకి అడ్డుపడుతూ ఉంటుంది. దానివల్ల తప్పుడు నమ్మకాలూ, భయాలూ, కేవల అభిప్రాయాలూ ఊపందుకుంటాయి. మీ సుప్తచేతనాత్మక మనసులో మీ మనస్తత్వమూ,

*ది ఎడిన్‌బరో లెక్చర్స్ ఆన్ మెంటల్ సైన్స్, న్యూయార్క్: *రాబర్ట్ మెక్‌బ్రైడ్ & కో, 1909.*

భావాలకి తగ్గట్టుగా అభిప్రాయాలూ దానిలో మారటం వల్ల, దానికిచ్చిన బ్లూ ప్రింట్‌లోని వివరాలకు తగ్గట్టుగా పనిచేయటం తప్ప, పాపం మీ సుప్తచేతనానికి వేరే మార్గం లేదు.

మీ సుప్తచేతనానికి దానికంటూ ప్రత్యేకంగా ఒక జీవితం ఉంది. అది ఎప్పుడూ సమతుల్యం, ఆరోగ్యం, శాంతుల వైపు పయనిస్తూ ఉంటుంది.

అంతర్గత సామరస్య సిద్ధాంతంలో ఎలా మనిషి జోక్యం చేసుకుంటాడు

సరియైన పద్ధతిలో, శాస్త్రీయ పద్ధతిలో ఆలోచించాలంటే, మనకి 'సత్యం' తెలియాలి. సత్యం తెలుసుకోవటమంటే, నిరంతరం జీవితం వైపుకు సాగే సుప్తచేతనం యొక్క అనంతమైన జ్ఞానం తోనూ, శక్తితోనూ సామరస్యం కలిగి ఉండటం.

సామరస్యత లేని ఆలోచన గాని, పనిగాని, అది అజ్ఞానం వల్ల ఏర్పడినా, కావాలని చేసినా, అది బేధానికీ, అన్ని రకాల పరిమితులకీ దారి తీస్తుంది. శాస్త్రజ్ఞులు మనం ప్రతి పదకొండు నెలలకీ కొత్త శరీరాన్ని నిర్మించుకుంటామని అంటారు. అంటే భౌతిక దృష్టితో చూస్తే మీ వయసు నిజానికి పదకొండు నెలలే అనాలి. అందువల్ల మళ్ళీ మీ శరీరంలో భయం, కోపం, అసూయ, పగ అనే లోపాలని ప్రవేశపెడితే, దానికి మిమ్మల్ని తప్ప మరెవరినీ తప్పు పట్టలేము.

మీ ఆలోచనల మొత్తమే మీరు. వ్యతిరేకమైన ఆలోచనల నుంచీ, ఊహా చిత్రాల నుంచీ మిమ్మల్ని మీరు దూరంగా ఉంచుకోగలరు. చీకటిని పారద్రోలటానికి వెలుతురొక్కటే మార్గం; చలిని పారద్రోలటానికి వెచ్చదనం ఒక్కటే మార్గం; వ్యతిరేకమైన ఆలోచనలని అధిగమనించటానికి, వాటిని మంచి ఆలోచనలతో నింపండి. మంచిని ధృవీకరించండి. చెడు మటుమాయమవుతుంది.

ఆరోగ్యంగా, శక్తివంతంగా, బలంగా ఉండటం ఎందుకు సహజం - అనారోగ్యం అసహజం

ఈ భూమ్మీద పుట్టే ప్రతి సగటు పిల్లవాడు పరిపూర్ణమైన ఆరోగ్యంతో పుడతాడు. అతని అంగాలన్నీ లక్షణంగా పనిచేస్తుంటాయి. ఇది మన సహజ స్థితి. మనం ఆరోగ్యంగా, శక్తివంతంగా, బలంగా ఉండాలి. ఆత్మ రక్షణ అనే సహజ గుణం మీ స్వభావంలో అన్నిటికన్నా సహజమైనది. అందులో అత్యంత శక్తివంతమైన, శాశ్వతమైన ఉనికి ఉన్న, నిరంతరం పనిచేస్తున్న శక్తి దాగి ఉంది. అది మీ సహజ స్వభావం. అందువల్ల మీ ఆలోచనలూ, ఊహలూ, నమ్మకాలూ అన్నీ మరింత శక్తివంతంగా పనిచేయాలన్నది స్పష్టమవుతోంది. ఎప్పుడంటే అవి మీలో అంతర్గతంగా ఉండే జీవన సూత్రంతో

సామరస్యం కలిగి ఉన్నప్పుడు. ఆ జీవన సూత్రం అన్ని విధాలుగా, ఎల్లప్పుడూ మిమ్మల్ని కంటికి రెప్పలా కాపాడుతూ ఉంటుంది. దీని అర్థం అసామాన్యమైన స్థితులని కృత్రిమంగా కలగజేసిన దానికన్నా సామాన్య స్థితిని మళ్ళీ పునరుద్ధరించటం ఇంకా తేలిక. ఇంకా ఖచ్చితం.

అనారోగ్యంతో ఉండటం అసాధారణం; అంటే దాని అర్థం మీరు జీవన ప్రవాహానికి విరుద్ధంగా వెళుతున్నారనీ, వ్యతిరేకంగా ఆలోచిస్తున్నారనీను. జీవన సూత్రం ఎదుగుదల సూత్రం; ప్రకృతి మొత్తం ఈ సూత్రం నిజమని నిశ్శబ్దంగా, నిరంతరంగా ఎదుగుతూ చూపిస్తోంది. ఎక్కడ ఎదుగుదలా, భావప్రకటనా ఉందో, అక్కడ జీవితం ఉండి తీరాలి; జీవితం ఉన్నచోట సామరస్యం ఉండాలి, సామరస్యం ఉన్నచోట పరిపూర్ణ ఆరోగ్యం ఉంటుంది.

మీ సుప్తచేతనాత్మక మనసులోని సృజనాత్మక సిద్ధాంతంతో మీ ఆలోచనలకి సామరస్యం ఉంటే, మీరు అంతర్గతంగా మీలో ఉన్న సామరస్య సిద్ధాంతానికి అనుకూలంగా ఉన్నట్టే. అదే సామరస్య సిద్ధాంతానికి అనుకూలంగా లేని ఆలోచనలు మీ మనసులో తలెత్తితే, అవి మిమ్మల్ని పట్టుకుని పీడించి, మిమ్మల్ని ఆందోళనకి గురిచేసి, బాధించి, చివరికి రోగాలను తీసుకువస్తాయి. ఇంకా వాటినే పట్టుకుని ప్రాకులాడితే, మీ ప్రాణాలే తీసుకోవచ్చు.

అనారోగ్యాన్ని నయం చేసే ప్రాతిపదికలో, మీ సుప్తచేతనంలోని జీవశక్తిని మీ శరీరమంతటా సమానంగా సరఫరా చేసేటట్టు ప్రవాహాన్ని పెంచాలి. భయం, ఆందోళన, విచారం,అసూయ, ద్వేషం లాంటి ఆలోచనలని పారద్రోలటం వల్ల ఈ పని చేయవచ్చు. వ్యర్థ పదార్థాన్ని తొలగించే క్రమాన్ని నియంత్రించే ఈ వినాశకమైన ఆలోచనలు మీ నరాలనీ, గ్రంథులనీ నాశనం చేయవచ్చు.

సమీక్షించవలసిన అంశాలు

1. మీ సుప్తచేతనమే మీ శరీరాన్ని నిర్మిస్తుంది. అది రోజులో 24 గంటలూ పనిచేస్తూనే ఉంటుంది. మీకు జీవ శక్తినిచ్చే దాని పనితీరులో మీరు వ్యతిరేక ఆలోచనల ద్వారా అడ్డం పడుతున్నారు.
2. నిద్రపోయే ముందు మీ సృజనచేతనానికి ఏదైనా సమస్యకి పరిష్కారం కనుక్కోమని చెప్పండి. అది మీకు సమాధానం చెప్తుంది.
3. మీ ఆలోచనలని గమనించండి. మీరు నిజమని అంగీకరించిన ప్రతి ఒక్క ఆలోచనా మీ మెదడు వెలుపలి పొర (ఒశీశ్రీఖతీ జూశ్రీవఞఇం) నుంచి మీ సుప్తచేతనంలోకి పంపబడుతుంది. అది మీ ప్రపంచంలోకి వాస్తవంగా తీసుకు రాబడుతుంది.
4. కొత్త బ్లూ ప్రింట్‌ని మీ సుప్తచేతనానికి అందించటం ద్వారా మిమ్మల్ని మీరు పునర్నిర్మించుకోగలరని తెలుసుకోండి.

5. మీ సుప్తచేతనం ఎప్పుడూ జీవితం వైపే మొగ్గు చూపుతుంటుంది. మీ పనల్లా మీ చేతనంతోనే. మీ సుప్తచేతనంకి నిజమైన ఆధార అంశాలని (జూతీవఎఅంవం) ఆహారంగా అందించండి. మీకు అలవాటైన మానసిక ధోరణినే మీ సుప్తచేతనం పునరుత్పత్తి చేస్తుంది.
6. ప్రతి పదకొండు నెలలకీ మీ శరీరం కొత్తగా మారుతుంది. మీ ఆలోచనలని మార్చుకోవటం, మార్చుకున్న వాటిని అలాగే ఉంచుకోవడం ద్వారా మీ శరీరాన్ని మార్చుకోండి.
7. ఆరోగ్యంగా ఉండటం సహజం. అనారోగ్యం అసహజం. ఇందులో అంతర్గతంగా ఉంది సామరస్య సిద్ధాంతం.
8. అసూయ, భయం, బెంగ, ఆందోళనలాంటి ఆలోచనలు మీ నరాలనీ, గ్రంథులనీ ధ్వంసం చేస్తాయి. దీని వల్ల అన్ని రకాల మానసిక, శారీరక వ్యాధులు కలుగుతాయి.
9. మీరు ప్రయత్నపూర్వకంగా దేన్ని నిజమని నమ్మి, ధృవీకరిస్తారో, అదే మీ మనసులోనూ, శరీరంలోనూ, వ్యవహారాల్లోనూ కనిపిస్తాయి. మంచి ధృవీకరించండి. జీవించటమనే ఆనందంలోకి అడుగుపెట్టండి.

13

సృజనచేతనం, సృజనాత్మక సమస్యా పరిష్కారం

ఒక వ్యక్తిలో అత్యంత ముఖ్యమైన భాగం సృజనచేతనం. ఇది చేతనంలో ఉన్నప్పుడు తేలిగ్గా దొరికే వస్తువు కాదు. ధ్యానం వల్లో, జీవితంలో ముంచుకొచ్చిన సమస్యలు, దృక్పథం(ఉదా: బంధకత్వం లేకపోవటం), స్వయం సూచన పద్ధతి, క్రతువులు, వగైరా మార్గాల వల్ల సృజనచేతనాన్ని మేలుకొలిపి అందుబాటులోకి తేవచ్చు.

విల్లిస్ హెర్మన్*

సృజన చేతనం మన మొత్తం వ్యక్తిత్వంలో ఎంత ముఖ్యమైన భాగం అంటే నిజంగా సృజనాత్మక సమస్యాపరిష్కారం చేయటం గురించిన చర్చలో దాని గురించి తప్పకుండా మాట్లాడుకోవాలి.

మన మనసులోని చేతన భాగం, సుప్తచేతనం, సృజనచేతనం అన్నీ ఒక్క మనసులోని భిన్న భాగాలన్న విషయాన్ని ముఖ్యంగా అర్థం చేసుకోవాలి. దేనికి దానికే ప్రత్యేకమైన కర్తవ్యాలు ఉన్నాయి. చేతనం, సుప్తచేతనాల కర్తవ్యాలను అధ్యాయం 7లో వివరంగా చర్చించటం జరిగింది. ముందు మాట ఇచ్చినట్టుగా, ఇప్పుడు మనం సృజనచేతనం గురించి మరింత లోతుగా నేర్చుకుందాం. సృజనాత్మక సమస్యా పరిష్కారాలకి సృజన చేతనాన్ని ఎలా వినియోగించుకోవచ్చో దశల వారీగా పద్ధతిని చూద్దాం.

ముందుగా, అసలు సృజనచేతనం యొక్క కర్తవ్యాలూ, లక్షణాలు గమనిద్దాము.

1. **సృజనచేతనం స్వచ్ఛమైన సృజనాత్మకతకంతా మూలం.**

- చేతనావస్థలో ఉన్న మనసు సృష్టించలేదు. ముందే సుప్తచేతనంలో నిక్షిప్తమైన సమాచారాన్ని అంచనా వేస్తుంది లేదా తక్కిన మూలాల నుంచి అంటే మనుష్యులు (*'నిపుణులు'*), పుస్తకాలు, కంప్యూటర్లు వగైరాల నుంచి మూల సిద్ధాంతాన్ని లేదా సమాచారాన్ని పోగేస్తుంది.

*హెర్మన్, విల్లిస్ మరియు రెయిన్ గోల్డ్, హెూవర్డ్. హైయర్ క్రియేటివిటీ; లిబరేటింగ్ ది అన్‌కాన్షియస్ ఫర్ బ్రేక్ త్రూ ఇన్‌సైట్స్; టార్చర్, 1984.

- చేతనాత్మక మనసు, తర్కం ఉపయోగించి, సమస్యలను పరిష్కరించగలదు, ఇటువంటి సమస్యలకు అంతకుముందు చూపిన పరిష్కారాలు తనకి లభిస్తే
- సృజనచేతనానికి, సుప్తచేతనంలో నిక్షిప్తమై ఉండని సమాచారం కూడా అందుబాటులో ఉంటుంది. దానికి అక్షరాలా విశ్వజనీన జ్ఞానం అందుబాటులో ఉంటుంది. దాని వల్ల చేతన, సుప్తచేతనల తర్కానికి మామూలుగా అందనంత 'స్వచ్ఛమైన సృజనాత్మకత'కి దారితీస్తుంది. కొందరు కళాకారులకి వాళ్ళ సృష్టి (సంగీతం, రచన వగైరా), వాళ్ళ నుంచి రాకుండా, వాళ్ళకి ఎలా వచ్చిందో ఇంతకుముందు అధ్యాయంలో ఉదాహరణలు చూసారు.

ముగింపు: ఈ భావన(లు) చేతన మనసు పనిచేసే (మరియు కోరే) స్థాయిలో వస్తాయి.

- సంగీత విద్వాంసులకి సంగీతం
- కనుగొనేవారికి పరికరాలు
- రచయితలకి కథ వగైరా

2. **సృజనచేతనం లక్ష్య నిర్దేశం చేసే ప్రేరణనివ్వగలదు.**

రెండు రకాల ప్రేరణలున్నాయి :

ఎ. సృజనాత్మక ప్రేరణ–ఇది మనం మనసారా కోరుకుంటున్న దాన్ని పొందటానికి లేదా సాధించటానికి తపన పడ్డప్పుడు.

బి. నిర్బంధకరమైన ప్రేరణ–ఇది మనం చేసి తీరాల్సిన దాన్ని చేయటం. తరచు ఇది మరెవరిదో కోరిక లేదా అవసరం అయి ఉండవచ్చు. ఉదాహరణకి మన పై అధికారి, తండ్రి, గురువు వగైరా. ఇది (చేయాలని) మన కోరిక కాదు, కాని మనం చేసితీరాలి కాబట్టి చేస్తాము.

మనలో సృజనాత్మక ప్రేరణ ఉన్నప్పుడే సృజనచేతనం శక్తిని తేలిగ్గా ప్రవహింపజేస్తోంది. సాధారణంగా మనం ఇష్టంగా చేసే పనులు ఎంత చేసినా త్వరగా అలసిపోము కాని మనం 'చేసి తీరాల్సిన పనులు' చేస్తే మాత్రం త్వరగా అలసిపోతాము.

మన లక్ష్యాలని సృజనాత్మక ప్రేరణతో ఏర్పరచుకోవటం చాలా ముఖ్యం. 'చేసి తీరాలి' అన్న మాటని కుదిరిన చోటల్లా తగ్గించటమో, పూర్తిగా పారద్రోలటమో చేయాలి. ఆఖరికి మన అంతర్‌భాషణని 'నేను చేసి తీరాలి' నుంచి 'నేను చేద్దామనుకుంటున్నాను'కి మారిస్తే శక్తి హరించుకుపోకుండా తగ్గించటమో, ఆపటమో చేస్తుంది. అదే నిర్బంధకరమైన ప్రేరణ వల్ల చేస్తే హరించుకుపోతుంది.

3. **సృజనచేతనం చేతనం స్థాయిలో మనకి తెలియకుండా పనిచేస్తుంది.**

- దాన్ని మనం గమనించలేము.
- అది ఎక్కడ దొరుకుతుందో తెలియదు.

4. సృజనచేతనానికి వేరే ప్రత్యేకమైన కంప్యూటర్ ఉంటుంది. దానికి చేతనాత్మకమైన మనసు ఏ సమస్యని అప్పచెప్పినా, దానితో పరిష్కరించి, ఆ సమయంలో ఉత్తమమైన పరిష్కారాన్ని సూచిస్తుంది.

'ఆ సమయంలో' అన్నది ముఖ్యం. మీకు పరిష్కారం అందగానే దాన్ని వాడటానికి మీరు ఇష్టపడకపోతే, మీ సమస్యకి పరిష్కారాన్ని ఇవ్వమని మళ్ళీ అడగాల్సి ఉంటుంది మీ సృజనచేతనాన్ని. కాలం గడిచినకొద్దీ, మరికొన్ని మార్పులూ, చేర్పులూ చేయవచ్చు కాబట్టి ఇచ్చిన పరిష్కారానికి, మీ సృజనచేతనం మీకు అంతకుముందు ఇచ్చిన పరిష్కారాన్ని ఇచ్చినా ఇవ్వచ్చు లేదా ఇప్పుడున్న పరిస్థితికి తగ్గట్టుగా మీ సమస్యకి కొత్త పరిష్కారాన్ని సూచించవచ్చు.

ప్రతి సమస్యకీ సృజనచేతనాన్ని వాడనక్కరలేదు. అటువంటి పరిష్కారానికి తగ్గ మూల సిద్ధాంతం లేదా సమాచారాన్ని పొందితే, మీ సమస్యల్లో *90%* మీ చేతనాత్మక మనసే పరిష్కరించగలదు.

5. సృజనచేతనానికి, సుప్తచేతనంలో నిల్వ ఉన్న మూల సిద్ధాంతాన్నంతా క్షణంలో తీసుకునే శక్తి ఉంది. దాన్ని వాడేటప్పుడు ఏ సమాచారం సరియైనదో, ఏది కాదో విడదీసి చూడగలదు కూడా.

గుర్తుంచుకోండి, మన సుప్తచేతనంలో నిక్షిప్తమై ఉన్న మూల సిద్ధాంతం మనకి అంతకు ముందు జరిగిన అనుభవాలు, ఆ అనుభవాలతో పెనవేసుకుని ఉన్న భావోద్రేకాల జ్ఞాపకాలు. దాంట్లో మనం అంతకుముందు నేర్చుకున్న 'నిజాలు' కూడా ఉంటాయి. ఇప్పుడవి పూర్తిగా తప్పుడు సమాచారం అయి ఉండవచ్చు, లేదా మన ప్రస్తుత అవసరాలకి పనికిరాకపోవచ్చు. కాని అటువంటి తప్పుడు సమాచారం, ఒక ప్రత్యేక పరిస్థితిలో నిజాన్ని లేదా వాస్తవాన్ని చూడనీయకుండా అడ్డం పడవచ్చు తరచు.

సృజన చేతనం మనని నిజానికి తీసుకువెళ్ళవచ్చు.

6. సృజనచేతనం, ఏ సమస్యనీ పరిష్కరించలేదు, చేతనాత్మక మనసు నిండా ఆ సమస్య ఆక్రమించుకుని ఉన్నంతవరకూ.

మనం ఒక సమస్య గురించి 'జీవన్మరణ సమస్య'గా భావించి, దాన్ని వదిలేయ లేకపోతే (చేతనాత్మక స్థాయిలో), మనం కోరిన, అవసరమైన జవాబుని సృజనచేతనం ఇవనీయకుండా మనమే అడ్డం పడుతున్నాము. మన సమస్యని నిర్మాణాత్మకంగా ఎలా సృజన చేతనంకి అప్పచెప్పవచ్చో ఈ అధ్యాయంలో చూపిస్తాము.

విచారిస్తూ కూర్చుంటే అనవసరంగా సమయాన్ని వృధా చేసినట్టు! (అక్షరాలా). చేతనాత్మక స్థాయిలో సమస్యని పరిష్కరించటానికి ఎన్నో సార్లు ప్రయత్నించి, విఫలమయితే, సృజనచేతనానికి ఆ సమస్యని అప్పచెప్పాలి, అది మనకి సంపూర్ణ జవాబు/పరిష్కారం ఇస్తుంది అన్న విషయం గ్రహించి. దాని తర్వాత చేతన స్థాయిలో ఆ సమస్య గురించి ఇంక ఆలోచించకూడదు.

సృజనచేతనం నుంచి అద్భుతమైన పరిష్కారాలు, మనం ఖాళీగా ఉన్నప్పుడు, (మానసికంగా) విశ్రాంతి పొందినప్పుడు వస్తాయి.

మళ్ళీ చెప్తున్నాము:

సృజనచేతనం, ఏ సమస్యనీ పరిష్కరించలేదు. చేతనాత్మక మనసు నిండా ఆ సమస్య ఆక్రమించుకుని ఉన్నంతవరకూ.

7. సృజనచేతనంలో అన్ని జీవన ప్రక్రియలూ ఉన్నాయి.

ఈ అనుభవాన్ని మీరందరూ ఎన్నోసార్లు పొందే ఉండి ఉంటారు. మీరు మామూలుగా ప్రతిరోజూ 6 గంటలకి లేస్తారనుకుందాం. కాని రేపొద్దున్న మీరు హాయిగా గడపటానికి ఊరు వెళుతున్నారు, తెల్లవారుఝామున విమానాన్ని పట్టుకోవాలి, 4 గంటలకల్లా లేచి తీరాలి. మీరు అలారం పెట్టుకుంటారు. మీతో కలసి ప్రయాణం చేయబోయే స్నేహితురాలిని కూడా ఎందుకన్నా మంచిదని అడుగుతారు, ఏమనుకోకపోతే కొంచెం నన్ను 4 గంటలకి లేపుతావా అని. మీరు మంచం మీద పడుకున్నప్పుడు రేపు పొద్దున్న నాలుగింటికి లేవటం ఎంత ముఖ్యమో మీకు మీరు చెప్పుకుంటారు. ఈ అంతర్గత సంభాషణ, చేతనం నుంచి సృజనచేతనానికి విన్నపం, పొద్దున్న 4 గంటలకి లేపమని. హాయిగా గాఢనిద్రలోకి జారుకుని, కొన్ని గంటల తర్వాత ఎవరో కుదిపినట్టు లేచి కూర్చుంటారు. అది మీరు మామూలుగా లేచే సమయానికన్నా ఎంతో ముందు అని తెలుసుకుంటారు. ఎందుకంటే ఇంకా చిమ్మచీకటిగా ఉంది. ఒక పక్కకి తిరిగి మీ డిజిటల్ గడియారం వైపు చూస్తే 3.59 కనిపిస్తోంది. మీరు చెయ్యి చాచి అలారం ఆపేలోపే, సరిగ్గా అప్పుడే గడియారం 4.00కి చేరుకుని, మీరు దాన్ని ఆపుతుండగానే బయ్యిమని అలారం కూడా మోగుతుంది. లైటు వేసి, మీరు మంచం చివర కూర్చుని మీరు వెళ్లబోయే సరదా ప్రయాణం గురించి ఆలోచిస్తుంటే, ఫోను మ్రోగుతుంది. నువ్వు నిద్రలేచే సమయమయింది సుమా అని మీ స్నేహితురాలి నుంచి వచ్చింది ఆ ఫోను. కాని నిజానికి మిమ్మల్ని లేపింది ఎవరు? మీ సృజనచేతనం. ఎందుకంటే మీరు నిద్రపోయే ముందు దానికి మీరు ఇచ్చిన ఆదేశం అది.

సృజనచేతనం ఎన్నడూ పడుకోదు. సృజనచేతనంలో అన్ని జీవన ప్రక్రియలూ ఉన్నాయి.

8. సృజనచేతనం మన ఆత్మభావన ఏ స్థాయిలో ఉంటే ఆ స్థాయికి అనుగుణంగా కార్యాలూ, వాటి ఫలితాలూ ఉండేలా చూస్తుంది.

జ్ఞాపకశక్తి గురించి మన ఆత్మభావన, 'నేను ఎన్నడూ పేర్లని గుర్తుపెట్టుకోలేను' అని ఉంటే, ఎదుటివ్యక్తి పేరు చెప్తున్నప్పుడు మనం వినకుండా కావాలని అడ్డుపడుతుంది సృజనచేతనం. ఎందుకంటే, 'మన ఆత్మభావన ఏ స్థాయిలో ఉంటే ఆ స్థాయికి అనుగుణంగా మన కార్యాలు ఉండేటట్టు చూడటానికి.'

గుర్తుంచుకోండి, మన జీవితంలో ఏ రంగంలోనైనా మన ఆత్మభావన మనం పొందే విజయపు స్థాయిని నిర్దేశిస్తుంది (అధ్యాయం 4 చూడండి)

సుప్తచేతనంలో పొందుపరిచిన మన 'స్వీయ చిత్రం' మార్చకపోతే, మనం పదే పదే అలాగే చేస్తూ ఉంటాము. దీనికి సూత్రం, ఆ చిత్రాన్ని మార్చటమే. దీన్ని మన అంతర్భాషణ వల్ల మార్చాలి. అందులో ధృవీకరణ ప్రక్రియ, పద్ధతులు వాడాలి (అధ్యాయం 8 చూడండి)

ఇంతకుముందే చెప్పినట్టుగా, ప్రాథమికంగా పనిచేస్తున్న సూత్రం ఇది:

> ఏ ఆలోచన అయినా, సానుకూల లేదా వ్యతిరేక, చేతనాత్మక మనసులో నిరంతరం ఉంటే, దాన్ని సృజనచేతనాత్మక మనసు నిజం చేసి తీరాలి.
>
> విలియమ్ జేమ్స్ (చెప్పిన భావం)

జీవితంలో జరిగే ప్రతిదానికీ మనమే పూర్తిగా బాధ్యులం.

అవును, అనుకోకుండా జరిగేవి కొన్ని ఉంటాయి. కాని అవి చాలా తక్కువ. మనం చేసే అన్ని పనులకీ మనమే బాధ్యత తీసుకుని, జవాబుదారీ అయితే, మన జీవితాలు మరింత మెరుగ్గా ఉంటాయి.

సృజనాత్మక సమస్యాపరిష్కారానికి ఐదు దశలు:

మనకి సరియైన సమాధానం లేదా పరిష్కారం దొరకక, 'వేరే మార్గం లేదు' అనిపించిన సమస్యలను పరిష్కరించటంలో మనకి అక్షరాలా సృజనచేతనం ఎలా తోడ్పడేటట్టు చేసుకోవాలో మార్గాలు ఇవ్వబడ్డాయి, ఈ క్రింద.

1. సమస్యని నిర్వచించండి.
2. మూల సిద్ధాంతాన్ని పోగేయండి.
3. చేతనాత్మకంగా సమస్యని పరిష్కరించటానికి ప్రయత్నించండి.
4. చేతనాత్మక స్థాయిలో సమస్యని పరిష్కరించ లేకపోతే, ఆ సమస్యని సృజనచేతనానికి మళ్ళించండి.
5. మీ చేతనాత్మక మనసుని వేరే దేనిమీదో పెట్టండి.

తన అద్భుతమైన పుస్తకం ది ఎఫెక్టివ్ ఎక్సిక్యూటివ్* లో పీటర్ డ్రక్కర్ సమర్థతకీ, సార్థకతకీ మధ్య తేడాని ఎత్తిచూపారు. ఆయన అంటారూ, 'సమర్థత అంటే పనులను సరియైన పద్ధతిలోచేయగలిగిన సామర్థ్యం.' సార్థకత అంటే సరియైన పనులను చేయగలిగిన సామర్థ్యం' ఒక ఎక్జిక్యూటివ్ 100 నిర్ణయాలు తీసుకోవాల్సి వస్తే, వాటిలో కేవలం ఐదు మాత్రమే వ్యాపారానికి ఏదైనా లాభదాయకంగా ఉండవచ్చని అంటారు ఆయన.

*డ్రక్కర్, పీటర్ ఎఫ్, ది ఎఫెక్టివ్ ఎక్జిక్యూటివ్; గైడ్ టు గెట్టింగ్ ది రైట్ థింగ్స్ డన్. హార్పర్ పేపర్‌బుక్స్, రివైజ్‌డ్ ఎడిషన్, 2006

అంటే దాని ఉద్దేశం, మీలో వచ్చిన మార్పుని లెఖ్ఖపెట్టటానికి ఒక సూపర్ కంప్యూటర్ అఖ్ఖరలేదు. అలాగే ప్రతి చిన్న సమస్యకీ సృజనచేతనాన్ని వినియోగించాల్సిన అవసరమూ లేదు.

అందుకని మళ్ళీ ఒకసారి సృజనాత్మక సమస్యాపరిష్కారానికి ఐదు దశలు ఇవి:

1. సమస్యని నిర్వచించండి:

- దాన్ని కాగితం మీద రాయండి.
- సమస్యని స్పష్టంగా నిర్వచించారో లేదో తేల్చుకోండి. సరిగ్గా దేనికి పరిష్కారం కావాలో తెలుసుకోండి.
- డా. గార్డినర్ మర్ఫీ, పేరున్న సైకాలజిస్ట్, అమెరికన్ సొసైటీ ఫర్ సైకికల్ రిసెర్చ్ ప్రెసిడెంట్, అన్నారిలా, 'నా సమస్యల్లో అరవయి - ఐదు శాతం వరకు సరిగ్గా పరిష్కరించబడ్డాయి. సమస్య సరిగ్గా నిర్వచించబడిన తక్షణమే నాకు అత్యంత శ్రేష్ఠమైన పరిష్కారాలు దొరుకుతాయి.

2. మూల సిద్ధాంతాన్ని ప్రోగేయండి.

- ఇది మీ సుప్తచేతనంలో నిక్షిప్తమై ఉన్న మీ స్వంత అనుభవం నుంచి వచ్చిన మూల సిద్ధాంతమే కావచ్చు.
- మీరొక సలహాదారుడినో లేదా 'నిష్ణాతులు'నో పెట్టుకోవచ్చు.
- పుస్తకాలు, రిపోర్టులు, కంప్యూటర్ సమాచారాలు వగైరాలలో ఉన్న రాతపూర్వక మూల సిద్ధాంతాన్ని పరిశోధించాలి.

ఈ తతంగమంతా ఎక్కువసేపు తీసుకోకూడదు. తప్పనిసరిగా సమాచారం సేకరించాల్సిన వాళ్ళు ఎప్పుడూ 'ఎక్కువ' సమాచారం తెలుసుకుని ఉండాలి నిర్ణయంతీసుకునే ముందు. వాళ్ళు ఆలస్యం చేయటానికి ప్రయత్నించవచ్చు. అది గెలుపొంధలేమన్న భయం నుంచి ఏర్పడుతుంది.

3. 'చేతనాత్మకంగా సమస్యని పరిష్కరించటానికి ప్రయత్నించండి.

సమస్యని చేతనాత్మక స్థాయిలో పరిష్కరించటానికి చూస్తాము. కొన్ని సమస్యలు 'బ్లాక్ అండ్ వైట్' సమస్యలు అంటే దానికి ఒక్కటే సరియైన పరిష్కారం ఉంటుంది. కాని కొన్ని సమస్యలకి అనేక పరిష్కారాలుంటాయి. అలాంటి చోట అత్యంత గొప్ప పరిష్కారాన్ని ఎన్నుకోగలగటంలో మన ప్రజ్ఞాపాటవాలు దాగి ఉన్నాయి.

దశ 3లో, వేగం ముఖ్యం. సాధారణంగా, చాలా మటుకు సమస్యలు ఈ మొదటి మూడు దశల్లోనే, చేతనాత్మక స్థాయిలోనే పరిష్కరింపబడిపోతాయి.

4. చేతనాత్మక స్థాయిలో పరిష్కరించలేకపోతే, సమస్యని సృజనచేతనానికి అప్పచెప్పండి.
ఎప్పుడు సృజనచేతనానికి అప్పచెప్తారు?

మీరు వీలున్న పరిష్కారాలన్నీ మళ్ళీ మళ్ళీ ప్రయత్నిస్తున్నప్పుడు. ఇంకో మాటలో చెప్పాలంటే, మీరు సమస్యని స్పష్టంగా నిర్వచించారు. కావాల్సిన సమాచారాన్నంతా పూర్తిగా సేకరించారు. దానికి వీలున్న పరిష్కారాలన్నీ, మీకు తోచినంత మేరకు, పట్టిక తయారుచేసారు. కాని మీరు పరిష్కారాలనుకున్నవేవీ అసలు పరిష్కారం కాలేదు.

సృజనచేతనానికి ఎలా అప్పచెప్తారు?

ఎ) సమస్య నిర్వచనాన్ని మళ్ళీ చెప్పుకోండి.

బి) సృజనచేతనానికి అప్పచెప్పితే, సమస్య పరిష్కారం అయిపోయింది అన్న నమ్మకంతో, సమస్యని తీసుకుని, అత్యుత్తమ పరిష్కారాన్ని అందించమని మీ సృజనచేతనాన్ని కోరండి.

సి) ఒకవేళ ఫలానా తారీఖులోగా అవాలంటే, ఆ విషయం కూడా తెలియజేయండి సృజనచేతనానికి.

5. మీ చేతనాత్మక మనసుని వేరే దేనిమీదో పెట్టండి.

ఎ) సమస్య గురించి ఇంక చేతనాత్మక స్థాయిలో ఆలోచించకండి. వెళ్ళి 'గోల్ఫ్ ఆడండి.' తీరికలోంచి పుడ్తుంది సృజనాత్మకత.

బి) సమస్యని తిరగదోడకండి (చేతనాత్మక స్థాయిలో), ఎంతవరకూ ముందుకు సాగిందో తెల్సుకోవటానికి.

'విత్తనాన్ని తవ్వి తీయకండి' అన్నట్టుగా, ఒకసారి దాన్ని సృజనచేతనానికి అప్పచెప్పాక, రైతులాగా నమ్మకం పెట్టుకోండి. అతను వసంతకాలంలో విత్తనాలు నాటి, చక్కటి పంట ఆకురాలే కాలంలో వస్తుందన్న గట్టి నమ్మకంతో ఉంటాడు.

సృజనాత్మక పరిష్కారం వచ్చినట్టు ఎలా తెలుస్తుంది?

గుడి గంటలు మ్రోగవు. దేవతలు ప్రత్యక్షమవరు. రంగురంగుల పొగ కనబడదు. అయినా అది మీకు సృజనచేతనం నుంచే వచ్చిందని తెలుస్తుంది. ఎందుకంటే అది సంపూర్ణ పరిష్కారం అవుతుంది. ఏమీ లొసుగులు ఉండవు. మీకు చిన్నతనంగా అనిపించి కోపం రావచ్చు లేదా 'స్పష్టంగా కనిపించి మీ కళ్ళు మిరుమిట్లుగొల్పేలాగా చేయవచ్చు'. అన్నిటికన్నా తమాషా అయినది, మీ అంతర్భాషణే అనచ్చు! 'నాకెందుకు ఈ ఆలోచన రాలేదు!'

సాధారణంగా ఈ పరిష్కారం మీరు ఏ ముఖ్యమైన పనీ చేయనప్పుడు వస్తుంది. మీరు కారు నడుపుతూనో, పగటి కలలు కంటూనో ఉంటారు. లేదా అప్పుడే గాఢ నిద్ర నుంచి లేచి ఉంటారు.

నేనే ఎన్నోసార్లు సమావేశాలకి వెళ్ళినప్పుడు, ఇతరులు వాళ్ళ సమస్యా పరిష్కారం కోసం నా మీద ఆధారపడిన సంఘటనలున్నాయి. పరిష్కారం దొరకకుండానే

సమావేశానికి హాజరు అయ్యేవాడిని. కాని మాట్లాడటానికి నా వంతు వచ్చేసరికి, జవాబు దానికదే వస్తుందన్న గట్టి నమ్మకం ఉండేది. నా నోరు తెరిచి, నా నోటి నుంచి శబ్దం బయటకి రావటం మొదలవుతుందో లేదో, దోషరహితమైన పరిష్కారం వచ్చేది. ఈ విషయం ఎలా పనిచేస్తుందో తెలిసినా కూడా, ఇతరులు ఎంత ఆశ్చర్యపోతారో నేనూ అంతే ఆశ్చర్యపోతాను. దాదాపు ప్రతీసారీ అది పనిచేస్తుంది.

ఈ సమాచారం ఎక్కడ్నుంచి వస్తుందని మీరడగవచ్చు.

ఒక సిద్ధాంతం, కార్ల్‌జంగ్ చెప్పే సామూహిక అచేతనం. ఆ సిద్ధాంతం ప్రకారం,ఎక్కడో చేతనత్వపు లోతుల్లో, ఈ విశ్వంలో ఉన్న ప్రతి ఒక్కరితో మనకి నిగూఢంగా అనుబంధం ఉంది అంటారు ఆయన. ఇలాంటి చోటే ఇయస్‌పి (extra sensory power), అంతర్వాణి (telepathy) సిద్ధాంతాలు పనికివస్తాయి. మనం దేన్నో చూడలేనంతమాత్రాన అది లేదని కొట్టి పారేయకూడదు.

మరింత అభివృద్ధి చెందిన విజ్ఞాన శాస్త్రం, మనం సమాచారపు మొత్తము రాశి (quantum field of information)ని ఎలా పట్టుకోవచ్చో చూపిస్తుంది.

దీన్నే రాల్ఫ్ వాల్డో ఎమర్సన్ మొత్తం సమాచారపు విశ్వ నిధి (universal pool of all knowledge) అంటారు. అది ఎక్కడో చేతనత్వపు లోతుల్లో మనందరికీ అందుబాటులో ఉంటుంది అంటారు.

కొంతమంది దీన్నే దేవుడనీ, దైవకృప అనీ అంటారు.

ఎవరెలా నమ్మినా, అదంతా పనిచేసే తీరు ఒక్కటే. సృజనచేతనం, దాని నమ్మశక్యం కాని అమోఘ శక్తుల గురించి అర్థం చేసుకుంటే ఎందరికో అద్భుతంగా మారుతుంది జీవితం.

> జ్ఞానోదయం అంటే అన్ని ప్రశ్నలనూ, సమస్యలనూ సృజనచేతనాత్మక మనసుకి వేయటం. ఆ మనసు ఏక మనసు (one mind)తో మమేకం చెంది ఉంటుంది. అప్పుడు వచ్చే జవాబులు ఒక వ్యక్తికే కాదు, అందరికీ అత్యుత్తమమైనవి అవుతాయి. సృజనచేతనాత్మక మనసుకి హద్దులు లేవు. హద్దులని అనుభవిస్తున్నామంటే, అవి మానవ మనసుకి పరిమితులున్నాయని మన నమ్మకాల వల్ల కలిగినదే.
>
> వ్యక్తిత్వము పరిపూర్ణంగా ఉందంటే దాని అర్థం చేతనత్వం, సృజనచేతనత్వపు ఎన్నికతో ఐక్యం చెందిందని. అప్పుడు ఒక వ్యక్తి మనసులో సుప్తచేతనం, చేతనం, సృజన చేతనం మధ్య ఘర్షణ లేకుండా, అవి మూడూ పూర్తిగా మమేకం చెంది, అన్నీ ఒకటే లక్ష్యం వైపు గురి చేసి ఉన్నట్టు లెఖ్ఖ.
>
> విల్లిస్ హెర్మన్

14

మీకు కావాల్సిన ఫలితాలను పొందటం ఎలా

ఓటమికి ప్రధాన కారణాలు: ఆత్మ విశ్వాసం కొరవడటం, మరీ ఎక్కువ శ్రమపడటం

ఈ పుస్తకంలో నేను టిమ్ గాల్‌వే గురించి అనేకసార్లు ప్రస్తావించాను. అత్యధికంగా అమ్ముడుపోయిన అతని పుస్తకం, ది ఇన్నర్ గేమ్ ఆఫ్ టెన్నిస్ నుంచి నేను నేర్చుకున్న ముఖ్యాంశాల్లో ఒకటి - 'ప్రయత్నిద్దాములే అన్నది విజయానికి అడ్డం.' మా సెమినార్లలో మేము చెపుతూ ఉండేవాళ్ళం 'అది జరిగేలా చూడండి'. టిమ్‌ని కలిసాక, మా పదజాలాన్ని మార్చి, 'అది జరగనీ!' అనే వాళ్ళం. ఏదైనా సమస్యని పరిష్కరించేటప్పుడు ఎక్కడైనా, ముందుకు సాగలేకపోతే, తరచు అనుకునే మాట 'మరీ ఎక్కువ శ్రమపడుతున్నామా?'

పైన డా. మర్ఫీ రాసినట్టుగా, 'ఓటమికి ప్రధాన కారణాలు: ఆత్మ విశ్వాసం కొరవడటం, మరీ ఎక్కువ శ్రమ పడటం.'

చాలా మంది తమ సుప్తచేతనం (మరియు సృజనచేతనం) పనిచేసే తీరుని పూర్తిగా అర్థం చేసుకోకపోవటం వల్ల వాళ్ళ కోరికలకి సమాధానాలు దొరకకుండా అడ్డుపడుతూ ఉంటారు. మీ మనసు ఎలా పనిచేస్తుందో తెలుసుకుంటే, మీలో కొంత ఆత్మ విశ్వాసం పెరుగుతుంది. గుర్తుంచుకోండి, మీ సుప్తచేతనం ఒక ఆలోచనని స్వీకరించినప్పుడల్లా, దాన్ని వెంటనే అమలులో పెడుతుంది. తనకున్న బలమైన వనరులన్నీ ఆ లక్ష్యాన్ని సాధించటానికీ ఉపయోగించుకుంటుంది. మీ మనసులోతుల్లోని (సృజనచేతనం) మానసిక, ఆధ్యాత్మిక నియమాలన్నింటినీ సంఘటితపరుస్తుంది. ఈ సూత్రం మంచి ఆలోచనలకీ, చెడు ఆలోచనలకీ కూడా ఒక్కలాగే పనిచేస్తుంది. అందువల్ల, మీరు దాన్ని వ్యతిరేకమైన పద్ధతిలో ఉపయోగించుకుంటే, అది మీకు సమస్యలని తెచ్చిపెడుతుంది. ఓటమినీ, సందిగ్ధాన్నీ కలుగజేస్తుంది. అదే నిర్మాణాత్మకంగా ఉపయోగించుకుంటే, అది మీకు మార్గదర్శకాన్నీ, స్వేచ్ఛను, మనశ్శాంతినీ ప్రసాదిస్తుంది.

మీ ఆలోచనలు సానుకూలంగా, నిర్మాణాత్మకంగా, ప్రేమపూరితంగా ఉంటే సరైన జవాబు తప్పకుండా లభిస్తుంది. దీన్నించి ఒక విషయం ఖచ్చితంగా తెలుస్తోంది. ఓటమిని అధిగమించటానికి మీరు చెయ్యవలసిందల్లా, మీ ఆలోచన లేదా కోరికని, మీరు నిజమని మీరు నమ్మి, దాన్ని మీ సుప్తచేతనం అంగీకరించేటట్టు చేయటమే. అప్పుడు మనస సూత్రం తక్కిన విషయాలని అదే చూసుకుంటుంది. మీ కోరికని నమ్మకంతో, ఆత్మ

విశ్వాసంతో అందజేయండి. మీ సుప్తచేతనం వాటిని అందుకుని, మీకు జవాబు చెప్తుంది.

మనసుని నిర్బంధిస్తే మాత్రం మీరు ఆశించిన ఫలితాలని పొందలేరు. మానసికంగా ఒత్తిడి చేస్తే మీ సుప్తచేతనం స్పందించదు. మీ నమ్మకానికీ, మీ చైతన్యం ఆమోదించిన దానికీ మాత్రమే లొంగుతుంది.

మీరు ఆశించిన ఫలితాలు రాకపోవటానికి కారణం ఇలాంటి మాటలు అనుకోవడం వల్ల కూడా కావచ్చు; 'పరిస్థితి మరీ ఘోరంగా తయారవుతోంది,', 'నాకెన్నటికీ జవాబు దొరకదు,' 'నాకు ఏ దారీ తోచటం లేదు, అసలేం ఆశాజనకంగా లేదు,' 'ఏం చేయాలో తోచటం లేదు,' 'నాకు అంతా అయోమయంగా ఉంది' ఇటువంటి మాటలను మీరు వాడితే మీ సుప్తచేతనాత్మక మనసు నుంచి ఏ విధమైన సమాధానమూ లేదా సహకారమూ లభించదు మీకు.

మీరు ఒక టాక్సీలోకి ఎక్కి ఆ డ్రైవర్‌కి ఐదు నిముషాల్లో అరడజను భిన్న సూచనలను ఇచ్చారనుకోండి, అతను చెప్పలేని అయోమయంలో పడిపోతాడు. మిమ్మల్ని ముందుకు తీసుకువెళ్లడానికి నిరాకరించినా నిరాకరించవచ్చు. ఇదే సూత్రం మీ సృజనచేతనానికీ వర్తిస్తుంది. మీ మనసులో స్పష్టమైన ఆలోచనలుండాలి. దీన్నించి బయటపడే మార్గం ఉంది. మిమ్మల్ని వేధిస్తున్న సమస్యకి పరిష్కారం ఉంది అని ముందు మీరు ఖచ్చితంగా అనుకోవాలి. మీ సృజనచేతనంలోని అనంతమైన జ్ఞానానికి మాత్రమే సమాధానం తెలుసు. మీ మనసులో స్పష్టంగా ఈ అభిప్రాయానికి చేరుకున్నప్పుడు, మీ మనసు ఒక నిర్ణయానికి వచ్చినట్టే. ఇక మీ నమ్మకాన్ని బట్టి, ఆ పని జరిగి తీరుతుంది.

మనసు తేలిగ్గా ఉండాలి

ఒకసారి ఒక ఇంటి యజమాని తన యింటికి తన ఫర్నేస్‌ని బాగు చేయటానికి వచ్చిన మనిషి మీద మండిపడ్డాడు. ఒక చిన్న బోల్ట్‌ని బాయిలర్‌కి బిగించి రెండు వందల డాలర్లు వసూలు చేసినందుకు ఆ కోపం. మెకానిక్ చెప్పాడు, 'బోల్ట్‌ని బిగించటానికి ఐదు సెంట్లే తీసుకున్నాను. ఆ తక్కిన నూట తొంభై తొమ్మిది డాలర్లూ, తొంభై తొమ్మిది సెంట్లూ ఎక్కడ లోపముందో కనిపెట్టినందుకు తీసుకున్నాను.'

అలాగే, మీ సుప్తచేతనాత్మక మనసు కూడా ఒక నైపుణ్యం గల మెకానిక్, దానికి అన్నీ తెలుసు. దానికి మీ శరీరంలోని ఏ అంగాన్నైనా ఎలా బాగుచేయాలో తెలుసు. మీ వ్యవహారాలూ తెలుసు. ఆరోగ్యంగా ఉన్నానని విజ్ఞప్తి చేయండి. దాన్ని మీ సుప్తచేతనం జరిగేటట్టు చూస్తుంది. కాని దానికి అసలు కీలకం మనసు విశ్రాంతిగా ఉండటం. 'మనసు తేలిగ్గా వుండాలి' వివరాల గురించీ, మార్గాల గురించీ ఆలోచించి బుర్రబద్దలు కొట్టుకోకండి. ఫలితం ఏమిటో తెలుసుకోండి చాలు. మీ సమస్యకి సంతోషకరమైన పరిష్కారం పొందిన అనుభూతి చెందండి. అది ఆరోగ్యమైనా, ఆర్థిక విషయాలైనా, వ్యక్తిగత సంబంధాలైనా, ఉద్యోగ విషయమైనా సరే. ఒక పెద్ద జబ్బు నుంచి కోలుకున్నాక మీకెలా అనిపించిందో ఒక్కసారి గుర్తుకు తెచ్చుకోండి. మీ కొత్త

ఆలోచనని ముగిసిపోయిన స్థితిలో ఉన్న ఆత్మాశ్రయమైన (touchstone) ఒక విషయంగా భావించుకోవాలి. భవిష్యత్తులో ఎప్పుడో జరుగబోయే విషయంలా కాదు, ఇప్పుడు జరుగుతున్న విషయాలూ ఉండాలి.

శత్రువుని ఊహించుకోకండి, ఊహాశక్తిని ఉపయోగించండి. ఆత్మ నిగ్రహాన్ని కాదు

సుప్తచేతనాత్మక మనసుని ఉపయోగిస్తున్నప్పుడు, ఏ శత్రువునీ ఊహించుకోకండి. ఆత్మ నిగ్రహాన్ని ప్రదర్శించకండి. ఫలితాన్నీ, అది మీకు అందివ్వబోయే స్వేచ్ఛనీ ఊహించండి. మీ బుద్ధి మీకు అడ్డంపడుతుంది. కాని తేలిగ్గా, పసిపిల్లల్లా, అద్భుతాలు జరుగుతాయన్న నమ్మకంతో గట్టిగా ఉండండి. మీకు అనారోగ్యం కాని సమస్య కాని లేనట్టుగా ఊహించుకోండి. మీరు కోరుకునే స్వేచ్ఛతో కూడిన స్థితి మీకందించే ఆనందాన్ని ఊహించుకోండి. ఈ ప్రక్రియలోంచి క్లిష్టమైన మార్గాలన్నీ తొలగించండి. తేలికైన మార్గమే అన్నిటికన్నా గొప్పది.

తారుమారు అయిన ప్రయత్నం సూత్రం, అడిగిన దానికి వ్యతిరేకంగా ఎందుకు పొందుతారు

కుఎ ప్రసిద్ధి చెందిన ఫ్రెంచ్ మనస్తత్వవేత్త. ఆయన తారుమారు అయిన ప్రయత్నం సూత్రాన్ని ఇలా నిర్వచించారు; "మీ కోరికలూ, ఊహలూ ఒకదానితో ఒకటి ఘర్షణ పడ్డప్పుడు, తప్పనిసరిగా మీ ఊహలదే పైచేయి అవుతుంది."

ఉదాహరణకి, నేలమీదున్న ఒక సన్నని పలకమీద నడవమని మిమ్మల్ని ఎవరైనా అడిగితే, మారు మాట్లాడకుండా మీరాపని చేస్తారు. కాని అదే పలక ఇరవై అడుగుల ఎత్తున, రెండు గోడల మధ్య పరచి ఉన్నట్టయితే, మీరు దానిమీద నడుస్తారా? దాని మీద నడవాలన్న మీ కోరికకి, మీ ఊహ లేదా పడిపోతానన్న భయం అడ్డొస్తాయి. పడిపోతానేమో అనే ఊహ మీ మనసంతా ఆక్రమించి, మరింత బలం పుంజుకుంటుంది. మీ కోరిక, మీ ఆత్మనిగ్రహం, ఆ పలక మీద నడవాలన్న మీ ప్రయత్నం అన్నీ తారుమారు అవుతాయి. ఓడిపోతానన్న ఆలోచనే బలంగా నిలబడుతుంది.

మానసిక ప్రయత్నం ఖచ్చితంగా ఓడిపోతుంది. దానివల్ల కోరుకున్న దానికి వ్యతిరేకంగా జరుగుతుంది. ఉన్న పరిస్థితిని ఎదుర్కోలేని అశక్తత సూచించినప్పుడు అది మీ మనసులో బలంగా ఉంటుంది. మీ సప్తచేతనం ఎప్పుడూ బలమైన ఆలోచనకే లొంగుతుంది. రెండు విభిన్న సూచనలు ఉన్నప్పుడు మీ సుప్తచేతనం ఏది ఎక్కువ బలమైనదో దాన్నే అంగీకరిస్తుంది. ఇక్కడ అశక్తత బలమైనది.

'నాకు ఉపశమనం కావాలి, కాని నాకది దొరకదు,' 'నేనెంతో గట్టి ప్రయత్నం చేస్తున్నాను.' 'నేను ధృవీకరించిన వాటిని చేయటానికి బలవంతంగా ప్రయత్నిస్తున్నాను,'

'నాకున్న ఆత్మనిగ్రహ శక్తినంతా ధారపోస్తున్నాను' ఇలాంటి మాటలు మీరు వాడుతుంటే, మీ ప్రయత్నంలోనే లోపం ఉందని గ్రహించాలి మీరు. ఆత్మనిగ్రహం సాయంతో మీ ఆలోచనని స్వీకరించమని ఎన్నడూ మీ సుప్త చేతనంని బలవంత పెట్టకండి. అటువంటి ప్రయత్నాలు ఓటమినే చవిచూస్తాయి. మీరు అడిగిన దానికి తారుమారు అవుతాయి ఫలితాలు.

ఈ క్రింది అనుభవం సాధారణంగా అందరికీ జరిగేదే. ఏదైనా పరీక్ష రాసే విద్యార్థులు, పరీక్ష హాల్లో కూర్చుని, ప్రశ్నాపత్రం చదవగానే, వాళ్ళు కష్టపడి చదివినదంతా గాలికి ఎగిరిపోయినట్టుగా అనిపిస్తుంది. వాళ్ళ ముందున్న ఖాళీ కాగితాల లాగే వాళ్ళ మెదడు కూడా ఖాళీ అయిపోతుంది. మచ్చుకి ఒక్క ముక్క కూడా గుర్తుకు రాదు. పళ్ళు గట్టిగా నూరుకుని, శక్తినంతా ఉపయోగిస్తారు, గుర్తుకు తెచ్చుకోవటానికి. కాని ఫలితం శూన్యం. ఒక్క జవాబు కూడా గుర్తుకు రాదు. కాని వాళ్ళు పరీక్ష హాలు వదిలి బయటకి రాగానే, అంత వరకూ వాళ్ళు పడ్డ మానసిక ఒత్తిడి కూడా తగ్గుతుంది. దాంతో అంతవరకూ వాళ్ళు ఎంతో ఆదుర్దాగా వెతికిన జవాబులన్నీ, వాళ్ళని వెక్కిరిస్తున్నట్టు బయటకు దూసుకువస్తాయి. వాళ్ళు జవాబులని గుర్తుకు తెచ్చుకోమని వాళ్ళని బలవంతపెట్టుకోవటం వల్లే వాళ్ళ ప్రయత్నంలో విఫలమయ్యారు. తారుమారు అయిన ప్రయత్నం సూత్రంకి ఇదొక ఉదాహరణ. మీరు కోరుకున్న దానికి, విరుద్ధమైన ఫలితం మీకు దక్కింది.

కోరికకీ, ఊహకీ మధ్యన ఉన్న ఘర్షణని పరిష్కరించాలి

మానసిక బలాన్ని ఉపయోగించటమంటే, వ్యతిరిక్తత ఉందని ముందే ఊహించుకున్నట్టన్నమాట. ఒక సమస్యని అధిగమించటానికి మార్గాల మీద మీ దృష్టి పెడితే, అది అడ్డంకుల మీద మీరు ధ్యాస పెట్టడం లేదనే అర్థం. మీ మనసులోని వేర్వేరు భాగాల మధ్య బేధాభిప్రాయం లేకపోతే, మీ కోరిక తీరుతుంది. ఇలా ఒకే మాట మీదుండేది – మీరూ, మీ కోరిక కావచ్చు; మీ ఆలోచనా, భావాలు కావచ్చు: భావాలూ, భావోద్రేకాలూ కావచ్చు; మీ కోరికా, ఊహా కావచ్చు.

మీ కోరికలకీ, మీ ఊహాగానాలకీ మధ్యన ఉండే ఘర్షణని తప్పించుకోవాలంటే, మీ ప్రయాసని అతి తక్కువ స్థాయికి తీసుకొచ్చి, మగతగా, నిద్రలాంటి స్థితికి మీరు చేరుకోవచ్చు. నిద్రావస్థలో, చేతనాత్మక మనసు అంతగా పనిచేయదు. మీ సుప్తచేతనంలోకి ఆలోచనలను చొప్పించటానికి అన్నిటికన్నా మంచి సమయం నిద్రపోయేముందు. దానికి కారణం, ఆ సమయంలోనే, అంటే నిద్రకి ముందో, లేదా నిద్రలేచిన వెంటనే సుప్తచేతనం శక్తివంతంగా ఉంటుంది. ఈ స్థితిలో మీ కోరికలను బలహీనపరిచే వ్యతిరేకమైన కూడిన ఆలోచనలూ, ఊహలూ ఉండవు. మీ సుప్తచేతనం మీ కోరికలను స్వీకరించటానికి అడ్డంకులేమీ ఉండవు. మీ కోరిక నిజంగానే తీరినట్టు మీకు అనిపిస్తే, దాన్ని పొందిన అనుభూతిని మీరు అనుభవిస్తే, మీ సుప్తచేతనం ఆ కోరికని నిజంగానే తీరేటట్టు చేస్తుంది.

చాలామంది వాళ్ళ ఊహల్ని అదుపులో ఉంచుకుని, వాటిని సరియైన దారిలో పెట్టి, క్రమశిక్షణ పాటించి, వాళ్ళ చిక్కుల్నించీ, సమస్యల నుంచీ బయటపడతారు. వాళ్ళు దేన్నైతే నిజమని ఊహించుకుని, భావిస్తారో, అవి జరుగుతాయనీ, జరిగి తీరుతాయనీ వాళ్ళకి తెలుసు.

గుర్తుంచుకోవాల్సిన భావాలు

1. మానసికంగా బలవంతం చేయటం కానీ, ఎక్కువగా శ్రమపడటం కానీ చేస్తే ఆందోళన, భయం కలిగి, ఫలితాలకి అడ్డుపడతాయి. మనసు తేలిగ్గా ఉండాలి.
2. మీ మనసు ప్రశాంతంగా ఉండి, ఒక ఆలోచనని స్వీకరిస్తే, దాన్ని ఆచరణలో పెట్టేందుకు మీ సుప్తచేతనం పూనుకుంటుంది.
3. పాత చింతకాయ పద్ధతులకి భిన్నంగా స్వతంత్రంగా ఆలోచించి, ప్రణాళిక వేయండి. ప్రతి సమస్యకీ ఏదో ఒక జవాబు, ఒక పరిష్కారం ఉంటుందని తెలుసుకోండి.
4. ఆరోగ్యం గురించిన ఆలోచనలు ఆరోగ్యాన్నిస్తాయి. ఐశ్వర్యం గురించిన ఆలోచనలు ఐశ్వర్యాన్నిస్తాయి. మీరేమనుకుంటున్నారు?
5. ఊహాశక్తి మీకున్న అత్యంత బలమైన శక్తి. అందమైన విషయాలనీ, మంచి విషయాలనీ ఊహించుకోండి. మీ గురించి మీరేం ఊహించుకుంటారో అదే మీరు.
6. నిద్రావస్థలో మీ చేతనకీ, సుప్తచేతనకీ మధ్య ఘర్షణ ఉండదు. నిద్రపోయే ముందు, మీ కోరిక తీరినట్టు పదే పదే ఊహించుకోండి. ప్రశాంతంగా నిద్రపోయి, ఆనందంగా మేలుకోండి.

15

సంపద కోసం మీ సుప్తచేతనంకున్న శక్తిని ఉపయోగించటం ఎలా

మీకు ఆర్థిక కష్టాలున్నట్లయితే, మీ కనీసావసరాలు తీరటం లేదంటే, దాని అర్థం – మీ దగ్గర డబ్బు సమృద్ధిగా ఉందనీ. కొంత దాచుకునేందుకు కూడా ఉందనీ, మీ సుప్తచేతనాత్మక మనసుకి మీరు నచ్చచెప్పలేకపోయారన్నమాట. వారానికి కొన్ని గంటలు మాత్రమే పనిచేసే స్త్రీ,పురుషులు లక్షలు సంపాదిస్తున్నారని మీకు తెలుసు. వాళ్ళు ఏమీ చెమటోడ్చి సంపాదించటం లేదు. రెక్కలు ముక్కలు చేసుకోవటం లేదు. అవస్థ పడకుండా జీవించే పద్ధతే ఉత్తమమైనది. మీకు ఇష్టమైన పని చేయండి. అది కలిగించే ఆనందం కోసం, ఉద్వేగం కోసం చేయండి.

సంపద అనేది మనసుకి సంబంధించినది

ఐశ్వర్యం అనేది కేవలం ఒక వ్యక్తి యొక్క సుప్తచేతనాత్మక నమ్మకం. 'నేను లక్షాధికారిని, నేను లక్షాధికారిని,' అని అనుకున్నంత మాత్రాన మీరు లక్షాధికారి కాలేరు. మీ మనసులో ఐశ్వర్యం, సమృద్ధి అన్న భావనని నింపటం ద్వారా ఐశ్వర్యం గురించిన చేతనని మీలో నింపగలరు.

మీకు కంటికి కనబడని ఆసరా

చాలామందితో వచ్చిన చిక్కేమిటంటే, వాళ్ళని ఆదుకోవటానికి అదృశ్యంగా ఉన్న ఆసరాలేమీ లేవు. వాళ్ళ వ్యాపారం దెబ్బతిన్నప్పుడు, స్టాక్ మార్కెట్ పడిపోతున్నప్పుడు, లేదా వాళ్ళ పెట్టుబడులని కూడా నష్టపోతున్నప్పుడు, వారు నిస్సహాయంగా ఉండిపోతారు. అటువంటి అభద్రతకు కారణం – వాళ్ళ సుప్తచేతనాత్మక మనసుని ఎలా మేల్కొల్పాలో వారికి తెలియకపోవటమే. పూర్తిగా వ్యయం చేయలేనంత నిధి నిక్షేపాల భాండాగారం తమలోనే దాగి ఉందని వాళ్ళకు తెలియదు.

తానొక బీదవాడినని భావించే వ్యక్తి దరిద్రంలోనే ఉంటాడు. అదే ఐశ్వర్యం గురించిన ఆలోచనలతో నిండి ఉన్న వ్యక్తికి తనేం కోరుకుంటే, అది అతని కాళ్ళ.దగ్గరకి చేరుతుంది. మీరు ఐశ్వర్యాన్ని పొందవచ్చు. మీకు కావాల్సినవన్నీ పొందవచ్చు. మీ

అవసరాలకి మించి పొందవచ్చు. మీ మనసు నుంచి చెడు ఆలోచనలను తుడిచిపెట్టి, వాటి స్థానంలో మంచి ఆలోచనలను నింపే శక్తి మీ మాటలకి ఉంది.

సంపద అనే చేతనను వికసింపచేసుకోవటానికి ఒక విలక్షణమైన పద్ధతి

ఈ అధ్యాయం చదువుతూ, బహుశా మీరు అనుకుంటున్నారు, 'నాకు సంపద, విజయం కావాలి' ఇలా చేయండి: రోజుకి మూడు నాలుగు సార్లు మీలో మీరు ఓ ఐదు నిముషాల పాటు 'సంపద - విజయం' అనే పదాలు పలకండి. ఈ పదాలకి అద్భుతమైన శక్తి ఉంది. అవి మీ సుప్తచేతనాత్మక మనసులోని అంతర్గత శక్తిని సూచిస్తాయి. మీలో దాగి ఉన్న ఈ ప్రబలమైన శక్తికి మీ మనసుని లంగరు వేయండి; అప్పుడు వాటి గుణం, స్వభావానికి సరిపడే స్థితులు, పరిస్థితులు మీ జీవితంలో ప్రకటింపబడుతాయి. మీరేం, 'నేను బాగా డబ్బున్న వాడిని,' అని అనటం లేదు. మీలో అంతర్లీనంగా ఉన్న నిజమైన శక్తుల మీద భరోసా పెట్టుకుంటున్నారు. 'సంపద,' అని మీరు అంటున్నప్పుడు, మీ మనసులో ఏ సంఘర్షణా లేదు. అంతేకాదు, మీరు సంపద గురించి ఆలోచించినప్పుడు, మీలో సంపద అనే భావన ప్రబలుతుంది.

సంపద అనే భావన సంపదను సృష్టిస్తుంది; అన్నివేళలా దీన్ని మనసులో ఉంచుకోండి. మీ సుప్తచేతనాత్మక మనసు ఒక బ్యాంకు లాంటిది. ఒక రకంగా విశ్వజనీన ఆర్థిక సంస్థ. మీరు దానిలో ఏం జమ చేసినా, లేదా ఎటువంటి ముద్ర వేసినా - సంపద గురించి గానీ లేదా పేదరికం గురించి గానీ-దాన్ని ఎన్నో రెట్లు పెంచుతుంది. అందుకని మీరు సంపదనే ఎన్నుకోండి.

ధృవీకరణ చేయటంలోని మూడు దశలని గుర్తుంచుకోండి (అధ్యాయం 8)

1. *మీలో మీరే ధృవీకరణని చదువుకోండి.*
2. *మీ ధృవీకరణకి దోహదం చేసే గతం లేక భవిష్యత్తులో ఏదైనా సంఘటననో లేక ఏదైనా కాల్పనిక సంఘటననో అనుభవిస్తున్నట్టు మనసులో ఊహించుకోండి.*
3. *మీ ఊహా చిత్రంలోకి సానుకూలమైన, ఆనందకరమైన భావన (భావోద్రేకం) చొప్పించండి.*

ఎవరైనా 2,3 దశలని పాటించకుండా, కేవలం 'నేను బాగా డబ్బున్న వాడిని' అంటే ఈ ప్రక్రియ అసంపూర్ణంగా ఉంటుంది. మేము రాసినట్టుగా, భాష యొక్క ఉద్దేశం (అంటే దశ 1) ఆ మాటలకి అనుగుణంగా ఒక చిత్రాన్ని సృష్టించటం లేదా అందుబాటులో ఉంచుకోవటం. మన సుప్తచేతనంలో నిక్షిప్తమై ఉండేది మనం అందించిన మాటలు కాదు, ఊహా చిత్రాలు, ఆ ఊహా చిత్రాలకి సంబంధించిన భావాలు అని శాస్త్రపరంగా నిరూపింపబడింది.

దశ 3ని 'ఫ్యూస్'-శక్తి-గా మీ ఊహా చిత్రాన్ని ఉత్తేజపరిచేదిగా ఊహించుకోండి. మీకో అందమైన కారు, దానికో అద్భుతమైన ఇంజను ఉన్నా, ఇంధనం లేనిదే అది ఎక్కడికైనా వెళ్లగలదా? మీ ఊహాచిత్రంలోకి మీరు ఎక్కించే భావోద్రేకమూ, ఈ 3 - దశల ప్రక్రియలే సమర్థవంతంగా పనిచేయటానికి కావలసిన 'ఇంధనం'.

సంపదకు నిజమైన మూలం

మీ సుప్తచేతనాత్మక (సృజనచేతనాత్మక) మనసులో ఎన్నడూ ఆలోచనలకు లోటు లేదు. జేబులో అందుబాటులో ఉండే డబ్బులాగా, మీ చేతనాత్మక మనసులోకి లెక్కలేనన్ని రీతుల్లో ప్రవహించటానికి, దానిలో అంతులేని ఆలోచనలు సిద్ధంగా ఉన్నాయి. స్టాక్‌మార్కెట్‌లో హెచ్చుతగ్గులు వచ్చి డాలరు విలువ పడిపోయినా, ఈ ప్రక్రియ మాత్రం మీ మనసులో నిరంతరంగా కొనసాగుతూనే ఉంటుంది. మీ సంపద నిజంగా ఎన్నడూ బాండ్లూ, స్టాకులూ, బ్యాంకులోని డబ్బూ మీద ఆధారపడి లేదు; ఇవన్నీ ప్రతీకలు - వీటి అవసరం, ఉపయోగం ఉంది నిజమే, కాని కేవలం ప్రతీకలే.

నేను గట్టిగా చెప్పదలచుకున్న విషయం ఏమిటంటే, మీరు మీ సుప్తచేతనాత్మక మనసుకి సంపద మీదే అని, మీ జీవితంలో అదెప్పుడూ ప్రవహిస్తూనే ఉంటుందనీ నచ్చచెప్ప గలిగితే, అది ఏ రూపం ధరించినప్పటికీ, మీకెప్పుడూ ఖచ్చితంగా లభిస్తుంది.

సంపాదించటానికి సాధారణ ఆటంకం

ఎందరో జీవితాల్లో సంపద లేకపోవటానికి కారణం ఒక భావన. ఈ విషయం అతి కష్టం మీద తెలుసుకుంటారు చాలామంది. అది అసూయ. ఉదాహరణకి, మీ దగ్గర ఆట్టే డబ్బు లేనప్పుడు, మీ పోటీదారుడు బ్యాంకులో పెద్ద మొత్తంలో డబ్బును జమచేయటం చూస్తే, అది మీకు అసూయ కలిగిస్తుందా లేదా? ఈ భావనను మీరు అధిగమించాలంటే, మీకు మీరే ఇలా చెప్పుకోండి, 'ఎంత అద్భుతం! అతని సంపద చూస్తే ముచ్చటేస్తోంది. అతను ఇంకా, ఇంకా ధనవంతుడవ్వాలని కోరుకుంటున్నాను.'

అసూయతో భగ్గుమంటే, అది వినాశనానికి దారితీస్తుంది. ఎందుకంటే అది మిమ్మల్ని వ్యతిరేక దిశలో నిలబెడుతుంది; అందువల్ల సంపద మీ వైపు ప్రవహించటానికి బదులు, మీ నుంచి ప్రవహిస్తుంది. ఇంకొకరి సంపదని, సౌభాగ్యాన్ని చూసి మీకు నిజంగా కోపం వచ్చినా, చిరాకు పుట్టినా, తక్షణం మీరు అతను అన్నివిధాలా సంపాదించాలని మనస్ఫూర్తిగా కోరుకోండి. ఇది మీ మనసులో ఉన్న ప్రతికూల ఆలోచనను తుడిచిపెడుతుంది. మీ సుప్త చేతనాత్మక మనసుకున్న ధర్మాన్ని అనుసరించి, మీ వైపుకి అధిక సంపద ప్రవహిస్తుంది.

నిద్రపొండి, లక్షాధికారి అవండి

రాత్రి నిద్రపోయే ముందు, ఈ క్రింది పద్ధతిని పాటించండి, 'సంపద' అనే పదాన్ని పదే పదే చెప్పండి. ప్రశాంతంగా, సులభంగా, అనుభూతితో, జోలపాట పాడినట్టుగా, అదే అదే జపించండి. 'సంపద' అనే ఒక్క పదం ఉచ్చరిస్తూనే నిద్రపొండి. ఫలితాన్ని చూస్తే మీరే ఆశ్చర్యపోతారు. డబ్బు ఒక మంచు తుఫానులా, పుష్కలంగా మీ దగ్గరకి దూసుకువస్తుంది. మీ సుప్తచేతనాత్మక మనసుకున్న అద్భుతమైన శక్తికి ఇది మరో ఉదాహరణ!

మీ మనసుకున్న శక్తులతో లాభం పొందండి

1. తేలికైన మార్గంలో ధనవంతుడవ్వాలని నిశ్చయించుకోండి. ఓటమెరుగని మీ సుప్తచేతనాత్మక మనసు సహాయం తీసుకోండి.
2. సంపద అనేది సుప్తచేతనానికి సంబంధించిన నమ్మకం. డబ్బుకి సంపాదించిన ఆలోచనలతో మీ మనస్తత్వాన్ని పెంపొందించుకోండి.
3. అనేకమందితో వచ్చిన చిక్కేమిటంటే, వాళ్లకి ఆసరా కలిగించే, కంటికి కనబడని శక్తిలేదు.
4. నిద్రపోయే ముందు ఐదు నిముషాల ముందు 'సంపద' అనే పదాన్ని మీకు మీరే చెప్పుకోండి. నిదానంగా, ప్రశాంతంగా చెప్పుకోండి. మీ సుప్తచేతనం మీ అనుభవంలోకి సంపదని తీసుకువస్తుంది.
5. సంపద అనే భావన సంపదని సృష్టిస్తుంది. ఈ విషయం అన్నివేళలా గుర్తుంచుకోండి.
6. మీ చేతనాత్మక మనసుకి, సుప్తచేతనాత్మక మనసుకి మధ్య ఏకాభిప్రాయం ఉండాలి. మీ సుప్తచేతనం మీరు దేన్నైతే నిజమని అనుభూతి చెందుతారో దాన్ని స్వీకరిస్తుంది. ఏ ఆలోచన బలంగా ఉంటే దాన్నే ఎప్పుడూ స్వీకరిస్తుంది. ఆ బలమైన ఆలోచన సంపద గురించే ఉండాలి కాని, పేదరికం గురించి కాదు.
7. సంపదకు సంబంధించిన ఏ మానసిక ఘర్షణనైనా మీరు తరచూ ఈ మాటలు చెప్పటం వల్ల అధిగమించవచ్చు; 'ప్రతి రాత్రీ, పగలూ నాకున్న అన్ని అంశాల్లోనూ నేను అభివృద్ధి పొందుతూనే ఉన్నాను.'
8. ఇలాంటి ఖాళీ చెక్కులు రాయటం మానేయండి, 'నా దగ్గర తగినంత డబ్బు లేదు,' లేదా 'డబ్బు తక్కువైంది,' వగైరా. ఇటువంటి వాక్యాలు మీ పేదరికాన్ని ఇంకా ఎక్కువ చేసి, పదింతలు నష్టాన్ని కలుగచేస్తాయి.
9. సమృద్ధి, సంపద, సఫలత గురించిన ఆలోచనలను మీ సుప్తచేతనంలో జమ చేయండి. అది వాటిని చక్రవడ్డీతో సహా మీకు తిరిగి ఇస్తుంది.
10. మీరు చేతనావస్థలో ధృవపరచిన దానిని కొద్ది క్షణాల తర్వాత మానసికంగా తిరస్కరించకూడదు. దానివల్ల మీరు ధృవపరచిన మంచి జరుగదు.

11. మీ మనసులోని మీ భావాలే మీ సంపదకు నిజమైన మూలం. మీరు చేసే ఒక ఆలోచన కొన్ని లక్షల డాలర్ల ఖరీదు చేయవచ్చు. మీరు వెతుకుతున్న ఆలోచనను మీ సుప్తచేతనం మీకు ఇవ్వవచ్చు.
12. ఈర్ష్య, అసూయలు సంపద ప్రవాహానికి ఆటంకాలుగా నిలుస్తాయి. ఎదుటివారి సౌభాగ్యానికి ఆనందించండి.

మానసిక సంపదా, ప్రాపంచిక సంపదా

డబ్బు సంపాదించగానే సరిపోదు. డబ్బు వెంట పరుగులు తీయటంలో, జీవితాన్ని ఫణంగా పెట్టకూడదని చెప్పటమే దీని ఉద్దేశం. పొద్దునే ఆరు గంటలకు, పిల్లలు లేవకుండానే బయటకు వెళ్ళిపోయి, రాత్రి వాళ్ళు నిద్రపోయాక ఎప్పటికో ఇల్లు చేరే వాళ్ళ కథలు ఎన్నో విన్నాం మనందరం. 'ధనాగమన తృష్ణ'లో పడిపోయిన వాళ్ళు, ఆ ఒత్తిడిని తట్టుకోలేక, తరచూ అనారోగ్యం పాలవుతారు. పోషకాహారం ఉండదు, వ్యాయామం ఉండదు. తాగుడికి బానిస అవుతారు. వీటి ఫలితంగా శ్మశానంకి త్వరగా చేరుకుంటారు.

ప్రాపంచిక సంపద పొందటానికి డబ్బు కావాలి. కాని మానసిక సంపద పొందటానికి ఏ డబ్బూ అఖ్ఖరలేదు. ప్రాపంచికంగా సంపద లేకపోయినా మదర్ థెరిస్సా, గాంధీ తదితరులు మానసికంగా గొప్ప సంపన్నులకు ఉదాహరణలుగా నిలుస్తారు.

సంపద వెంట పరుగులెత్తటంలో సమతుల్యత పాటించగలగాలి. సమతుల్యత ఉన్నవారు వాళ్ళ కుటుంబం, ఆరోగ్యం, సంఘం, ఆధ్యాత్మికత, వ్యక్తిగత లక్ష్యాలకు కూడా సమానంగా సమయాన్ని వెచ్చిస్తారు.

జోసెఫ్‌సన్ ఇన్‌స్టిట్యూట్ ఆఫ్ ఎథిక్స్ వ్యవస్థాపకుడు మైఖేల్ జోసెఫ్‌సన్ అంటున్నారు:

> వస్తువులను పొందాలనుకోవటం, మత్తుమందుకు బానిసలవటం లాంటిదే. మత్తు మందుకు శరీరం చాలా త్వరగా అలవాటు పడిపోతుంది. అందుకని మందు ఎక్కువైతే గానీ ఆ ప్రభావం రాదు. అలాగే మైథునం విషయంలో కూడా. మొదటి రెండు, మూడు సార్లు అద్భుతంగా ఉంటుంది. తర్వాత మామూలు విషయం అయిపోతుంది. మీకు తెలిసిన ఐదుగురు అత్యంత ఆనందమూర్తుల పేర్లు చెప్పమంటే, వాళ్ళ ఆనందానికీ, సంపదకీ సంబంధం ఉండి ఉండదు. మనసారా ఆనందించే వాళ్ళ ఆనందం వాళ్ళకున్న దానివల్ల కలగటం లేదు. వాళ్ళ గురించి వాళ్ళకున్న అవగాహన వల్ల వచ్చిందా ఆనందం.

16

మీ సుప్తచేతనాత్మక మనసు, మీ సంతోషం

విలియమ్ జేమ్స్, పందొమ్మిదవ శతాబ్దంలోని అత్యంత గొప్ప ఆవిష్కారం భౌతిక శాస్త్ర రంగంలో కాదని అన్నారు. అన్నిటికన్నా గొప్పది - నమ్మకంతో నిండిన సుప్తచేతనాత్మక మనసుకున్న శక్తి! ప్రతి మనిషిలోనూ అపారమైన శక్తి తాలూకు ఖజానా ఉంది. అది ప్రపంచంలోని ఏ సమస్యనైనా ఇట్టే అధిగమించగలదు.

మీరు ఏ రోజైతేఎటువంటి బలహీనతనైనా అధిగమించగలనని స్పష్టంగా తెలుసుకుంటారో, మీ సుప్త చేతనం మీ సమస్యలని పరిష్కరించగలదని, మీ అనారోగ్యాన్ని నయం చేయగలదని అనుకుంటారో, మీరు కలలో కూడా ఊహించలేనంత సౌభాగ్యాన్ని తెచ్చిపెట్టగలదని అనుకుంటారో - ఆ రోజున నిజమైన, శాశ్వతమైన ఆనందం మీ జీవితంలోకి వస్తుంది.

మీరు తండ్రి అయినప్పుడు, మీకు పెళ్ళి జరిగినప్పుడు, మీరు కాలేజీ చదువు ముగించినప్పుడు, మీరు ఎందులోనైనా విజయం సాధించినప్పుడు లేదా బహుమతి పొందినప్పుడు, మీరు చాలా ఆనందించి ఉండవచ్చు. అత్యంత సుందరాంగితోనో లేదా అతి గొప్ప అందగాడుతోనో మీ పెళ్ళి నిశ్చయమైనప్పుడు మీరు ఎంతో సంతోషించి ఉండవచ్చు. ఇలా మీకు ఆనందం కలుగజేసిన అనుభవాల పట్టిక ఎంత మేరకైనా రాసుకుంటూ పోవచ్చు. కాని, ఆ అనుభవాలు ఎంత అద్భుతమైనవైనప్పటికీ, అవి మీకు నిజమైన, శాశ్వతమైన ఆనందాన్ని కలగజేయలేవు - అవీ అన్ని క్షణికమైనవి.

సంతోషాన్ని మీరు ఎన్నుకోవాలి

సంతోషం అనేది ఒక మానసిక స్థితి. సంతోషాన్ని ఎన్నుకునే స్వేచ్ఛ మీకుంది. ఇది చూడటానికి చాలా తేలికైన విషయంలా కనిపించవచ్చు, తేలికే కూడా. అందుకేనేమో మనుష్యులు సంతోషపు బాటలో తప్పటడుగులు వేస్తున్నారు. వాళ్ళకి సంతోషంలో ఇంత నిరాడంబరత్వం దాగి ఉందని తెలియదు. జీవితంలోని గొప్ప వస్తువులన్నీ నిరాడంబరంగా, ప్రగతిశీలంగా, సృజనాత్మకంగా ఉంటాయి. అవి సౌభాగ్యాన్ని, సంతోషాన్ని కలుగజేస్తాయి.

అతను సంతోషంగా ఉండటాన్ని అలవాటు చేసుకున్నాడు

కొన్నేళ్ళ క్రితం, సుమారు ఒక వారం నేను ఐర్లాండు పశ్చిమ తీరంలో ఉన్న కన్నెమెరా లోని ఒక రైతు ఇంట్లో ఉన్నాను. అతను ఎప్పుడు చూసినా హుషారుగా పాటలు పాడుతూనో, ఈలలు వేస్తూనో ఉండేవాడు. ఎప్పుడూ హాస్యంగా మాట్లాడేవాడు. అతను ఇంత సంతోషంగా ఎలా ఉండగలుగుతున్నాడని అడిగాను: 'సంతోషంగా ఉండటం నా అలవాటు. ప్రతిరోజూ పొద్దున్న నిద్ర లేవగానే, రాత్రి పడుకోబోయే ముందు, నా కుటుంబాన్నీ, నా పంటనీ, పశుసంపదనీ దీవిస్తాను. అద్భుతమైన పంటని ఇచ్చినందుకు భగవంతునికి కృతజ్ఞత చెప్పుకుంటాను.'

ఈ రైతు దీన్ని గత నలభై ఏళ్ళుగా సాధన చేశాడు. మీకు తెలుసు కదా, పదే పదే ఒకే ఆలోచనను ఒక క్రమ పద్ధతిలో చేస్తుంటే, అది సుప్తచేతనం లోకి ఇంకి, అలవాటుగా మారుతుంది. అతను సంతోషమనే ఒక అలవాటును కనుగొన్నాడు.

సంతోషంగా ఉండాలన్న కోరిక ఉండాలి

సంతోషంగా ఉండటంలో అతి ముఖ్యమైన విషయం ఒకటి ఉంది. మీరు సంతోషంగా ఉండాలని హృదయపూర్వకంగా కోరుకోవాలి. ఎంతోకాలంగా నిరాశానిస్పృహలతో కృంగిపోయి, ఎప్పుడూ విచారంలో మునిగేవాళ్ళని హఠాత్తుగా అద్భుతమైన, మంచి, సంతోషకరమైన వార్తతో సంతోషంలో ముంచుదామని చూస్తే, వాళ్ళేం చెప్తారో తెలుసా? నాతో ఒక స్త్రీ చెప్పినట్టుగా, అంత 'ఆనందంగా ఉండటం తప్పు!' అంటారు. వాళ్ళంతా బూజుపట్టిన పాత మానసిక భావాలకి ఎంతగా అలవాటు పడ్డారంటే, వాళ్ళని సంతోషంగా ఉండమంటే ఇబ్బంది పడతారు. వాళ్ళకి అలవాటైన విచారకరమైన నిస్పృహ నిండిన స్థితిలోకి మళ్ళీ వెళ్ళాలనుకుంటారు.

ఇంగ్లండులోని ఒక ముసలమ్మ నాకు తెలుసు. ఆమె చాలా కాలంగా కీళ్ళవాతంతో బాధపడుతోంది. తన మోకాలు చరుస్తూ ఆమె అంటుంది. 'నా కీళ్ళ వాతం ఇవాళ చాలా దారుణంగా ఉంది. నేను బయటకి వెళ్ళలేను. నా కీళ్ళవాతం నాకు చాలా దు:ఖం కలగజేస్తోంది.'

ఆమెని ఆమె కొడుకూ, కూతురూ, ఇరుగుపొరుగూ అత్తారుబత్తంగా చూసుకుంటున్నారు. ఆమెకి కీళ్ళవాతం ఉంటేనే బాగుందనిపిస్తోంది. 'దు:ఖం' గా ఆమె పేర్కొనేదాన్ని ఆమె ఆనందిస్తోంది. నిజానికి ఆమెకి సంతోషంగా ఉండాలని లేదు.

నేను ఆమె నయం కావటానికి ఒక పద్ధతి సూచించి, కొన్ని ధృవీకరణ వాక్యాలు రాసిచ్చాను. ఈ నిజాల మీద ఆమె తన మనసుని కేంద్రీకరిస్తే, తప్పకుండా ఆమె మానసిక వైఖరి మారుతుందనీ, ఆమె మళ్ళీ ఆరోగ్యవంతురాలిగా మారుతుందన్న నమ్మకం, ఆత్మ విశ్వాసం ఆమెకు కలుగుతుందనీ చెప్పాను. ఆమె నా మాటలకి ఉత్సాహం చూపలేదు. కొందరిలాగా ఈమె కూడా ఒక విచిత్రమైన, మానసిక అనారోగ్యంతో బాధపడుతున్నట్టుంది. దు:ఖంతో, విచారంగా ఉండటానికే ఇష్టపడింది.

విచారాన్ని ఎందుకు ఎన్నుకోవటం?

చాలామంది విచారాన్ని ఎన్నుకుంటారు ఈ భావాలని పోషించటం ద్వారా : 'ఇవాళ చాలా చెడ్డ రోజు, ఏ పనీ సరిగ్గా జరగటం లేదు,' 'నేను విజయం పొందబోవటం లేదు', 'అందరూ ఎదురు తిరుగుతున్నారు,' 'వ్యాపారం దెబ్బతింది, ముందు ముందు మరీ దారుణంగా ఉండేటట్టు ఉంది,' 'నేనెప్పుడూ ఆలశ్యమే,' 'నాకు మంచి అవకాశాలు ఎన్నడూ రావు,' 'తను చేయగలడు, నేను చేయలేను.' పొద్దున్న లేస్తూనే, ఈ ధోరణితో లేస్తే, మీరు ఇలాంటి అనుభవాలనే ఆకర్షిస్తారు, దు:ఖంతో కుమిలిపోతారు.

మీ మనసులో ఏం ఉందో అదే అధికశాతం మీరు ఉంటున్న ఈ ప్రపంచాన్ని నిర్ధారిస్తుందన్న విషయాన్ని గ్రహించటం మొదలుపెట్టండి. గొప్ప రోమన్ తత్త్వవేత్త, ఋషి, మార్కస్ అరేలియస్, 'ఒక మనిషి జీవితం అతని ఆలోచనలు ఎలా ఉంటే అలా ఏర్పడుతుంది,' అన్నాడు. ఎమర్సన్ అమెరికా సుప్రసిద్ధ తత్త్వవేత్త, 'ఒక మనిషి రోజంతా ఏది ఆలోచిస్తాడో అలాగే అవుతాడు,' అన్నాడు. మీరు ఏ ఆలోచనలను మీ మనసులో అలవాటుగా పెంచి పోషిస్తారో, అవే కార్యరూపంలో రూపుదిద్దుకుంటాయి.

వ్యతిరేక ఆలోచనలు, నిరాశావాదం నిండిన ఆలోచనలు లేదా నిర్దయగా కృంగదీసే ఆలోచనలు మీ మనసులోకి చొరబడకుండా జాగ్రత్త పడండి. మీ మన:ప్రవృత్తికి బయటనున్న వేటినీ మీ అనుభవంలోకి రానీయలేనని మీ మనసుకి పదే పదే గుర్తు చేయండి.

ప్రశాంతంగా ఉన్న మనసులో పండించిన పంటలో అతనికి ఆనందం దొరికింది

కొన్నేళ్ళ క్రితం నేను శాన్‌ఫ్రాన్సిస్కోలో ఉపన్యాసాలు ఇస్తున్నప్పుడు ఒక వ్యక్తితో మాట్లాడాను. అతను తన వ్యాపారం సాగుతున్న తీరుతెన్నులు చూసి చాలా బాధపడుతున్నాడు. కృంగిపోతున్నాడు. అతను జనరల్ మేనేజర్. ఆ సంస్థ ప్రెసిడెంట్, వైస్ ప్రెసిడెంట్ల మీద మండిపడుతున్నాడతను. వాళ్ళకి అతనంటే ఇష్టం లేదన్నాడు. ఇలా వాళ్ళలో వాళ్ళకి గొడవలుండటం మూలాన, వ్యాపారం దెబ్బతింటోంది. అతనికి డివిడెండ్లు గానీ, స్టాక్ బోనస్‌లు గానీ రావటం లేదు.

తన వ్యాపార సమస్యను అతను ఇలా పరిష్కరించుకున్నాడు. పొద్దున లేస్తూనే ప్రశాంతంగా ధృవీకరించేవాడు ఇలా: 'మా కార్పొరేషన్‌లో పనిచేసే వాళ్ళంతా నిజాయితీగా, విశ్వసనీయంగా ఉండి సుహృద్భావంతో సహాయ సహకారాలు అందిస్తారు అందరికీ. మా కార్పొరేషన్ అభివృద్ధి, సంక్షేమం, సమృద్ధిలో వాళ్ళు మానసిక, ఆధ్యాత్మిక భాగస్థులు. నేను నా ఇద్దరు సహోద్యోగులకీ, ఇంకా సంస్థలోని తదితరులకీ నా మనోవాక్కాయ కర్మల ద్వారా ప్రేమ,శాంతి, మంచితనాన్ని పంచుతాను. మా సంస్థ ప్రెసిడెంటుకీ, వైస్ ప్రెసిడెంటుకీ, వాళ్ళు చేపట్టే ప్రతి పనిలోనూ ఆ భగవంతుని నుంచి మార్గదర్శకత్వం లభిస్తుంది. నా సుప్తచేతనానికున్న అపారమైన వివేకం నా ద్వారా అన్ని నిర్ణయాలనూ తీసుకుంటుంది. మా అన్ని వ్యాపార వ్యవహారాల్లోనూ, ఒకరితో ఒకరికి ఉన్న

అనుబంధంలోనూ కేవలం సరియైన చర్యలే ఉంటాయి. నేను ఆఫీసుకు వెళ్ళేలోపే శాంతి, ప్రేమ, సుహృద్భావాల సందేశం పంపిస్తాను. మా సంస్థలో ఉన్నవారందరి మనసుల్లో, హృదయాల్లో. నాతో సహా,శాంతి, సద్భావనలు రాజ్య మేలుతాయి. ఇప్పుడు పూర్తి శ్రద్ధతో, దృఢ విశ్వాసంతో,నమ్మకంతో నేనొక కొత్త రోజులోకి అడుగుపెడ్తున్నాను.'

ఈ బిజినెస్ ఎక్జిక్యూటివ్, ఈ పై ప్రార్థనని, ప్రతిరోజూ పొద్దున్నే మూడు సార్లు చెప్పేవాడు. తను ధృవీకరించేది నిజమని నమ్ముతూ, భయం, కోపం నిండిన ఆలోచనలు పగలు ఎప్పుడైనా తన మనసులోకి వస్తే, తనలో తాను ఇలా అనుకునేవాడు: 'శాంతి, సద్భావన, స్థితప్రజ్ఞత ఎప్పుడూ నా మనసులో రాజ్యమేలు గాక.'

ఈ విధంగా తన మనసుని క్రమశిక్షణలో పెడుతుండగా, అన్ని రకాల ప్రమాదకరమైన ఆలోచనలూ అతని మనసులోకి రావటం ఆగిపోయాయి. మనసు ప్రశాంతంగా ఉండసాగంది. ప్రశాంత మనసు పండించిన పంటను అనుభవించసాగాడు.

ఆ తర్వాత, ఆయన నాకు రాసిన సారాంశం ఇది – ఆదేశాలను తన మనసుకి పంపిన రెండు వారాలకి, ప్రెసిడెంటూ, వైస్ ప్రెసిడెంటూ అతన్ని తమ ఆఫీసులోకి పిలిపించారుట. పిలిచి, అతను చేపట్టిన చర్యలను, కొత్త నిర్మాణాత్మకమైన ఆలోచనలను మెచ్చుకుని, అటువంటి జనరల్ మేనేజర్ తమకి దొరకటం తమ అదృష్టంగా కొనియాడారట. మనిషి తన ఆనందాన్ని తనలోనే పొందుతాడన్న విషయం తెలుసుకుని అతను పరమానందాన్ని పొందాడు.

ఆ అడ్డు లేదా మోడు నిజంగా లేదు

కొన్నేళ్ళ క్రితం నేనొక వ్యాసం చదివాను వార్తాపత్రికలో, ఆ కథలో ఒక గుర్రం రోడ్డుమీద పడున్న ఒక చెట్టు మోడుని చూసి ఒకసారి భయపడింది. దాని తర్వాత ఆ మోడు దగ్గరికి రాగానే భయంతో చెదిరేది.

రైతు ఆ మోడుని తవ్వి తీసి, దాన్ని కాల్చేసి, రోడ్డుని చదును చేసాడు. 'అయినా ఇరవై ఐదేళ్ళ వరకూ, ఎక్కడ మోడు ఉండేదో అక్కడికి రాగానే,గుర్రం బెదిరేది. గుర్రం బెదరటానికి కారణం – మోడు జ్ఞాపకం రావటమే!

మీ ఆనందానికి అడ్డు మీ ఆలోచనలు, మీ ఊహా చిత్రాలే తప్ప మరేవీ కావు. భయం లేదా ఆందోళన మిమ్మల్ని వెనక్కి లాగుతున్నాయా? భయం అనేది మీ మనసులోని ఒక ఆలోచన. ఈ క్షణమే దాన్ని తవ్వి తీయవచ్చు మీరు. దాని స్థానంలో సమస్యలన్నింటి మీదా విజయం, గెలుపు సాధిస్తామన్న నమ్మకం నాటండి.

సంతోషానికి దశలు టూకీగా

1. విలియమ్ జేమ్స్, పందొమ్మిదవ శతాబ్దంలోని అత్యంత గొప్ప ఆవిష్కారం నమ్మకంతో నిండిన సుప్త చేతనాత్మక మనసుకున్న శక్తి అన్నారు.

2. మీలో అద్భుతమైన శక్తి దాగి ఉంది. ఈ శక్తి మీద మహత్తరమైన విశ్వాసాన్ని పెంచుకుంటే, ఆనందం మిమ్మల్ని వెతుక్కుంటూ వస్తుంది.
3. పొద్దున్న కళ్ళు తెరుస్తూనే, ఇలా అనుకోండి, 'నేనివాళ ఆనందాన్ని ఎన్నుకుంటాను, నేనివాళ విజయాన్ని ఎన్నుకుంటాను. నేనివాళ సరైన చర్యని ఎన్నుకుంటాను. నేనివాళ అందరికీ ప్రేమనీ, సద్భావననీ ఎన్నుకుంటాను. నేనివాళ శాంతిని కోరుకుంటాను. ఈ ధృవీకరణలో జీవం, ప్రేమ, శ్రద్ధలని నింపండి. అప్పుడు మీరు ఆనందాన్ని ఎన్నుకున్నట్టే.
4. మీరు సంతోషంగా ఉండాలని మనస్ఫూర్తిగా కోరుకోవాలి. కోరిక లేకుండా ఏదీ సాధించలేరు. కోరిక అనేది ఊహాగానం. నమ్మకం అనే రెక్కలున్న ఒక ఊహ. మీ కోరికలు తీరినట్టు ఊహించుకోండి. దాని వాస్తవాన్ని ఊహించండి, అది అప్పుడు నిజమై కూర్చుంటుంది.
5. నిరంతరం భయం, ఆందోళన, కోపం, అసహ్యం, వైఫల్యం గురించి ఆలోచిస్తూండటం వల్ల, మీరు నిరాశా నిస్పృహలకు లోనై విచారిస్తారు. గుర్తుంచుకోండి, మీరు చేసే ఆలోచనలే మీ జీవితం అవుతుంది.
6. ఈ ప్రపంచంలో ఉన్న ధనమంతా ధారపోసినా కూడా మీరు సంతోషాన్ని కొనలేరు. కొంతమంది కోటీశ్వరులు చాలా ఆనందంగా ఉంటే, మరి కొంతమంది విచారంతో కృంగిపోతారు. ప్రాపంచిక సంపద అట్టే లేని ఎందరో చాలా సంతోషంగా ఉంటే, మరి కొందరు కృంగిపోతారు. సంతోష సామ్రాజ్యం మీ ఆలోచనలలోనూ, మీ భావనలోనూ ఉంది.
7. మీ సంతోషానికి ఆటంకం లేదు. బయటి విషయాలు కలిగించవు ఆటంకాన్ని. అవి కారణాలు కావు, పరిణామాలు మాత్రమే. కేవలం మీలోనే అంతర్గతంగా ఉన్న సృజనాత్మక సూత్రం నుంచి స్ఫూర్తిని పొందండి. సంతోషాన్ని ఎన్నుకోండి.

17

మీ సుప్తచేతనాత్మక మనసు, సామరస్యమైన మానవ సంబంధాలు

ఈ పుస్తకాన్ని అధ్యయనం చేయటం ద్వారా, మీ సుప్తచేతనం ఒక రికార్డింగ్ మిషన్ లాంటిదని, దానికి మీరేం అందిస్తే అది అలాగే ప్రతిబింబిస్తుందనీ నేర్చుకున్నారు. మానవ సత్సంబంధాలలో స్వర్ణ సూత్రం పాటించాల్సిన కారణాలలో ఇది ఒకటి. ఇతరులు మీ పట్ల ఎలా అనుకోవాలని మీరు ఇష్టపడతారో, అలాగే ఇతరుల గురించి మీరు కూడా అనుకోండి. మీ గురించి ఇతరుల భావన ఎలా ఉండాలని ఆశిస్తున్నారో, అదే విధమైన భావనని మీరు వారిపట్ల కలిగి ఉండండి. ఇతరులు మీతో ఎలా ప్రవర్తించాలని కోరుకుంటున్నారో, వారి పట్ల మీరు కూడా అదే విధంగా ప్రవర్తించండి.

ఉదాహరణకి, మీ ఆఫీసులో ఎవరి పట్లయినా మీరు మర్యాదగా, గౌరవంగా ప్రవర్తిస్తున్నారనుకుందాం. కానీ ఆ వ్యక్తి అటు తిరగ్గానే, అతని పట్ల కోపాన్నీ, ద్వేషాన్నీ మనసులో వెళ్ళగక్కుతారు. అటువంటి వ్యతిరేకమైన ఆలోచనలు మీకు చాలా హాని కలుగజేస్తాయి. అది విషం తాగటంతో సమానం. నిజానికి మీరు తీసుకుంటున్న మానసిక విషాలు మీ జవసత్వాలనీ, ఉత్సాహాన్నీ, బలాన్నీ, దిశానిర్దేశాన్నీ, సద్భావననీ తుడిచిపెట్టేస్తాయి. ఈ వ్యతిరేకమైన ఆలోచనలూ, భావోద్రేకాలూ మీ సుప్తచేతనంలోకి ఇంకి అన్ని రకాల కష్టాలనీ, వ్యాధులనీ మీకు కలుగజేస్తాయి.

ఇతరులతో సత్సంబంధాలు నెలకొల్పటానికి అద్భుత సూత్రం

ఇతరుల గురించి నిర్ధారించటం అంటే, మీ మనసులో ఆలోచించటం, మానసికంగా తీర్పు చెప్పటం లేదా అభిప్రాయానికి రావటం. ఇతరుల గురించి మీకున్న ఆలోచన మీది. ఎందుకంటే ఆ ఆలోచన చేస్తున్నది మీరు. మీ ఆలోచనలు సృజనాత్మకమైనవి. అందుకని మీ స్వంత అనుభవంతో ఇతరుల గురించి మీకున్న ఆలోచనలనీ, భావనలనీ సృష్టించుకుంటారు. ఇతరులకి మీరిచ్చే సూచనలు, నిజానికి మీకు మీరు ఇస్తున్నట్టే, ఎందుకంటే మీ మనసే వాటిని సృష్టి చేసే మాధ్యమం.

మీ సుప్తచేతనం పక్షపాతవైఖరి చూపదు, తన అభిప్రాయాన్ని ఒకదానికోసం మార్చుకోదు. వ్యక్తుల పట్లా, మతపరమైన అనుసంధానాల పట్లా, లేదా వ్యవస్థల పట్లా

దానికి సానుభూతీ లేదు, శతృత్వమూ లేదు. ఎదుటివారి గురించి మీరేం ఆలోచిస్తే, భావిస్తే, చేస్తే అదే చివరికి మీ దగ్గరికి తిరిగి వస్తుంది.

భావ పరిపక్వత సాధించటం

మీరు అనుమతిస్తే తప్ప ఇతరులు అనే మాట మీకు కోపాన్నీ, విసుగునీ కలిగించలేవు. ఇంకొకరు మీ మనసుని కష్టపెట్టగల ఒకే ఒక మార్గం మీ స్వంత ఆలోచనే. ఉదాహరణకి, మీకు కోపం వస్తే, మీ మనసు నాలుగు దశల్లో ప్రయాణిస్తుంది. ముందు ఆమె అన్న మాటలని తలచుకుంటారు. తర్వాత కోపం తెచ్చుకోవాలని నిర్ణయించుకుని ఆగ్రహం అనే భావంతో మనసుని నింపేస్తారు. ఆ తర్వాత ఏమైనా చెయ్యాలని అనుకుంటారు. బహుశా, చెల్లుకి చెల్లు అన్నట్లుగా మీరు కూడా కోపంగా జవాబు చెప్తారు. అంటే ఆలోచన, భావన, ప్రతిక్రియ, చర్య – అన్నీ మీ మనసులోనే జరుగుతాయని తెలుస్తోంది.

మీరు భావ పరిపక్వత చెందితే, ఎదుటివారు చేసిన విమర్శకీ, అవమానానికీ వ్యతిరేకంగా స్పందించరు. అలా వ్యతిరేకంగా మీరు స్పందిస్తే, మీరు కూడా ఎదుటివ్యక్తి ఏ స్థాయిలో ఉన్నాడో ఆ స్థాయికి దిగజారి, అతను సృష్టించే వ్యతిరేకమైన వాతావరణంలోకి చేరుకున్నట్టే. జీవితంలో మీ లక్ష్యం ఏమిటో గ్రహించి, దానికి అనుగుణంగా ఉండండి. అంతేకాని ఏ వ్యక్తీ, స్థలమూ, విషయమూ మీ మనశ్శాంతినీ, నెమ్మదినీ, మంచి ఆరోగ్యాన్నీ కొల్లగొట్టకుండా చూసుకోండి.

సామరస్యమైన మానవ సంబంధాలలో ప్రేమకి అర్థం

సిగ్మండ్ ఫ్రాయిడ్, ఆస్ట్రియా దేశస్థుడు. మనస్తత్వ విశ్లేషణకి ఆద్యుడు. ఒక వ్యక్తిత్వంలో ప్రేమ అనేది లేకపోతే, అది అనారోగ్యానికి గురై చచ్చిపోతుందని అంటాడు ఆయన. ప్రేమ అంటే అర్థం చేసుకోవటం, సద్భావన, ఎదుటివ్యక్తి పట్ల గౌరవ భావం కూడా వస్తాయి. మీరు ఎంత ఎక్కువ ప్రేమనీ, సద్భావననీ అందిస్తే, అంత ఎక్కువ మోతాదులో అది మీ దగ్గరకి తిరిగి వస్తుంది.

అవతలి వ్యక్తి అహంకారాన్ని దెబ్బకొట్టి, అతని ఆత్మాభిమానాన్ని గాయపరిస్తే, అతను మీ పట్ల సద్భావంతో మెలగడు. ప్రతి వ్యక్తీ ప్రేమా, గుర్తింపూ కోరుకుంటాడనీ. తనని ప్రపంచంలో ముఖ్యమైన వ్యక్తిగా భావించాలనుకుంటాడనీ గ్రహించండి. అవతలి వ్యక్తికి తన విలువ తెలిసి ఉంటుందనీ, మీలాగే అందరు మనుష్యులనీ చైతన్యవంతంగా ఉంచే ప్రాణసూత్రం తాలూకు భావప్రకటన తనలో ఉందని అనుకుంటున్నారనీ గ్రహించండి. ఈ పని మీరు ప్రయత్నపూర్వకంగానూ, అవగాహనతోనూ చేస్తే, మీరు అవతలి వ్యక్తికి ఆత్మ విశ్వాసాన్ని అందించగలుగుతారు. వాళ్ళు మీ ప్రేమ, మీ సద్భావన మీకు తిరిగి అందిస్తారు.

తృప్తిపరచటం అనేది ఎన్నడూ గెలవదు

మీ లక్ష్యం వైపు నుంచి మిమ్మల్ని పక్కకి తప్పించే శక్తిని మీరు ఈ లోకంలో ఎవరికీ ఇవ్వకండి. మీ లక్ష్యం – మీలో దాగి ఉన్న ప్రతిభని ప్రపంచానికి చాటి చెప్పటం, మానవజాతికి సేవ చేయటం, దేవుడిచ్చిన జ్ఞానాన్నీ, సత్యాన్నీ, సౌందర్యాన్నీ వీలున్నంత ఎక్కువగా అందరికీ తెలియజేయటం. మీ ఆదర్శాన్ని ఎన్నడూ వదలకండి. మీ ప్రశాంతతకీ, సంతోషానికీ, సంతృప్తికీ పనికివచ్చేది ఏదైనా సరే. అది తప్పక, ఈ భూమ్మీద ఉన్న ప్రతి మనిషికీ ఒక వరంగా మారాలని మీరు మనస్ఫూర్తిగా నమ్మండి. ఏదైనా ఒక భాగం సామరస్యాన్ని సాధిస్తే మొత్తం దాన్ని సాధించినట్టే; ఎందుకంటే ఆ మొత్తం ఆ భాగానికి సంబంధించింది, ఆ భాగం మొత్తంలోని ఒక అంశం. మీరు ఇతరులకి ఋణపడి ఉన్నది ప్రేమ. ఆరోగ్యం, సంతోషం. మనశ్శాంతులని కలుగజేసే సూత్రమే ప్రేమ.

సత్సంబంధాలకి ప్రయోజనకరమైన సూచనలు

1. మీ సుప్తచేతనం ఒక రికార్డింగ్ మిషన్‌లాంటిది. అది మీరు అలవాటుగా ఆలోచించే విషయాలని తిరిగి ఇస్తుంది. ఎదుటి వ్యక్తి గురించి మంచిగా ఆలోచిస్తున్నారంటే, మీ గురించి మీరు మంచిగా ఆలోచిస్తున్నారనే అర్థం.
2. ద్వేషమూ, కోపమూ నిండిన ఆలోచన మానసిక విషం. ఇతరుల గురించి చెడుగా ఆలోచించకండి. అలా ఆలోచిస్తే మీ గురించి మీరు చెడుగా ఆలోచిస్తున్నట్టే. మీ ప్రపంచంలో ఆలోచించేది మీరు ఒక్కరే. మీ ఆలోచనలు సృజనాత్మకమైనవి.
3. మీ మనసు ఒక సృజనాత్మక మాధ్యమం; అందుకని అవతలి వ్యక్తి గురించి మీరు ఆలోచించేది, భావించేది, మీ అనుభవంలోంచి వచ్చిందే. బంగారు సూత్రానికి మనస్తత్వ శాస్త్రం చెప్పే అర్థం ఇదే. ఇతరులు మీ గురించి ఎలా ఆలోచించాలని మీరు కోరుకుంటారో, మీరు కూడా వాళ్ళ గురించి అలాగే ఆలోచించండి.
4. మీరు చేసే మంచీ, చూపించే దయా, అందించే ప్రేమా, సద్భావమూ అన్నీ ఎన్నో రెట్లు పెరిగి మీకు మళ్ళీ వచ్చి చేరతాయి.
5. మీ ప్రపంచంలో మీరే ఆలోచనాపరులు. ఇతరులని గురించి మీరు ఆలోచించే పద్ధతికి మీరే బాధ్యులు. గుర్తుంచుకోండి. మీరు వాళ్ళ గురించి ఆలోచించే పద్ధతికి వాళ్ళు ఎంతమాత్రమూ బాధ్యులు కారు. మీ ఆలోచనలే పునరుత్పత్తి చెందుతాయి. అవతలి వ్యక్తి గురించి ఇప్పుడు మీరేమనుకుంటున్నారు?
6. భావ పరిపక్వతని సాధించండి. అవతల వ్యక్తి మీతో విబేధించటానికి అవకాశమివ్వండి. మీ అభిప్రాయంతో ఏకీభవించకపోయే హక్కు వాళ్ళకు అక్షరాలా ఉంది. అలాగే మీకూ వాళ్ళని కాదనే స్వేచ్ఛ ఉంది. అవతలి వ్యక్తిని నొప్పించకుండానే, సున్నితంగానే మీరు వాళ్ళతో విబేధించవచ్చు.

7. మీలో భయం తాలూకు ప్రకంపనలను జంతువులు గ్రహించి, మీ మీద దాడి చేస్తాయి. మీరు జంతువులని ప్రేమిస్తే అవి ఎన్నడూ మీ మీద దాడి చేయవు. క్రమశిక్షణ లేని ఎందరో మనుష్యులు కూడా కుక్కలు, పిల్లులు, తదితర జంతువులంత సున్నిత మనస్తత్వంతో ఉంటారు.
8. మీ మనసులో మాటలు, మీ నిశ్శబ్దమైన ఆలోచనలకీ, భావాలకీ ప్రతినిధులు. వాటిని ఇతరులు మీ పట్ల స్పందించే తీరులో మీరు అనుభవిస్తారు.
9. మీకు ఏం కావాలని కోరుకుంటున్నారో, అదే ఇతరుల కోసం కూడా కోరుకోండి. సామరస్యమైన మానవ సంబంధాలకి ఇదే కీలకం.
10. అవతలి వ్యక్తిని మీరు అనుమతిస్తే గాని, వాళ్ళు మీకు కోపాన్నీ, విసుగునీ తెప్పించలేరు. మీ ఆలోచన సృజనాత్మకమైనది. మీరు అతన్ని ఆశీర్వదించగలరు.
11. అవతలి వారితో సఖ్యతగా ఉండాలంటే ప్రేమ అవసరం; ప్రేమ అంటే అర్థం చేసుకోవటం. సద్భావం; అవతలి వ్యక్తిని గౌరవించటం.
12. విజయం, ప్రమోషన్, అదృష్టం ఇతరులని వరిస్తే మీరు కూడా సంతోషించండి. అలా చేయటం వల్ల అదృష్టాన్ని మీ వైపు ఆకర్షిస్తారు.
13. ప్రపంచంలో ఏ వ్యక్తికైనా మీరు ఋణపడి ఉండేది ఒక్క ప్రేమ మాత్రమే. ప్రేమ అంటే మీ కోసం మీరేది కోరితే అదే అందరికీ కోరటం. ఆరోగ్యం, ఆనందం, జీవితం ప్రసాదించే వరాలు.

తీర్పు చెప్పని రోజు దగ్గరలోనే ఉంది

మన గురించి ఎవరో తీర్పు చెప్పటం ఎంతమందికి ఇష్టం ఉంటుంది? నాకు ఇష్టం లేదు, మీకూ ఉంటుందని నేను అనుకోను.

ఎవరికీ తమ గురించిన తీర్పు చెప్పబడటం ఇష్టం ఉండదు. ముఖ్యంగా ఏమీ తెలియకుండా. ముందు మనని అర్థం చేసుకోవాలి. అర్థం చేసుకుంటే, మనని మెచ్చుకుని, విలువనిచ్చి, చివరగా ప్రేమిస్తారని ఆశిస్తాము. అంతేగాని తీర్పు చెప్పటం కాదు.

ఇటీవల, ఒక హార్ట్ మాథ్ న్యూస్‌లెటర్‌లో ఒక చిన్న వ్యాసం చదివాను నేను. దాన్ని అందులోని ఉద్యోగి కిమ్ ఆలెన్ రాసారు. కిమ్ అంటున్నాడు!

> మా కాలేజీ ముఖ ద్వారానికి ఒక చిన్న పీప్ హోల్ ఉంది. అది తన బ్లైండ్ డేట్స్ కోసం పెట్టినట్టుగా కాలేజీలో నా స్నేహితురాలు ఒకామె భావించేది. ఆ చిన్న కంతలోంచి చూసి, ఆ రోజంతా బాగుంటుందో లేదో వెంటనే నిర్ణయించుకునేది.
>
> ఒక్కోసారి, తలుపు తెరిచి పూర్తిగా చూడకుండానే, ఆమె ఒక నిర్ణయానికి వచ్చేయటంతో, పాపం ఇదేమీ తెలియని యువకుడు ఇంట్లో ఎవరూ లేరు కామోసు అనుకుని నిశ్శబ్దంగా వెళ్ళిపోయేవాడు.

మనలో చాలా మందికి మన గురించి ఎవరైనా తీర్పు చెప్పితే, అందు కోవటానికి సిద్ధంగా ఉండము. ఆ తీర్పు మనకి నచ్చదు. కాని ఎంత తరుచుగా మనం ఇతరుల మీద మనం ముందే ఏర్పరచుకున్న చిన్న కంతల్లోంచి చూసి అభిప్రాయాలు చెప్పేస్తాము? ఎవరినైనా విమర్శిస్తేనో, తప్పుపడితేనో దాని దుష్ఫలితాలు ఎంత దారుణంగా ఉంటాయో మనం సాధారణంగా గ్రహించము. రిసీవర్ మీద ఏ ప్రభావం ఉంటే ట్రాన్స్‌మిటర్ మీద కూడా అంతే ఉంటుంది: ఒత్తిడి.

ఒక రాత్రి నా భార్యా, నేను సియాటిల్‌లో మా కిష్టమైన ఒక రెస్టారెంట్‌కి వెళ్ళాము. ఈ రెస్టారెంట్ మేము ఉన్న హోటల్ ఎదురుగా ఉన్న వీధిలో ఉంది. మేము మళ్ళీ సియాటిల్‌కి 2006లో మారేముందు, ఆ హోటల్‌లో గత 13 ఏళ్ళుగా ఉన్నాము. అన్నేళ్ళ పరిచయంతో, మాకు ఆ రెస్టారెంట్‌లోని ఉద్యోగులందరూ ఆత్మీయులయ్యారు. వాళ్ళు ఎప్పుడూ ఆత్మీయంగా మమ్మల్ని పలకరించటం, మా పేర్లు గుర్తుంచుకోవటం చూస్తే, మాకు చాలా ఆనందంగా ఉండేది. వాళ్ళు మనసారా మమ్మల్ని ఆహ్వానిస్తున్నట్టుండేది.

కాని, మేనేజర్లలో ఒకతను (అతన్ని 'టామీ' అంటాను) అసలు మేము వచ్చినట్టే తెలియనట్టుండేవాడు. మమ్మల్ని ఎన్నడూ పలకరించలేదు. అసలు మా ఉనికిని గమనించేవాడు కాదు. అతని రెస్టారెంట్‌కి మేం వెళ్లినా, మానినా అతనికేం శ్రద్ధలేదన్న భావనని పెంచుకోసాగాను నేను. కొన్నేళ్ళు గడిచేసరికి, అతనికి మేమంటే ఇష్టం లేకపోయన్నా అయి ఉండాలి, లేదా అతని స్వభావమే అమర్యాదగా ఉండటం, స్నేహ హస్తం చాచకపోవటం అయి ఉండాలి అనుకోవటం మొదలు పెట్టాను. కాని అంత హుషారుగా, స్నేహంగా అందర్నీ కలుపుకునే ఉద్యోగుల మధ్య అతను రెండో కోవకి చెందినవాడంటే నమ్మశక్యంగా లేదు.

నేను చెప్పిన సాయంకాలం మేము త్వరగా వచ్చాము. ఇంకా జోరు మొదలవలేదు. దాదాపుగా ఖాళీగా ఉన్న ఒక బార్లో కూర్చున్నాము. మా ముందు నుంచి టామీ మూడు, నాలుగు సార్లు వెళ్లాడు. ఒక పలకరింపు లేదు. ఒక గుర్తింపు లేదు. ఇలా కాదని నేను అతన్ని ఎదుర్కోవటానికే నిశ్చయించుకున్నాను. ఒకవేళ మేమే ఎప్పుడో ఏదో అన్నదో, చేసిందో అతన్నేదైనా బాధపెట్టిందేమో. అందుకని, అతను మళ్ళీ అటువైపు వచ్చినప్పుడు నేనన్నాను, 'టామీ, కాసేపు కూర్చుని, మాతో కొన్ని క్షణాలు గడుపగలవా?' అతను నా పక్కన, నా భార్యకి ఎదురుగా కూర్చున్నాడు.

అప్పుడు నేనన్నాను, 'టామీ, నీకు తెలుసు కదా, జెరీ, నేనూ ఇక్కడికి 20 ఏళ్ళ పైనుంచి వస్తున్నాము. ఇంత స్నేహపూరితమైన, సమర్థవంతమైన ఉద్యోగులను పెట్టుకుని, నిలబెట్టుకున్నందుకు నిజంగా నిన్ను అభినందిస్తున్నాను. కానీ, నాదొక చిన్న ప్రశ్న. నువ్వు ఎన్నడూ మమ్మల్ని పలకరించలేదు, కనీసం హలో అన్నా చెప్పలేదు. దాంతో మేం రావటం నీకిష్టం లేదేమో అన్న భావన నన్ను పట్టి పీడిస్తోంది. అందుకని నేను అన్నది ఏదైనా లేదా చేసినది ఏదైనా నిన్ను బాధించిందేమోనని తెలుసుకోవాలనుకుంటున్నాను. అదే నిజమైతే, అదేదో పరిష్కరిద్దామనుకుంటున్నాను.'

కాసేపు మౌనంగా ఉన్నాక, టామీ నా వైపు తిరిగి, ఒక పెద్ద చిరునవ్వు విసిరి, ఇలా అన్నాడు 'జిమ్, నా గురించి నీకు తెలియని విషయం ఒకటుంది. నేను గుడ్డివాడిని. నువ్వు లోపలికి వచ్చినప్పుడు నాకు నువ్వు కనబడవు (ఆమాటకొస్తే ఎవరూ కనబడరు). నీ 'గొంతు' గుర్తుపట్టకపోతే నాకు నువ్వు వచ్చినట్టు తెలిసే అవకాశం లేదు.'

ఇప్పుడు మౌనం వహించటం నా వంతు అయింది. తర్వాత నవ్వుతూ అన్నాను, 'నేను ఎప్పుడూ ఇంత గొప్ప కథ వినలేదు. టామీ, నా చేతనాత్మక మనసు నాకు అందించిన తప్పుడు సమాచారాన్ని బట్టీ, నేను తీసుకున్న దాన్నీ బట్టీ కొంతకాలంగా నీ గురించి ఏమీ తెలియకుండానే ముందే అభిప్రాయం ఏర్పరచుకున్నాను. నిజానికి ఈ కథని నా పుస్తకంలో పొందుపరచటానికి నువ్వు ప్రేరణ ఇచ్చావు నాకు.' మేమందరం మనస్ఫూర్తిగా నవ్వుకున్నాము. దానివల్ల ప్రేమ ఏర్పడింది మా మధ్య.

ఇప్పుడు మేమా రెస్టారెంట్‌కి వెళ్ళినప్పుడు, టామీ కనబడితే, నేను పనిగట్టుకుని ఎదురువెళ్ళి టామీని పలకరిస్తాను. 'హాయ్, టామీ, జిమ్, జెరీ వచ్చాము. ఎలా అవుతున్నాయి పనులు?' ముగ్గురం కలిసి సరదాగా గడుపుతాం. స్నేహంగా మాట్లాడుకుంటాం.

తీర్పు: ఈ సంఘటన నన్ను నేను విశ్లేషించుకునేనటట్లు చేసింది. ఎన్నిసార్లు నేను తక్కువ సమాచారంతో, తప్పుడు సమాచారంతో త్వరపడి నిర్ణయాలు తీసుకున్నాను? దాదాపుగా అలా చేసిన ప్రతీసారీ నా నిర్ణయాలూ, నా అభిప్రాయాలూ తప్పని తేలేవి.

కిమ్ ఆలెన్ ముగించినట్టుగా:

> తీర్పునివ్వటమూ, నింద వేయటమూ తప్పించటానికి అత్యంత తెలికైన మార్గాల్లో ఒకటి - మనస్ఫూర్తిగా అభినందించటం, తక్కిన సానుకూల భావోద్రేక పరిస్థితుల్లాగా, మెప్పుదల పనిని మరింత విజయవంతంగా చేయటానికి తోడ్పడుతుంది. అది మెదడు సమాచారాన్ని అందించే విధానాన్ని కూడా మెరుగుపరుస్తుంది. పరిస్థితులని, ఇతరులని మరింత విశాల దృక్పథంతో చూసే సామర్థ్యాన్ని పెంచుతుంది.
>
> అందుకని, ఎవరిమీదైనా త్వరపడి ఒక అభిప్రాయం చెప్పేముందు, తలుపు తెరవండి. విమర్శించే బదులు, మెచ్చుకునే అంశం ఏదైనా గమనించండి. అప్పుడు మీకు మెరుగ్గా అనిపిస్తుంది. అంతేకాదు, ఇంకో ముఖ్య విషయం, మీరు తక్కిన వాళ్ళనీ, పరిస్థితులనీ, పూర్తిగా కొత్తకోణంలోంచి చూడటం మొదలుపెట్టారు.

ధన్యవాదాలు, కిమ్. తీర్పు చెప్పని రోజు దగ్గరలోనే ఉంది.

18

నేను నుంచి మేముకి: ప్రభావితమైన నాయకత్వపు సూత్రాలు

ఎందుకు కొంతమంది దాదాపు అందరినీ ఇష్టపడితే, మరెందుకు కొంతమంది ఎప్పుడూ ప్రతి చిన్న దాని గురించి సణుగుతూ, విమర్శిస్తూ ఉంటారో ఎప్పుడన్నా ఆలోచించారా?

ఇటీవల నేను సియాటిల్ సీహాక్స్ - సెయింట్ లూయీ రామ్స్ ఫుట్‌బాల్ ఆటకి వెళ్ళాను. అందులో సియాటిల్ గెలిచింది. డివిజన్ ఛాంపియన్‌షిప్ వచ్చింది దానికి. సియాటిల్ హెడ్ కోచ్, పీటీ కారల్‌ని నేను కలవలేదు గానీ, అతని క్రమబద్ధమైన, ఉత్సాహభరితమైన దృక్పథం అంటే నాకు గొప్ప ఆరాధన. అతను ఎప్పుడూ సానుకూలంగా ఉంటాడు. సానుకూల ఫలితాలనే ఆశిస్తాడు. నేను టీమ్ స్పోర్ట్స్‌లో ఆడి ఉండటం వల్ల, కారల్ లాంటి కోచ్ దగ్గర ఆడితే సరదాగా ఉంటుందని ఎప్పుడూ అనుకునేవాడిని.

వ్యాపార రంగంలో, కార్పొరేట్ కల్చర్ గురించీ, దాని (సానుకూల లేదా వ్యతిరేక) ప్రభావం ఒక సంస్థ విజయం మీద ఎలా ఉంటుందో అన్న విషయమూ తెగ అభివర్ణిస్తారు. కొన్ని సంస్థల్లో యాజమాన్యం నాయకత్వపు శిక్షణ ఇలా ఉంటుంది. 'ఒక ఉద్యోగిని పట్టుకో', మంచి (చెడు చేస్తూ కాదు) చేస్తుండగా, దాని తర్వాత అటువంటి ప్రవర్తనని పొగడ్తలతోనూ, సానుకూల ప్రోత్సాహంతోనూ ముంచెత్తితే వాళ్ళు మరింత ఉత్సాహంగా చేస్తారు. అలాంటి యాజమాన్యంలో నేనూ ఒక భాగం అవ్వటం నా అదృష్టం.

ఇటువంటి సంస్థల్లో పని చేయాలంటే ఉత్సాహం ఉరకలు వేస్తుంది. ఎందుకంటే యాజమాన్యం నిరంతరం తన ఉద్యోగుల పనితీరుని మెచ్చుకుంటూనే ఉంటుంది. వాళ్ళు సానుకూలంగా పనిచేసి, చక్కటి విజయవంతమైన ఫలితాలు తెచ్చారని అభినందిస్తూ ఉంటుంది. అంటే దాని అర్థం అసలు పొరపాట్లనేవి ఎన్నడూ దొర్లవని కానీ ఎన్నడూ నిర్మాణాత్మక విమర్శ ఉండదనీ కాదు. ఒక్కోసారి, ఒక ఉద్యోగిని తీసివేయాల్సిన పరిస్థితి కూడా రావచ్చు. దీని అర్థం, ఇలాంటి సంస్థల్లో సాధారణంగా వాతావరణం సానుకూలంగా ఉంటుందని అంతే. ఇలాంటి చోట, పని అంటే సరదాగా ఉంటుంది.

తమ ఉద్యోగస్థుల పనితీరుకి అత్యుత్తమ స్థానం ఇచ్చి, ఉద్యోగస్థులకి పనిలో శిక్షణ నిప్పించటమే కాక, వాళ్ళు వ్యక్తిగతంగా కూడా ఎదగటానికి ప్రోత్సహిస్తుందన్న

పేరు పొందిన సంస్థలు, గొప్ప ఆత్మాభిమానం ఉన్న ఉద్యోగులని కూడా తమవైపు ఆకర్షించుకుంటాయి. ఎవరికన్నా తమని విమర్శించి, వ్యాఖ్యానించే బదులు తమకి విలువనిచ్చి, మెచ్చుకోవాలని ఉంటుంది. ఆఫీసు బయట కూడా ఇలాగే కోరుకుంటారు.

చూస్తూంటే కొందరు మేనేజర్లు పొద్దున్నే వాళ్ళ పక్కమీంచి తప్పు వైపు దిగుతారేమోననిపిస్తుంది. అలాంటి వాళ్ళు ఆఫీసుకి వస్తూనే ఎవరే తప్పు చేస్తారా అని కళ్ళింతలు చేసుకుని చూస్తారు. ఎవరైనా దొరికితే వాళ్ళని తిట్టి. వాళ్ళ 'స్థానం ఏమిటో' చూపిస్తారు. అటువంటి దృక్పథాలు ఉన్న మేనేజర్లకి సాధారణంగా వాళ్ళ గురించిన ఆత్మభావన తక్కువ స్థాయిలో ఉంటుంది. అందుకని ఇతరులని అణగద్రొక్కటం ద్వారా వాళ్ళ గొప్ప చాటుకోవాలని ఒంటికాలి మీద నిల్చుంటారు. ఇంక అక్కడినుంచీ, వాళ్ళ సంస్థలో పనిచేయటానికి అసలు 'మంచివాళ్ళు' ఎందుకు దొరకరు అని వాపోతారు. తమ ఆత్మభావన తక్కువ స్థాయిలో ఉన్న వాళ్ళు మాత్రమే కోరి కోరి అలాంటి వ్యతిరేక వాతావరణంలో పనిచేయటానికి ముందుకు వస్తారు. అటువంటి వాళ్ళకి, ఆఫీసు అంటే జీతం ఇచ్చే ప్రదేశం అంతే. 'సరదా' అన్నది ఆఫీసు బయటే. దురదృష్టవశాత్తూ, ఇలాంటి వ్యతిరేక దృక్పథాలతో తమ సంస్థని నడిపే వాళ్ళు (ఇదే తలబిరుసు, ఇదే చిన్నచూపులోనే చూస్తారు). తమ కుటుంబాన్నీ, వ్యక్తిగత స్నేహితులని కూడా.

నాకు తెలిసిన అత్యంత గొప్ప నాయకులు (ఇతరులతో సత్సంబంధాలను నెలకొల్పటంలో) అద్భుతమైన ప్రజ్ఞలు కలిగి ఉన్నారు. వాళ్ళకి మనుష్యులంటే అపారమైన ప్రేమ. అది వాళ్ళ దృక్పథం. దృక్పథాలన్నీ వ్యక్తి యిష్టాయిష్టాలని బట్టి ఏర్పడుతాయి. అలాంటప్పుడు, మనమెందుకు సత్సంబంధాలకు విలువనిచ్చే ఉత్తమ ప్రజ్ఞలను ఎన్నుకోకూడదు? అలా చేస్తే జీవితం మరింత సరదాగా సాగుతుంది. పనులు మరింత తేలిగ్గా అవుతాయి. ఎందుకంటే ఒకటే దర్శనం ఉన్న వాళ్ళే మంచి టీముగా చేరతారు. అలాంటి వాళ్ళు వాళ్ళ వ్యక్తిగత లక్ష్యాలను సాధించుకుంటూనే, తమ తోటి వాళ్ళ లక్ష్యాలకి కూడా విలువనిస్తారు.

ఉత్తమ విలువ ఉన్న సత్సంబంధాలను నెలకొల్పటానికి రెండు అద్భుతమైన ధృవీకరణ వాక్యాలు:

"నాకు అందరి మీదా, ఎల్లవేళలా షరతులు లేని ప్రేమాభిమానాలు ఉన్నాయి."

"నేను సాధించి తీరతానన్న నిశ్చయంతో ఉన్నాను, ఇతరులకి కూడా అదే హక్కు ఉందని ఒప్పుకుంటాను."

మొదటి ధృవీకరణ వాక్యంలో, 'అందరిమీదా' అన్న పదం నొక్కి వక్కాణించటానికి వాడాను. కాకపోతే, మన 'ప్రేమాభిమానాలు' ఒక వెర్రివాని మీదో, మనకి పెద్ద కీడు తలపెట్టిన వాని మీదో ఎలాగూ చూపము.

రెండో ధృవీకరణ వాక్యంలో ముఖ్యమైన పదాలు 'ఇతరులకి కూడా అదే హక్కు ఉందని ఒప్పుకుంటాను!' ఎందుకంటే చాలామందికి తాము సాధించి తీరుతామన్న నిశ్చయం ఉంటుంది కాని, ఇతరులకి కూడా ఆ హక్కు ఉంటుందని ఒప్పుకోరు. అటువంటి వాళ్ళు ఎప్పుడూ, అసమ్మతి చూపుతూనే ఉంటారు. 'ఇతరులకి కూడా అదే హక్కు ఉందని ఒప్పుకుంటాను!' అనగలిగితే, అసమ్మతిదారులమన్న ముద్ర వేయించుకోకుండా మనం అసమ్మతి చూపటానికి సమ్మతి చూపవచ్చు.

గొప్ప సత్సంబంధాలను పెంపొందించాలన్న వ్యక్తిగత లక్ష్యం ఉంటే, అది చాలా విలువైన లక్ష్యం. అటువంటి భావననే ఇష్టపడేవాళ్ళ జీవితాల విలువని అది పెంచుతుంది.

ఆఫీసుల్లోనూ, సంస్థల్లోనూ సత్సంబంధాలను పెంపొందించే గొప్ప ప్రజ్ఞలు ఉన్న నాయకులు, నిజంగా వాళ్ళ ఉద్యోగులకి విలువనిచ్చి వాళ్ళని అభిమానిస్తారు. వాళ్ళని కేవలం ఉద్యోగస్థులుగా చూడకుండా, తోటి మనిషిగా అభిమానిస్తారు.

జాపోస్ సియివో, టోనీ సే ని నేను కలవలేదు కాని, ఆయన పుస్తకం డెలివరింగ్ హ్యాపినెస్* చదివి చాలా స్ఫూర్తిని పొందాను. నిజానికి ఆయన సంస్థ కస్టమర్ల సేవ కోసం పుట్టిందే అయినా, టోనీ అతని టీమూ వాళ్ళ ఉద్యోగస్థులకీ, వాళ్ళ కుటుంబాలకీ, అమ్మకందారులకీ, షేర్లు ఉన్నవాళ్ళకీ, ఆఖరికి జాపోస్‌కి పరిచయమున్న ప్రతి ఒక్కరికీ ఆనందాన్ని పంచే పనిని విస్తరింపచేసారు. నిజంగా టోనీ ధన్యజీవి. (నేను ఆయన పుస్తకాన్ని సిఫారస్ చేస్తున్నాను)

50 ఏళ్ళ క్రిందటి సంస్థల్లో ఇటువంటి 'కొత్త తరం' యాజమాన్య పద్ధతులూ, కార్పొరేట్ కల్చర్ అన్నది పెద్ద చర్చనీయాంశం కాదు. అప్పుడు ఎక్కువగా యాజమాన్యం సాంప్రదాయాన్ని పాటించేది. అంటే పై అధికారి, కింది ఉద్యోగులూ అన్న భావన ఉండేది. అందువల్ల ఉద్యోగులు ఇచ్చే సలహాలను వినే ఉత్సాహం కాని, ఓపిక కాని ఉండేది కాదు, పని కూడా అంత ఎక్కువగా జరిగేది కాదు. ఇటువంటి దృక్పథం కార్మిక సంఘాలు వేగంగా పెరగటానికి దోహదం చేసింది. సంస్థల్లో ఈ విధమైన ఆధిపత్యాన్ని పవిత్రంగా కొలిచేవారు. చాలా మంది ఉద్యోగస్థులు, ఎక్కడ వాళ్ళ 'యజమాని'కి కోపం తెప్పిస్తామో అన్న భయంలోనే బ్రతుకుని వెళ్ళదీసేవారు.

పాత చింతకాయ భావాలకి అతీతంగా ఎదిగిన నేటి విజయవంతమైన సంస్థల్లో, పిరమిడ్ దాదాపుగా తలకిందులుగా ఉంది. అంటే ప్రభావితమైన నాయకులు, తమకి 'వివరణ పత్రిక'ని ఇచ్చే 'వాళ్ళ కోసం పని చేయటం' లోని విలువని, ప్రాముఖ్యతని అర్థం చేసుకున్నారు. వాళ్ళు నిరంతరం వాళ్ళ కింది ఉద్యోగుల నుంచి మంచి ఫలితాలనీ, ఫీడ్ బ్యాక్‌నీ పొందే వాళ్ళు. దాని వల్ల ఎవరికైనా తన పనిలో పొడచూపే ఇబ్బందులని గానీ సమస్యలనీ గానీ అర్థం చేసుకుని మరింత ఫలప్రదంగా చేయగలుగుతారు తమ పనిని. ఒక ఉద్యోగి మరికొంత సమర్థవంతంగా పని చేయటానికి వీలుగా, అతని పనిలో వచ్చే

*సే, టోనీ, డెలివరింగ్ హ్యాపినెస్, హాచెట్ బుక్ గ్రూప్: జూన్, 2010

ఇబ్బందులు గానీ, ఆటంకాలను గానీ తొలగించటంలో సాయపడటమే తన బాధ్యత అని నాయకుడు గుర్తిస్తాడు.

పూర్వం మనుష్యులు ఎందుకు నాయకత్వపు స్థానాలని ఎన్నుకున్నారు; ఇప్పుడు 21వ శతాబ్దంలో నాయకత్వం ఎలా రూపుదిద్దుకుంటోంది? ఈ రెండింటి మధ్యా వ్యత్యాసాన్ని చూపటానికి మీకొక నమూనా చూపిస్తాను చూడండి.

పాత పద్ధతి	**కొత్త పద్ధతి**
వ్యక్తిగత శక్తి	ఇతరులని శక్తివంతం చేయటం
అదుపులో పెట్టటం	ప్రభావితం చేయటం.
సేవలు పొందటం	ఇతరులకి సేవ చేయటం

సంస్థలు ఎలా ఏర్పడ్డాయి, మేనేజ్‌మెంట్ రూపురేఖలు, పద్ధతులు ఎలా ఉండాలి అన్న విషయాల మీద పుంఖానుపుంఖాలుగా పుస్తకాలు వచ్చాయి. ఒక నిముషం ఆ విషయాలు పరిశీలిద్దాము. అమెరికాలో 1900వ సంవత్సరంలో 90% శాతం ప్రజలు వ్యవసాయంలో వుండేవారు. అందులో అధికశాతం మొగ రైతులు. అప్పుడప్పుడే పారిశ్రామిక విప్లవం రూపుదిద్దుకుంటోంది. 15 ఏళ్ళ తిరక్కుండానే అదే తరగతికి చెందిన యువకులు, మొదటి ప్రపంచ యుద్ధంలో పొల్గొనటానికి సైన్యంలో వాళ్ళంతట వాళ్ళు చేరటమో, చేర్చబడటమో జరిగింది. చాలామందికి, మేనేజ్‌మెంట్‌కి మొట్టమొదటి 'నమూనా' సైన్యం.

అవసరం కొద్దీ ఇది పై అధికారి - కింది ఉద్యోగి నమూనాలో ఏర్పడింది. పనులు సవ్యంగా నెరవేరటం కోసం పై ఉద్యోగుల వ్యత్యాసం స్పష్టంగా ఉండేది. యూనిఫారమ్ (హోదా)కి కూడా దాన్ని ధరించిన వ్యక్తికిచ్చినంత గౌరవం ఇవ్వటం నేర్పించారు. మళ్ళీ, పూర్తిగా అర్థం చేసుకునే పరిస్థితి (మెచ్చుకోవాల్సింది కూడా). శత్రువు చేతిలో అగ్నిలో కాలిపోతూంటే, ఉద్యోగుల నుంచి పనిని రాబట్టటానికి, 'ఏకాభిప్రాయం' పెంపొందించటానికి కాని, 'ఉద్యోగులని పరీక్షించ'టానికి కాని అది సమయం, సందర్భం కాదు. మనం యుద్ధంలో గెలిచామంటే కారణాలు ముఖ్యంగా - ఎంతో బలమైన నాయకత్వం, కీలకమైన స్థానాల్లో ఉన్న నాయకులు చేసిన గొప్ప వ్యూహరచన, ఇచ్చిన ఆజ్ఞలను తూ.చా. తప్పకుండా పాటించిన సైన్యం.

అందువల్ల, సంస్థలు పెరగటానికీ దీనికీ ఏమిటి సంబంధం?

మన సైనికులు ఇంటికి తిరిగి వచ్చాక, పల్లెపొలాల నుంచి పెద్ద పట్టణాలకి అనేక కుటుంబాలు వలస వెళ్ళాయి. ఇటువంటి మేనేజ్‌మెంట్ తీరుతెన్నులే ఉన్న సంస్థలూ, కార్పొరేషన్లలోకి జారుకోవటం పెద్దగా కష్టమనిపించలేదు ఈ యువకులకి. చివరికి యుద్ధభూమిలో నేర్చుకున్న భాష కూడా ఆఫీసుల్లోకి చొరబడింది. ఉదాహరణకి :

- తుపాకీ గుండు ముందు నిలుచున్నాము మనం, ఈ పని అయ్యేలా చూడటానికి

- మన లక్ష్యం సాధించటానికి తూటాల వర్షం కురిసే చోట ఉన్నాము.
- మీటింగ్‌కి వెళ్ళేముందు, పూర్తి రక్షణతో వెళ్ళేటట్టు చూడు.
- మన పోటీదారుని పూర్తిబలంతో ఎదుర్కోవాలి. వాళ్ళు మన శత్రువులు.
- వెనుకంజ వేసే సమయం కాదిది.
- మరియు, 'నిన్ను ఉద్యోగంలోంచి తీసేస్తున్నాము!

(ఇంగ్లీషులో 'యు ఆర్ ఫైయర్డ్!' అని వస్తుంది.)

- వగైరా, వగైరా, వగైరా.

పాత మానేజ్‌మెంట్ పద్ధతుల్లో నాయకులు అవటానికి ప్రజలకు ప్రాధమిక ప్రేరణ వ్యక్తిగత శక్తి, ఇతరులని అదుపులో పెట్టటం, ఉద్యోగుల సేవలు పొందటం. సూచనలు అక్షరాలా పై అధికారుల నుంచి వచ్చేవి. హోదాలు చాలా ముఖ్యం. పై అధికారిని ఎదురు ప్రశ్నిస్తే మీ పని ఖాళీ!

'జెన్సన్, వైస్ ప్రెసిడెంట్లతో మాట్లాడే పద్ధతి ఇది కాదు!' తోటి ఉద్యోగుల ముందు ఒక కింది ఉద్యోగస్థుడిని పెద్ద గొంతుతో అధికారం ఝుళిపిస్తూ దులిపి పారేయటం అసాధారణమేమీ కాదు. ఆ రోజుల్లో హ్యూమన్ రిసోర్స్ డిపార్టుమెంటులు గానీ, పై అధికారి వేధిస్తున్నాడన్న భావన కాని ఎరుగరు.

సంస్థలో ప్రాధమికంగా చోటు చేసుకున్న భావన భయం. ఎక్కడ ఏ తప్పు పని చేస్తామో, ఏ మాట తప్పుగా అంటామో, దాని వల్ల ఎక్కడ ఉద్యోగం ఊడుతుందో అన్న భయమే అడుగడుక్కీ, వాతావరణం అంతా అణగద్రొక్కేదిగా ఉండేది.

పై అధికారిగా మేలి ముసుగు వేసుకుని జులుం చెలాయిస్తున్న వ్యక్తికీ భయమూ, అనుమానమే. విజయం పొందటానికి అతనిలో 'సరియైన సత్తా' నిజంగా ఉందా అని అతను అభద్రతా భావంతోనూ, శంకలతోనూ ఉంటాడు. ఈ విషయం ఎక్కడ ఇతరులు పసిగట్టే, ఎక్కడ ఓడిపోతానో అన్న భయం.

ఇటువంటి వాతావరణంలోకి ఆకర్షించేది ఆత్మాభిమానం ప్రబలంగా తక్కువ ఉన్న ఉద్యోగస్థులని. వాళ్ళు అక్షరాలా తమకి, 'విలువ లేదు' అనుకునేవాళ్ళు. కేవలం బ్రతుకు బండిని భారంగా ఈడ్చటమే వాళ్ళ ప్రధాన లక్ష్యం కాబట్టి, నోరు మూసుకుని ఏది చెపితే అది చేసేవారు.

రోజులు గడిచేకొద్దీ, మరింత ఎక్కువమంది కాలేజీల్లో విద్యనభ్యసించసాగారు. దాంతో సాధారణ విద్యాబుద్ధుల స్థాయి పెరిగింది. 1950లలో ఆత్మశోధన గురించిన బోధనలు, సెమినార్లు, పుస్తకాలు పుంఖానుపుంఖాలుగా వచ్చాయి. ఆత్మభావన, ఆత్మాభిమానం పెంపొందించుకోవాల్సిన అవసరాన్ని చాటి చెప్పాయి అవి.

అంతకంతకీ ప్రభావితమైన నాయకులు పుట్టుకురావటం మొదలయ్యింది. మనిషికి ఉండే బుద్ధి కుశలతని అందరిలోనూ నిజంగా గుర్తించే నాయకులు వాళ్ళు. ఈ నాయకులు తమ ఆత్మభావనని నిలబెట్టుకుంటూనే, సంస్థలో ఏ మూల నుంచైనా సృజనాత్మకమైన భావాలూ, పరిష్కారాలు రాగలవని నమ్మి, వాటిని మెచ్చుకుని, వాటికి

విలువనిచ్చేవాళ్ళు, చొరవగా మనసులో భావాలు చెప్పగలిగే వాతావరణాన్ని ఏర్పరచే వాళ్ళు. అటువంటి విలువైన సూచనలను ఇచ్చిన వాళ్ళకి ప్రతిఫలం యిచ్చి, గుర్తింపునిచ్చే పథకాలను అమలుపరచేవాళ్ళు.

ఎందరో నాయకులు తమని తాము గురువులుగానూ, మార్గదర్శకులు గానూ భావించుకునేవారు. తమకి శక్తిని పెంచుకునే బదులు, ఇతరులని శక్తివంతులని చేయటంలోని విలువని గుర్తించారు. వాళ్ళ కింది ఉద్యోగులను అదుపులో పెట్టే బదులు, వాళ్ళని ప్రభావితం చేయాలన్న ప్రేరణ పొందేవాళ్ళు. మనం ఎవరినన్నా అదుపులో పెడితే, వాళ్ళని ప్రభావితం చేయలేమని గ్రహించారు వాళ్ళు. ఉదాహరణకి, ఒక తండ్రిగా మీ పిల్లలని అదుపులో పెట్టాలనుకుంటారా, ప్రభావితం చేయాలను కుంటారా? జవాబు తేటతెల్లంగానే ఉందనుకుంటాను.

చివరగా, ప్రభావితం చెందిన నాయకుడు ఇతరుల నుంచి సేవ పొందే బదులు, తన తోటివారికి తను సేవ చేయాలని చూస్తాడు.

ఎటువంటి వాతావరణంలో పని చేయాలని మీరు అనుకుంటున్నారు? జవాబు తేటతెల్లంగా ఉందని నేను భావిస్తున్న ఇంకో ప్రశ్న.

ఈ విలువలనీ, సూత్రాలనీ అక్షరాలా వాళ్ళ స్వంతం చేసుకున్న నాయకులు, వాళ్ళ ఉద్యోగస్థుల స్వంతదారులు కారు. తక్కిన వాళ్ళు విజయం పొందటంలో చేదోడు వాదోడుగా నిలవటానికి యాజమానత్వం తీసుకున్నా (ఇది ఇంకో విలువ), వాళ్ళ మీద హక్కులు లేవనుకుంటారు, ఉన్నత పదవులు ఇస్తారు, వృద్ధిలోకి రానిస్తారు. అలాగే ఉద్యోగి మరెక్కడో చేరటానికో లేదా తన స్వంత సంస్థ పెట్టుకోవటానికి ఉద్యోగంలోంచి మానేసినా కూడా, అతన్ని పొగడ్తలతోనూ, అభినందనలతోనూ ముంచెత్తుతారు.

ఫ్లో * అన్న పుస్తకంలో వాక్యాలు గుర్తుకొస్తున్నాయి నాకు. అందులో రచయిత ఇలా రాస్తాడు,

> ఆదర్శవంతమైన గురువులు (అంటే మేనేజర్లు) తమ విద్యార్థులు దాటి వెళ్ళటానికి పనికివచ్చే వంతెనలాగా పనిచేస్తారు. దాటి వెళ్ళటానికి తోడ్పడ్డాక, వాళ్ళు సంతోషంగా ఒరిగిపోతారు, వాళ్ళ విద్యార్థులు స్వంతంగా వాళ్ళ వంతెనలను మళ్ళీ కట్టుకునేందుకు వీలుగా.

*సిక్ జెంత్ మిహల్యీ, మిహల్యీ, ఫ్లో : ది సైకాలజీ ఆఫ్ ఆప్టిమల్ ఎక్స్‌పీరియన్స్ హార్పర్ పెరిన్నియల్ మాడర్న్ క్లాసిక్స్: జూలై, *2008.*

19

నిర్మాణాత్మక విమర్శ, పొరపాట్లతో వ్యవహరించటం, పరిపూర్ణత్వంలోని అవస్థలు

నేను అనేకమంది శ్రోతలతో మాట్లాడుతూ, 'మీలో ఎంతమంది విమర్శలనిష్టపడుతారు?' అని అడిగితే, బహుశా అతి తక్కువ శాతం చేతులెత్తుతారు.

విమర్శని సరిగ్గా నిర్వచించి, సరిగ్గా ఉద్దేశిస్తే, అది ఒక అద్భుతమైన బోధనా పరికరంగా పనిచేయగలదు. కాని ముందుగా మనం ఆ పదాన్ని నిర్వచించాలి. నిర్మాణాత్మక విమర్శకీ, వినాశక విమర్శకీ మధ్య తేడాని ఎత్తి చూపాలి. తర్వాత, ఈ విమర్శని ఎలా చేస్తాం అన్నది ముఖ్యం – మన దృష్టి అంతా ఒక ప్రత్యేకమైన ప్రవర్తన మీదో ప్రక్రియ మీదో ఉండాలి. ఎవరినైతే విమర్శిస్తున్నామో అతని ఆత్మాభిమానం చెక్కుచెదరకుండా చూడాలి.

ముందు విమర్శని నిర్వచిద్దాము.

వినాశక విమర్శ, విమర్శించబడ్డ వ్యక్తిని కృంగదీస్తుంది.

నిర్మాణాత్మక (లేదా సమాచారాన్నిచ్చే) విమర్శ, విమర్శించబడ్డ వ్యక్తికి బోధిస్తుంది. ఇప్పుడు మళ్ళీ నా ప్రశ్నను అడిగాననుకోండి, 'మీలో ఎంతమంది విమర్శలని ఇష్టపడతారు?' బహుశా శ్రోతలలో అధికశాతం చేతులెత్తుతారు. ఎందుకంటే ఇప్పుడు విమర్శ అంటే, 'మిమ్మల్ని మెరుగుపరచుకోవటానికి దోహదం చేసే ఉద్దేశంతో మీ ప్రవర్తనని గాని చర్యలని గాని వస్తుపరంగా బేరీజు వేయటం,' అని అర్థం చేసుకున్నారు.

విమర్శతో మనకి వచ్చిన చిక్కేమిటంటే, మనం విమర్శింపబడిన తొలి రోజులని గుర్తుకు తెచ్చుకుంటే, వాటిలో అధిక శాతం మనని తిట్టినవే. ఏదో 'తప్పు' చేసినందుకు మనం ఎంత చెడ్డవాళ్లమో వేలెత్తి చూపినవే. మనని అపరాధ భావనతోనో, మన గురించి మనం చెడుగా అనుకునేలానో చేసేవి. దాని ఫలితంగా మనం ఎందుకూ పనికిరామన్న భావనతో మిగిలేవాళ్ళం. మన మీద అధికారం చెలాయించేవాళ్ళు, పదే పదే మనని విమర్శిస్తే, మన ఆత్మాభిమానం దెబ్బతిని, మన ఆత్మభావన కృంగిపోతుంది.

మీరు చిన్నపిల్లాడిలా ఉన్నప్పుడు, మీరు పాలు ఒంపితేనో లేదా భోజనానికి ఐదు నిముషాలు ఆలస్యంగా వస్తేనో, ఒక రాక్షసుడు (అంటే అమ్మ లేదా నాన్న) ఇలా అన్నారనుకోండి, 'ఏమైంది నీకు?' అది వెర్రితనం. తల్లిదండ్రుల ఇటువంటి ప్రవర్తన చిన్నపిల్లాడిలో అంతర్గతంగా ఒక పద్ధతిని నెలకొల్పుతుంది. అది లోపల గొంతు చించుకుని అరుస్తుంది. 'విమర్శించబడటం నాకు ఇష్టం ఉండదు,' ఇంకా దారుణం

ఇలాంటి కృంగదీసే అంతర్‌భాషణ. 'నేను ఎన్నడూ ఏదీ సరిగ్గా చేయలేను,' 'మా అన్నయ్య (లేదా అక్కయ్య) అంత మంచివాడిని నేను ఎన్నటికీ కాలేను,' వగైరా, వగైరా. చిన్న పిల్లల ఆత్మగౌరవాన్ని గాని ఆత్మభావనని గాని పెంచటంలో గానీ కృంగదీయటంలో గాని విమర్శించే విధానానికి ప్రముఖపాత్ర ఉంది. ఇప్పుడు పెద్ద వాళ్ళకి ఇచ్చే థెరపీలో వాళ్ళు చెడ్డవాళ్ళనో లేదా అక్షరాలా పనికిమాలిన వాళ్ళనో (అంటే విలువ లేనివారని) లేతవయస్సులో పదే పదే విన్న మాటల జ్ఞాపకాలని చెరిపివేయటంలో అధిక శాతం గడపాల్సొస్తుంది.

అయితే మన పిల్లవాడు మనం బొత్తిగా భరించలేని పనేదో చేస్తే మనం ఏం చేయాలి? పక్క వాళ్ళ కిటికీ మీదికి రాయి విసిరితేనో, అమ్మా నాన్నా సాయంకాలం బయటకి వెళితే, అలా సరదాగా తిరిగి రావటానికి అమ్మ కారుని అమ్మకు తెలియకుండా, 'అప్పు' తీసుకుంటేనో ఏం చేయాలి? అంటే ఇలాంటి చెడు ప్రవర్తనకి శిక్ష లేదనుకోవాలా?

ఎందుకు లేదూ? ఖచ్చితంగా ఉంది. కాకపోతే, అది కొన్ని ప్రత్యేక అధికారాలని తీసివేయటమో లేదా తన గది దాటి బయటకు రాకూడదు లాంటివి అంటేనో బాగుంటుంది. కాని అరుపులు, కేకలు లాంటి మానసిక దెబ్బలు, అరవబడిన వ్యక్తి మనసుని గాయపరిచి, దీర్ఘకాల పుండుగా మారే ప్రమాదముంది.

మరయితే ఏం చేయాలి మనం?

దీనికి జవాబు - ప్రవర్తన మీద పూర్తి దృష్టి పెట్టాలి కాని, వ్యక్తి మీద కాదు. 'చర్యని విమర్శించు. చేసిన వాడిని కాదు.'

ఉదాహరణకి, "జానీ, నువ్వు చేసింది అసలు అంగీకరించలేని పని. నిన్ను మేము ప్రేమిస్తున్నాము జానీ, కానీ నువ్వు చేసింది మేము బొత్తిగా అంగీకరించలేము. అటువంటి ప్రవర్తన అన్నది మన ఇంటా, వంటా లేదు. నువ్వు మంచివాడివి జానీ, కాని నువ్వు చేసింది మాత్రం తప్పు. మనం దీని గురించి చర్చించుకుందాం.'

ఇది కొంచెం అతిగా ఉన్న, అతి తేలిగ్గా చెప్పిన ఉదాహరణ. కాని దీని సందేశం ఏమిటంటే, మనం ఎవరినైనా విమర్శిస్తే (ముఖ్యంగా మనం ప్రేమించేవాళ్ళని, అంటే పిల్లలని లేదా జీవిత భాగస్వామిని), ఆ విమర్శించబడుతున్న వ్యక్తి పరిస్థితిని మరి కాస్త మెరుగుపరచటానికి తోడ్పడటమే మన ఉద్దేశమనీ, అంతేకాని మన కోపమో, నిరాశానిస్పృహలో వాళ్ళ మీద ప్రదర్శించటానికి దాన్ని కేవలం ఒక అవకాశంగా తీసుకోలేదనీ స్పష్టంగా తెలుసుకోవాలి. పాటించి తీరాల్సిన నియమం, మనం కోపంగా ఉన్నప్పుడు విమర్శని ఆపటం. అప్పుడు వచ్చేది ఎక్కువగా వినాశక విమర్శ.

వ్యాపారంలో, తెలివైన నాయకులూ, మేనేజర్లూ నిర్మాణాత్మక లేదా సమాచారక విమర్శలు చేయటంలో సిద్ధహస్తులు. ఎవరైతే విమర్శింపబడుతున్నారో నిజానికి అతని ఆత్మాభిమానం మరింత పెరగటానికి దోహదం చేసేలా అతని పనిని సరిదిద్ది, అతనికి సహాయం చేస్తారు వాళ్ళు.

ఉదాహరణ : 'జాన్, నిన్నటి మన రివ్యూలో నువ్వు ఇంకా ఎక్కువ డబ్బు

సంపాదించాలని ఉందని అన్నావు. మన కంపెనీలో దాని అర్థం, ఇంకా ఎక్కువ అమ్మకాలు చేయటం. నువ్వొక మంచి సేల్స్‌మాన్‌వి. కాని, నీలో నేనొక విషయాన్ని గమనించాను. నువ్వు నీకున్న అప్పాయింట్‌మెంట్లని రాసుకోవు. అదికాక కొందరు చెప్పారు, నువ్వు వాళ్ళు ఫోన్ చేస్తే మళ్ళీ వెంటనే వాళ్ళకి ఫోన్ చేయవని. నాకూ ఇటువంటి సమస్యే ఉండేది మొదట్లో. నా క్యాలెండర్‌ని మరింత సమర్థవంతంగా నిర్వర్తించటానికి వీలుగా నేను పెంపొందించుకున్న పద్ధతి నీతో పంచుకోనీ. నా మటుకు నాకు, అది బాగా పనిచేసి అమ్మకాలని పెంచింది. ఎందుకంటే నేను నా సమయాన్ని సమర్థవంతంగా నియంత్రించుకోవటం వల్ల నేను నిజానికి అమ్మకాల గురించి చేసే ఫోన్లు ఎక్కువ చేయగలిగాను, కస్టమర్లతో అవసరాలకి లేదా ప్రశ్నలకి వెంటనే స్పందించటం వల్ల వాళ్ళతో సత్సంబంధాలు నెలకొల్పగలిగాను. అది ఎలా చేసానో నీకు చూపిస్తాను. అత్యంత గొప్పవిక్రయదారుల్లో ఒకడివి అయ్యే నిగూఢ శక్తి నీలో ఉంది జాన్.'

విమర్శ గురించిన సారాంశం, విషయాల విషయంలో ఖచ్చితంగా ఉండండి, మనుష్యులతో తేలిగ్గా వ్యవహరించండి మళ్ళీ, పనిని విమర్శించండి, పని చేసినవాడిని కాదు.

అయితే, మనం పొరపాట్లతో నిర్మాణాత్మకంగా ఎలా వ్యవహరిస్తాము, మనని మనం ఆ ప్రక్రియతో హింసించుకోకుండా?

పొరపాట్లు – ఉత్సాహకరమైన పదం, ఇంకో క్షణంలో దీన్ని వివరంగా చూద్దాము.

ఇటీవల ఒక స్నేహితుడి నుంచి ఫోన్ వచ్చింది. అతను తన సంభాషణని ఇలా మొదలుపెట్టాడు, 'నేను తప్పులు దిద్దుకోవాలనుకుంటున్నాను.' ఎందుకు అని అడిగాను. నాతో నా స్నేహితుడొకతనికి ఒక పుస్తకం పంపావని చెప్పాడు. కాని నిజానికి పంపలేదుట. ఆ రోజు రెండు పుస్తకాలు పంపాడుట. అందుకని అందులో ఒకటి నా స్నేహితుడికి పంపాననుకున్నాడట.' అతనన్నాడు, 'నేను అబద్ధం ఆడాను.'

ఇంకో ఉత్సాహకరమైన పదం.

నా స్నేహితుడికి పుస్తకం పంపలేదని తెలిసి కూడా నాతో పంపానని చెప్పాడా, లేక నిజంగా పంపాననుకుని చెప్పేసి, ఆ పంపించింది నా స్నేహితుడికి కాదని తర్వాత గ్రహించాడా అని అడిగాను నేను. అతను నాతో నా స్నేహితుడికి పంపానని చెప్పినప్పుడు, నిజంగానే పంపానని అనుకున్నాడుట. కాని అది చెప్తున్నప్పుడు ఘోరమైన పనిచేసినట్టు ఉంది అతని గొంతు. చాలా భయంగా ఉందన్నాడు.

నిజం చెప్పాలంటే, ఆశ్చర్యంతో నోట మాట పెగల్లేదు నాకు.

నేను చెప్పాను, 'నువ్వు అబద్ధం ఆడలేదు, నువ్వు పొరపాటు చేసావంతే. ఒక పొరపాటు చేసినందుకు నిన్నెందుకింత హింసించుకుంటున్నావు?'

దురదృష్టవశాత్తూ, మనలో చాలా మందికి, చాలా లేత వయసు నుంచే పొరపాటు చేయటం ఒక పెద్ద నేరంగా నూరిపోస్తారు, అప్పుడు, మనలో మనం చెడ్డవాళ్ళమన్నట్టు జీర్ణించుకుపోతుంది. పాలు ఒంపితే, తిట్లు తినేవాళ్ళం. బట్టలు మురికి చేసుకుంటే

ఏమైంది నీకు అనిపించుకునేవాళ్ళం. రాత్రి భోజనానికి ఆలస్యంగా వస్తే, గదిలోకి తోలేయబడేవాళ్ళం. హెూమ్ వర్క్ చేయటం మర్చిపోతే చాలు టీ.వీ చూడటానికి వీల్లేదు అనిపించుకునేవాళ్ళం. పరీక్ష సరిగ్గా రాయకపోతే... అలా అలా సాగుతూనే ఉంటుంది.

పిచ్చి! పొరపాటు చేయటం మాత్రమే చెడ్డపని కాదు, మనం పొరపాట్లు చేస్తే మనమే చెడ్డ వాళ్ళం అన్నట్టు నమ్మించారు.

కాకపోతే, మనం పెద్దయ్యాక ఆ చెత్తనంతా మర్చిపోయాం. అవునా? కాదు.

ఇవాళ పొద్దున్న 'తప్పులు దిద్దుకోవటానికి' ఫోన్ చేసిన నా స్నేహితుడు 30వ పడిలో ఉన్నాడు. ఒక చిన్న పొరపాటు చేసినప్పుడు, ఏం జరిగింది (అతని మనసులో)? ఇది ఎలా ఉంది? 'నేనొక పొరపాటు చేసాను. అది తప్పు. నేను తప్పు. నేను జిమ్‌కి అబద్ధం చెప్పాను. నేను అబద్ధాల కోరుని. ఎందుకెప్పుడూ ఇలా చేస్తాను?'... విసుగొస్తుంది. మీకేదో నవ్వులాటగా ఉంది, కాని పొరపాట్లు చేస్తే చాలా మంది ఇలాగే విసుగు పుట్టిస్తారు.

పొరపాట్లు దొర్లటం మానవ సహజం. కాని, మనం బాగుండాలంటే పొరపాట్లతో మనం ఎలా వ్యవహరిస్తున్నామన్నది చాలా ముఖ్యం. కొంతమంది వాళ్ళని వాళ్ళే హింసించుకుంటే, మరికొంతమందికి వాళ్ళ పొరపాట్లని చూసి, 'నవ్విపోదురుగాక నాకేటి సిగ్గు' అనుకునే సామర్థ్యం ఉంది.

ఒకరోజు నా భార్యా నేనూ 'షోటైమ్' అన్న సినిమా చూసాం. ఎడ్డీమర్ఫీ రాబర్ట్ డినిరో ఉన్నారు అందులో. సినిమా చివర్లో, పేర్లు వేస్తున్నప్పుడు, తెర వెనుక విషయాలు వేస్తున్నారు. మీకు తెలుసు కదా, సినిమా తీస్తున్నపడు జరిగేవి కొన్ని సరదాగా ఉంటాయి. ఈ సన్నివేశాలు నటులు వాళ్ళు చెప్పాల్సిన మాటలు మర్చిపోయి, మిస్టేక్ చేసినవన్నమాట. అంటే టేకుల మీద టేకులు తింటారు. డైరెక్టర్ 'టేక్ టూ', 'టేక్ త్రీ' అనటం చూస్తుంటాము. ఏది ఏమైనా అలా కొన్ని టేకులు తింటే గానీ, అసలు ఫలితం రాదు. ఈ పొరపాట్లు చేసిన నటుల స్పందన ఎలా ఉంటుంది? వాళ్ళు పగలబడి నవ్వుతారు! తక్కిన తారాగణం, శ్రోతలు కూడా అదే చేస్తారు.

మనం తప్పు చేస్తే మన బరువుని దించుకోవాలే గానీ, అంత చేటు బాధ పడకూడదు. అలా అంటే మనం బాధ్యతని తీసుకోవటం లేదని కాదు. కాని, మనం కేవలం తప్పు చేసామని ఒప్పుకుంటున్నాం (మనలో మనకి లేదా ఇతరులకి). అంతే.

పెన్సిలు మీద రబ్బరు, కార్ల మీద బంపరు పెట్టింది ఎందుకు? మన పొరపాట్లని దిద్దుకోవటానికి. (కావాలని వెళ్ళి ఎవరి కారునో గుద్దితే, అది పొరపాటు కాదు. అది ప్రత్యేకంగా గుద్దటం. దీనికీ పొరపాటుకీ తేడా ఉంది.)

పొరపాట్ల నుంచి నేర్చుకోవచ్చు. ఒకే పొరపాటు పదే పదే చేయకుండా, తప్పు దిద్దుకోవటానికి ప్రయత్నించటంలో తప్పులేదు. కానీ, ఒక చిన్న పొరపాటు చేసినందుకు మనని మనం (లేదా మనం ప్రేమించే మరొకరిని) హింసించుకోకుండా ఉందాం. అవసరమైతే ఒక సంజాయిషీ ఇచ్చి, ముందుకు సాగుదాం.

'బేషరతుగా నన్ను నేను ప్రేమిస్తున్నాను.'

'నేను ఎన్నడూ వినాశక విమర్శతో నన్ను నేను కించపరచుకోను.'

'నాకు అందరి మీదా, ఎల్లవేళలా బేషరతుగా ప్రేమాభిమానాలు ఉన్నాయి.'

పరిపూర్ణత్వంలోని అవస్థలు

మీలో ప్రతి ఒక్కరికీ, పరిపూర్ణత్వం కోరే వ్యక్తితో ఇప్పటికే అనుబంధం ఉండి ఉంటుంది, లేదా ఇక ముందన్నా ఉంటుంది. అది ఒక తండ్రి, అన్నయ్య, గురువు, కోచ్, స్నేహితుడు, లేదా మేనేజరు ఎవరో ఒకరు అవచ్చు. వీళ్ళందరి కోరికా మిమ్మల్ని మెరుగుపరచటమే.

ఈ పరిపూర్ణత్వం కోరేవారు సాధారణంగా ఈ పరిపూర్ణత్వ 'విలువ'ని వంశపారంపర్యంగా పొంది ఉంటారు.

ఇక్కడ నా ఉద్దేశ్యం పరిపూర్ణత్వం గురించి నా అభిప్రాయం చెప్పటం కాదు. ఈ పరిపూర్ణత్వం కోసం పాకులాడేవారు కొన్నేళ్ళు గడిచేసరికి వాళ్ళకి ఎవరిమీద అత్యధిక అధికారమో లేదా ప్రభావమో ఉందో, వాళ్ళ మీద వీళ్ల మీద భారం మోపుతారని నేను గమనించింది చెప్పదలచుకున్నాను. మీకు పరిపూర్ణత్వ భావన ఉన్నా, ఒకప్పుడు ఉండి ఉన్నా, దాన్ని కొనసాగించాలా వద్దా అన్న నిర్ణయం పూర్తిగా మీదే. దాన్ని కొనసాగిస్తే మీకు ఇంకా ఎక్కువ ఆనందాన్ని, సంతోషాన్ని ఇస్తుందా లేదా, అలాగే మీ జీవితం, మీకు చాలా ముఖ్యమైన వాళ్ళ జీవితాల విలువని పెంచుతుందా లేదా అన్నది మీరు తేల్చుకోవాలి.

నా మటుకు నాకు ఒక పరిపూర్ణత్వ భావన ఉన్న వ్యక్తి తండ్రిగా ఉన్నా, మేనేజర్‌గా ఉన్నా పెద్ద బండరాయి నెత్తిన ఉన్నట్టే అనిపిస్తుంది. అటువంటి పరిపూర్ణత్వం కోరే వ్యక్తి స్థాయికి మీ ప్రవర్తన గాని మీ పనితీరు గాని ఎప్పుడో తప్ప చేరుకోలేదు. అది కాక మీరు ఇంతగా ప్రేమించి, ఆరాధించే వ్యక్తి దృష్టిలో 'కోరుకున్నంత సరిగ్గా లేరు' అన్న భావన మిమ్మల్ని తొలిచేస్తుంటే, మీ ఆత్మాభిమానం కూడా కుంటుపడే ప్రమాదం పొంచి ఉంది. ముఖ్యంగా కుటుంబాల విషయానికొస్తే ఈ పరిపూర్ణత్వమనే లక్షణాలు వంశపారంపర్యంగా వస్తూ వుంటాయి.

ఈ గొలుసుని ఛేదించే సమయం ఆసన్నమయిందా?

పరిపూర్ణత్వంతో వచ్చిన చిక్కేమిటంటే అద్భుతంగా చేసినా అది మంచిది కాదు. ప్రపంచమంతటా పరిపూర్ణత్వం కోరే ఈ వ్యక్తులు ఎంత సేపూ ఏది తప్పో దాని మీదే దృష్టి నిలుపుతారు గాని, ఏది ఒప్పో దాన్ని పట్టించుకోరు.

ఉదాహరణకి జిమ్నాస్టిక్స్ చేసే ఒక యువతి, తన జీవిత లక్ష్యం సాధించి గెలిచిన సందర్భం తీసుకుందాం. ఆమెకి అందరూ నిల్చుని చప్పట్లు కొట్టారు. జడ్జీలు ఆమె ప్రతిభకి 9.8 మార్కులు ఇచ్చారు. మొదటి స్థానం పొందింది. అటువంటి పరిస్థితిలో సహజంగా ఏ కోచ్ అన్నా ఏమంటాడు? 'అద్భుతంగా చేసావు. నువ్వు బ్రహ్మాండం. ఎంత ఎత్తుకు ఎదిగావో చూడు.' తనకి నిజంగా చెందాల్సిన ఇలాంటి మాటలు వింటే

జిమ్నాస్టిక్స్ చేసే ఆ యువతి తన గురించీ, తన ప్రతిభ గురించీ మురిసిపోతుంది కదా.

ఇప్పుడు ఇదే పరిస్థితిని మళ్ళీ చూద్దాం. ఈసారి పరిపూర్ణత్వాన్ని కోరే ఆమె కోచ్ ఏం చెప్పి ఉంటాడో చూద్దాం. 'బాగా చేసావు. కాని నీకు 10 రాకుండా 9.8 ఎందుకు వచ్చిందో, ఇంకా నువ్వు ఏం చేయాలో చెప్తాను నేను.' ఇంక అక్కడ్నుంచీ ఆమె ఏయే చోట్ల తప్పు చేసిందో చూపించి, అవి సరిదిద్దటం కొనసాగిస్తాడు. అతను అతని విశ్లేషణ వరకూ తెలివిగానే చెప్పి ఉండవచ్చు, కాని విజయభేరి మ్రోగించటానికి తోడ్పడదు అది. పాపం ఆ యువతి తన విజయాలకి మురిసిపోయే బదులు, తప్పుల గురించి ఆలోచించుకుంటూ వెళుతుంది అక్కడ్నుంచి. కొన్నేళ్ళు గడిచేసరికి, మంచి ఉద్దేశం ఉన్న ఈ కోచ్ 'రక్తం పిండే పిచ్చివాడు' అవుతాడు. దీనివల్ల మనసు మీద పడే ప్రభావం ఏమిటి? నేర్చుకునే ఆ యువతి తనని కోచ్ చేసే, నేర్పించే, మేనేజ్ చేసే కోచ్ అంచనాలకి సరితూగలేనందుకు తనని తాను కించపరచుకుంటుంది.

మీరు అడగవచ్చు, 'సరే, ఎలా మెరుగులు దిద్దాలో ఎవరూ నేర్పించకపోతే ఆ యువతి ఎలా ప్రతిభని పెంచుకుంటుంది?'

మంచి ప్రశ్న.

ఇక్కడ మనం మాట్లాడుతున్న విషయం, ఎలా కోచ్ చేస్తారన్న తతంగం గురించి. ఏ కోచింగ్ అన్నా వాళ్ళ ప్రతిభని పెంచటానికి చేసేదే.

ఇదే పరిపూర్ణత్వం కోరని కోచ్ అయితే, అద్భుతంగా చేయటమే ప్రతిభకి తార్కాణం అనుకునేవాడయితే, మన యువతి జిమ్నాస్టిక్స్ చేసాక మరోలా అని ఉండేవాడు. ఆమెని మేరీ అందాం మనం.

'మేరీ, నువ్వు ఇంతవరకూ చేసిన వాటన్నింటిలోనూ ఇది అత్యంత గొప్పది. నువ్వొక అద్భుతానివి. నీ ప్రతిభని చూపే టేప్‌ని సోమవారం మనమిద్దరం కలిసి చూసేవరకూ నేను ఆగలేకపోతున్నాను. అమోఘం! పద సెలబ్రేట్ చేసుకుందాం.'

ఆ కోచ్ దగ్గర కొన్ని నిర్మాణాత్మక ఆలోచనలో లేదా కోచింగ్‌లో కొన్ని చిట్కాలో ఉండి ఉండవచ్చు కూడా. కాని అతను నిజంగా మేరీ చూపిన ప్రతిభకి మురిసిపోయాడు. పైగా కొత్త సూచనలు ఇవ్వటానికి ఇది అనువైన సమయం కాదు. ఇలా మాట్లాడేసరికి, మేరీ అక్కడనుంచి ఈ ఆలోచనలతో వెళుతుంది, 'ఆహా! నేను నిజంగా ఇవాళ అద్భుతంగా చేసాను. నేను పొందిన శిక్షణ, పడిన కష్టం అంతా ఇవాళ ఫలించింది. అబ్బ, నాకెంత గొప్పగా ఉందో!' తను బాగా చేసిన విషయాలను విశ్లేషించుకునే అవకాశం దక్కింది. ఉత్సాహం ఉరకలు వేస్తుంటే, నిద్ర పట్టకుండా మంచం మీద ఇటూ అటూ దొర్లుతున్నప్పుడు మనసులో ఒకసారి ఆ దృశ్యాన్నంతా గుర్తుకు తెచ్చుకుంటుంది. వచ్చిన జనాలు లేచి నిల్చోవటం, జడ్జీలు వాళ్ళ స్కోరుని ఎత్తి చూపటం, ఆమె తోటివారు, ఆమె కోచ్ ఆమెని కౌగలించుకోవటం, హైఫైవులివ్వటం, వగైరా, వగైరా. అక్షరాలా పొంగిపోతుంది తన గురించీ, తన విలువ గురించీ తలచుకుని.

సోమవారం గిర్రున తిరుగుతుంది. ఆమె కోచ్‌తో కలిసి ఆ సన్నివేశాన్ని చూసాక,

మంచి కోచ్ అయితే ఇలా అనవచ్చు, 'ఎక్కడన్నా మనం ఇంకొంచెం సాధన చేయాల్సిన సందర్భం ఉందనిపిస్తోందా నీకు?' ఎక్కడ అన్నది మేరీనే గ్రహించగలదు. ఎక్కడ తను ఇంకొంచెం శ్రమపడాలో మేరీనే తేల్చుకోనీ. మేరీ తన ప్రతిభని మెరుగుపరచుకోవడానికి, అవసరమైతే, ఆమెకి సహాయం చేసే దోహదకారిగా మారనీ కోచ్‌ని.

పరిపూర్ణ ప్రదర్శన లేదా '10' రావటం అంటే అద్భుతం సాధించే వేటలో, గ్రహాలన్నీ అనుకూలంగా ఉండి, ఎక్కడా ఏమీ తప్పు పోని క్షణం. అంతే. క్రీడాకారులు 'ఆ ప్రవాహం' లేదా 'ఆ మార్కుల' గురించి ఎన్నోసార్లు రాసారు, చెప్పారు. అది మీకు కూడా అరుదుగా దక్కితే, అంతకన్నా గొప్ప విషయం ఇంకోటి లేదు. కాని మనం మన అంతర్గత కొలతని పరిపూర్ణత నుంచి అద్భుతానికి సరిదిద్దుకుంటే జీవితం మరికొంచెం సరదాని పెంచి, మరికాస్త ఒత్తిడిని తగ్గించదూ?

మీరు కోచ్‌గానో, తండ్రిగానో ఆ చిన్నారులకి ఇలా నేర్పించే ఒక శుభతరుణం లభించిన రోజున, తప్పకుండా వాళ్ళకి మరింత సరదాగా ఉంటుందని నాదీ హామీ.

చివరగా ఒక్కమాట. నాయకత్వపు స్థానాల్లో ఉండి పరిపూర్ణత్వం కోరేవారి గురించి తస్మాత్ జాగ్రత్త. గుర్తుంచుకోండి, వాళ్ళని అలా తీర్చిదిద్దింది పరిపూర్ణత్వం కోరే వాళ్ళ పెద్దలు, పాపం మంచి ఉద్దేశంతోనే. వాళ్ళు నేర్చుకున్నది తప్పు. పెరిగింది ఎందుకూ పనికిరామన్న భావనతో. దానివల్ల కలిగేది ఏమిటి? అంతులేని అభద్రతా భావన. ఓడిపోతామేమోనన్న గొప్ప భయం (అంత గొప్పగా నేర్చుకున్నా కూడా). దాంతో చెయ్యాలా వద్దా అన్న మీమాంసతో కాలం గడిపేసి, వాళ్ళ తర్జనభర్జనల వల్ల, పెద్ద పెద్ద నిర్ణయాలు తీసుకోలేకపోవటం వల్ల (మళ్ళీ, ఓడిపోతామన్న భయం నుంచి ఏర్పడిందే) సంస్థలకి తీరని లోటు చేకూరుస్తున్నారు.

విజయానికి వేసే రహదారి బాట ఎప్పుడూ వేస్తూనే ఉండాల్సివచ్చినా, కొంత విమర్శ తగ్గించి, బేషరతుగా ప్రేమని కురిపించి, మన తమ్ముళ్ళని, చెల్లాయిలని ఉన్నదున్నట్టుగా అంగీకరించి, మంచు బిందువులులాగా, ఏ ఇద్దరు మనుష్యులూ ఒక్కలా ఉండరని గుర్తిస్తే బాగుంటుంది.

'ఒక్కటే కొలత అందరికీ సరిపోతుంది' నమూనాని అసలు భరించలేము.

20

బాహ్య సంఘటనలపై మన నిర్ణయాలకీ, ప్రతిస్పందనలకీ మన వ్యక్తిగత బాధ్యతని అంగీకరించటం

20 ఏళ్ళ పైగా నా ఆఫీసు గోడ మీద ఒక మంచి సామెత ఉండేది. అది,

ఒత్తిడి కలిగించే పరిస్థితులు లేవు

ఒత్తిడిని పెంచే ప్రతిస్పందనలే ఉన్నాయి

లేవు అన్న పదం నొక్కి వక్కాణించటానికి వాడబడింది. నిజమే, ఎంతో బాధాకరమైన సంఘటనలు ఉన్నాయి. వాటికి 'ఒత్తిడిని పెంచే ప్రతిస్పందనలు' కలిగి తీరుతాయి. కాని మనం ఇప్పుడు మాట్లాడేది రోజువారీ సంఘటనల గురించి. కొంతమంది వాటితో తేలిగ్గా, ఒత్తిడి లేకుండా వ్యవహరిస్తే, మరికొందరు అవే సంఘటనలలో కోపం, చిరాకు, అసూయ, బోలెడు ఒత్తిడి చూపిస్తారు. నెప్పి, అవస్థలతో బాటుగా అటువంటి ఒత్తిడిని ఎదుర్కొనేవాళ్ళు ఒక విషయం గ్రహించరు. వాళ్ళు ఎన్నుకున్న స్పందన కాని, ప్రతిచర్య కాని, వాళ్ళే కోరి తెచ్చుకున్న నెప్పి వల్ల వచ్చిందనుకోరు. 'ఒత్తిడి కలిగించే పరిస్థితులు లేవు, ఒత్తిడిని పెంచే ప్రతిస్పందనలే ఉన్నాయి,' అన్న సామెతని నమ్మి దాన్ని పాటించేవారు, వాళ్ళు ఎలా స్పందిద్దామనుకున్న దానికి వాళ్ళే బాధ్యతని స్వీకరిస్తారు. అంటే వాళ్ళకసలు కోపం గానీ మరే ఇతర వ్యతిరేక భావనలు గానీ కలగవని కాదు. దాని అర్థం ఏమిటంటే వాళ్ళ స్పందనకి వాళ్ళే బాధ్యత వహించటం వల్ల, వాళ్ళెందుకలా స్పందిస్తున్నారో మరింత తేలిగ్గా గుర్తించగలరు. దానివల్ల వత్తిడి కలగకూడదని నిశ్చయించుకుంటే, వాళ్ళకి ఏ ఆలోచనలైతే ఇబ్బంది పెడుతున్నాయో వాటిని త్వరగా పారద్రోలగలరు.

ఇది మీకు విపరీత భావనగా తోస్తుందని నాకు తెలుసు, కాని విచారంగా ఉంటే గానీ ఆనందంగా ఉండని వాళ్ళ గురించి మనలో చాలా మందికి తెలుసు. చూడండి. వాళ్ళు ఆపద(ల) పాలయినట్టు భావిస్తారు. పైగా వాళ్ళ ఒత్తిడికి, బాధలకి మనుష్యులనో లేదా ప్రత్యేక సంఘటనలనో తప్పుపడుతూనే ఉంటారు. వాళ్ళ 'ఇప్పటి సమయం'లో అధికభాగం వృధాగా ఖర్చయిపోతూ ఉంటుంది.

దీనికి విరుద్ధంగా, వాళ్ళ జీవితంలో జరిగిన సంఘటనలకి వ్యక్తిగత బాధ్యత వహించే వాళ్ళు అరిగిపోయిన గ్రామ్‌ఫోన్ రికార్డుల్లాగా పాత సంఘటనలనే నెమరువేసుకుంటూ కూర్చోరు. తప్పుడు నిర్ణయం వల్ల, పనికిరానిది ఎన్నుకోవటం వల్ల, లేదా దురదృష్టం వల్ల జరిగిన సంఘటనలని 'అలా అనుకుని ఉండకూడదు, అలా చేసి ఉండకూడదు, అలా జరిగి ఉండకూడదు,' అన్న పీడకలలతో వాళ్ళ భావపర శక్తిని వృథాపరచుకోరు.

దాని బదులు, బాధ ఇంకా ఉన్నా కూడా, దాన్ని దిగమింగి, అతి వేగంగా ప్రస్తుతం మీదకి దృష్టి మరల్చి, వాళ్ళలో వాళ్ళు ప్రశాంతంగా అనుకుంటారు, 'సరే, అది ఒక పెద్ద రైలు ప్రమాదం' లాంటిది అవవచ్చు, కాని అయిపోయింది! అయిందేదో అయింది. దాన్ని నేను మార్చలేను, కాని ప్రస్తుతం నా ఆత్మభావనని, నాకేమి కావాలనుకుంటున్నానో దాని దర్శనం మీద గాని చిత్రం మీద గాని నా దృష్టిని కేంద్రీకరించే విషయంలో నేను పూర్తిగా ప్రభావం చూపగలను.'

ఈ మనస్థత్వాన్ని 'రెసిలియెన్సీ' (resiliency) అంటారు. రెసిలియెన్సీని వెబ్‌స్టర్ తన నిఘంటువులో ఇలా నిర్వచిస్తాడు – అనారోగ్యం, మార్పు లేదా దురదృష్టం నుంచి క్షణాల మీద కోలుకునే శక్తి; ఉల్లాసము. ఇలాంటి వాళ్ళు బాధలని క్షణికంగా భావిస్తారు.

ఉల్లాసభరితమైన వాళ్ళకి 'వెనక్కి ఎగిరే' శక్తి బాగా ఉంటుంది. వాళ్ళ దృష్టి ఎప్పుడూ లక్ష్యం వైపే ఉంటుంది. డా. మర్ఫీ బోధించినదే ఎక్కువగా పాటిస్తూ, అందులోనే జీవిస్తారు. మనకి కలిగే కష్టాలని ఎదుర్కోవటానికి వాడే ధృవీకరణ వాక్యం:

> అన్ని కష్టాలనీ నేను తాత్కాలికంగా భావిస్తాను. నేను చాలా ఉల్లాసభరితుడిని. కష్టాలు లేదా దురదృష్టం నుంచి వేగంగా వెనక్కి ఒక్క గెంతు గెంతుతాను.

ఎవరి కర్మలకి వారే బాధ్యులు అన్న బాధ్యత వహించి జీవించేవాళ్ళు ప్రేమరాహిత్యం చూపినందుకు త్వరగా తమ తప్పులు దిద్దుకుంటారు. వాళ్ళలో క్షమాగుణం కూడా చాలా ఉంటుంది. తమని తామే కాక తక్కిన వాళ్ళని కూడా క్షమిస్తారు.

21

భయాన్ని పారద్రోలటానికి మీ సుప్తచేతనాత్మక మనసుని వాడటం ఎలా

నా విద్యార్థులలో ఒకరిని ఒక విందులో ఉపన్యసించమని ఆహ్వానించారుట. వెయ్యిమంది ముందు మాట్లాడాలంటే చాలా భయమేస్తోందని నాతో చెప్పాడు. అతడు తన భయాన్ని ఇలా అధిగమించాడు; ఎన్నో రాత్రుళ్ళు తన కుర్చీలో ప్రశాంతంగా ఐదు నిముషాల పాటు కూర్చుని, తాపీగా, నెమ్మదిగా, సానుకూలంగా తనకు తాను చెప్పుకున్నాడు; 'నేను ఈ భయాన్ని జయించబోతున్నాను. ఇప్పుడే జయిస్తాను. నేను హుందాగా, ఆత్మ విశ్వాసంతో మాట్లాడుతాను. నేను ప్రశాంతంగా, విశ్రాంతిగా ఉన్నాను.' ఈ విధంగా అతను తన మనసులో ఒక స్థిరమైన సూత్రాన్ని పెట్టుకుని, తన భయాన్ని జయించాడు.

సుప్తచేతనాత్మక మనసు సూచనలను స్వీకరిస్తుంది, సూచనల ద్వారా నియంత్రించబడుతుంది. మీరు మీ మనసుని స్థిరంగా ఉంచి, విశ్రాంతిపరచినప్పుడు, మీ చేతనాత్మక మనసులోని ఆలోచనలు సుప్తచేతనంలోకి ఇంకుతాయి. ఈ ప్రక్రియ ద్రవాభిసరణ (ఓస్మోసిస్) లాంటిది. దీనిలో సూక్ష్మ రంధ్రాలు కల సన్నని పొర ద్వారా విడదీయబడ్డ ద్రవాలు ఒకదానితో ఒకటి కలిసిపోతాయి. ఈ సానుకూల విత్తనాలు లేదా ఆలోచనలు సుప్తచేతన పరిధిలో ఇంకినప్పుడు, అవి పెరిగి ఆయా రకాల పంటలనిస్తాయి. మీరు ప్రశాంతంగా, హుందాగా, నిశ్చింతగా ఉంటారు.

మనిషి అత్యంత గొప్ప శత్రువు

మనిషి అత్యంత గొప్ప శత్రువు భయం అంటారు. ఓటమి, అనారోగ్యం, బలహీనమైన మానవ సంబంధాల వెనుక భయం ఉంది. లక్షలాది ప్రజలు గతం, భవిష్యత్తు, వృద్ధాప్యం, అవివేకం, మరణానికి భయపడతారు. కాని భయం అనేది కేవలం మీ మనసులోని ఒక ఆలోచనే! అంటే మీరు మీలోని ఆలోచనలకే భయపడుతున్నారు.

మీరు దేనికైతే భయపడుతున్నారో ఆ పనే చేయండి

సుప్రసిద్ధ వేదాంతి, కవి, రాల్ఫ్ వాల్డో ఎమర్సన్ అన్నాడు, 'మీరు ఏ పని చేయటానికి భయపడతారో, ఆ పనిని చేయండి. దాంతో భయం నిశ్చయంగా మరణిస్తుంది.'

ఈ అధ్యాయం రాస్తున్న రచయిత ఒకప్పుడు శ్రోతల ముందు నిల్చుని మాట్లాడాలంటేనే చెప్పలేని భయంతో వణికిపోయేవాడు. ఈ భయాన్ని అధిగమించటానికి నేను ఎన్నుకున్న మార్గం - శ్రోతల ముందుకి వెళ్ళి మాట్లాడాను. నేను ఏది చేయటానికైతే భయపడ్డానో, అది చేసాను. దాంతో భయం మరణించటం ఖచ్చితంగా జరిగింది.

మీరు ఈ భయాలని జయిస్తానని సానుకూలంగా ధృవీకరించినప్పుడు, మీ చేతనాత్మక మనసులో ఒక స్థిరమైన నిర్ణయానికి వచ్చినప్పుడు, మీరు సుప్తచేతనానికున్న శక్తిని విడుదల చేస్తారు. అది మీ ఆలోచనా తీరుకి - స్పందిస్తూ ప్రవహిస్తుంది.

ఓటమి గురించిన భయం

అప్పుడప్పుడూ నా దగ్గరికి మా ఊర్లోని విశ్వవిద్యాలయం నుంచి విద్యార్థులు వస్తుంటారు. అలాగే స్కూలు టీచర్లు వస్తుంటారు. వీళ్లంతా పరీక్షల్లో మతిమరుపుతో బాధపడుతుంటారు. అందరి ఫిర్యాదూ ఒకటే; 'నాకు పరీక్ష అయ్యాక అన్ని జవాబులూ తెలుసు. కాని పరీక్ష రాస్తున్నప్పుడు మాత్రం ఒక్క జవాబు కూడా గుర్తుకు రాదు. మెదడు ఖాళీ అయిపోతుంది.'

ఒక భావన, అది రూపుదిద్దుకుంటే, దానికి మనకి తెలియకుండానే దాని మీద ఏకాగ్ర దృష్టిని నిలుపుతాము. ఇక్కడ ప్రతి ఒకళ్ళు ఓటమి అన్న భావనమీదే దృష్టి పెడుతున్నారు. వాళ్ళకి తాత్కాలికంగా ఏర్పడిన మతిమరుపుకు కారణం భయం, ఆ భయమే వాళ్ళ ఈ అనుభవానికి కారణం.

ఒక వైద్య విద్యార్థి క్లాసులో అత్యంత తెలివైన వ్యక్తి. కాని రాత పరీక్షల్లో గానీ, మౌఖిక పరీక్షల్లో గాని అతి సులువైన ప్రశ్నలకు కూడా జవాబులు చెప్పలేకపోయేవాడు. నేను దానికి కారణమేమిటో అతనికి వివరించాను. అతను పరీక్షలకు ఎన్నో రోజుల ముందు నుంచే ఆందోళన చెందుతూ, భయపడుతూ ఉండేవాడు. ఈ వ్యతిరేకమైన ఆలోచనలు అతనిలో భయాన్ని రేకెత్తించేవి.

భయం అనేది ఒక శక్తివంతమైన భావన. ఆ భావంతో కప్పబడిన ఆలోచనలు సుప్తచేతనాత్మక మనసులో రూపుదిద్దుకుంటారు. ఇంకో విధంగా చెప్పాలంటే, ఈ యువకుడు తన సుప్తచేతనాత్మక మనసుని తనని ఫెయిల్ అయ్యేలాగా చేయమని కోరుతున్నాడు. అచ్చంగా అలాగే చేసిందది. అందువల్ల పరీక్ష జరిగే రోజున, మనస్తత్వ శాస్త్ర పరిభాషలో, సూచనాత్మక మతిమరుపు (suggestive amnesia) ముప్పిరిగొంది అతనిని.

అతను తన భయాన్నెలా అధిగమించాడు

తన సుప్తచేతనాత్మక మనసు జ్ఞాపకశక్తికి ఖజానా అనీ, అతను వైద్యంలో శిక్షణ పొందుతున్న సమయంలో తను విన్నదీ, చదివినదీ, అంతా అందులో నిర్దిష్టంగా రికార్డు చేయబడి ఉందనీ తెలుసుకున్నాడు. అంతేకాక తన సుప్తచేతనాత్మక మనసుకి స్పందించే గుణమూ, చర్యకి ప్రతి చర్య చేసే గుణమూ ఉందని తెలుసుకున్నాడు. అందువల్ల

దానితో సత్సంబంధం కలిగి ఉండాలంటే తను విశ్రాంతిగా, శాంతియుతంగా ఆత్మ విశ్వాసంతో ఉండాలి.

ప్రతి రాత్రీ, మర్నాడు పొద్దున్నా తను అద్భుతమైన రికార్డు సాధించినందుకు తన తల్లి తనని అభినందిస్తున్నట్టు ఊహించుకునేవాడు. ఆమె రాసిన ఉత్తరం తన చేతిలో ఉన్నట్టుగా ఊహించుకునేవాడు. ఈ సంతోషకరమైన ఫలితం గురించి ఆలోచిస్తున్నప్పుడు, తనలో తదనుగుణంగా జవాబో, స్పందనో ఊహించుకునేవాడు. ఎంతో తెలివైన, అత్యంత శక్తివంతమైన సుప్తచేతనం విషయాన్ని తన ఆధీనంలోకి తీసుకుంది. అతని చేతనాత్మక మనసుని దానికి తగ్గట్టుగా ఆదేశించి, సూచనలిచ్చింది. అతను అంతిమ పరిణామాన్ని ఊహించుకునేవాడు. దానివల్ల ఆ కలని సాకారం చేసుకోవటానికి అవసరమైన సాధనాలను సమకూర్చుకునేవాడు. ఈ పద్ధతిని అవలంబించాక, మిగిలిన పరీక్షలు ఉత్తీర్ణమవటంలో ఎటువంటి సమస్యా ఎదురవలేదు. ఇంకో మాటలో చెప్పాలంటే, ఆత్మగత విజ్ఞానం పరిస్థితిని అదుపు లోకి తీసుకుని, అద్భుతమైన ఫలితాలని సాధించేలా ఒత్తిడి తెచ్చింది.

నీరు, కొండలు, మూసిన తలుపులు వగైరాల భయం

చాలా మందికి లిఫ్ట్‌లో వెళ్ళాలన్నా, కొండలెక్కాలన్నా, అఖరికినీటిలో ఈదాలన్నా కూడా భయమే. దానికి కారణం వాళ్ళ చిన్నప్పుడు నీళ్ళ విషయంలో ఏదో భయమేసే సంఘటన జరిగి ఉండవచ్చు. ఉదాహరణకి ఒక వ్యక్తికి ఈత రాకపోయినా ఎవరో నీళ్ళలోకి బలవంతంగాతోసి ఉండవచ్చు. అలాగే ఎవరో ఎప్పుడో లిఫ్ట్ సరిగ్గా పనిచేయకపోతే, అందులో చాలాసేపు ఉండిపోవాల్సి వచ్చి ఉండవచ్చు. దాని వల్ల మూసి ఉన్న తలుపులన్నా కూడా భయం వేసేస్తుంది.

నాకు సుమారు పదేళ్ళ వయసప్పుడు ఒక అనుభవం జరిగింది. నేను పొరపాటున ఒక పూల్‌లో పడిపోయాను. మూడుసార్లు మునకలేసాను. నల్లని నీళ్ళు నా చుట్టూ కమ్ముకోవటం, నేను ఊపిరి పీల్చుకోవటానికి అవస్థపడటం నాకింకా కళ్ళకు కట్టినట్టుంది. చివరి క్షణంలో ఇంకో అబ్బాయి నన్ను బయటకి లాగాడు. ఈ అనుభవం నా సుప్తచేతనాత్మక మనసు పొరల్లోకి దిగిపోయింది. దాని ఫలితంగా ఎన్నేళ్ళో నాకు నీళ్లంటే హడల్!

ఒక మానసిక శాస్త్రవేత్త నాకు చెప్పాడు, 'స్విమ్మింగ్ పూల్‌కి వెళ్ళు, నీళ్ళకేసి చూడు, గట్టిగా, దృఢంగా ఇలా చెప్పు, 'నేను నీ మీద విజయం సాధిస్తాను. నేను నిన్ను అధిగమించగలను,' తర్వాత నీళ్ళలోకి వెళ్లు, ఈత నేర్చుకో. దాన్ని గెలువు.' అలాగే చేసాను. నీళ్ళ మీద విజయం సాధించాను. ఎప్పుడైతే నేనొక కొత్త మానసిక ధోరణిని అవలంబించానో, అప్పుడే సర్వశక్తివంతమైన సుప్తచేతనం స్పందించింది. నాకు అవసరమైన శక్తిని, నమ్మకాన్ని, ఆత్మ విశ్వాసాన్ని, ఇచ్చి నేను భయాన్ని అధిగమించేలాగా చేసింది.

ఏదైనా ఒక ప్రత్యేకమైన భయాన్ని పొగొట్టటానికి ఒక బృహత్ ప్రక్రియ

భయాన్ని అధిగమించటానికి నేను వేదికలెక్కి నేర్పించే ఒక పద్ధతి, ఒక ప్రక్రియ ఈ క్రింద ఇస్తున్నాను. అది అద్భుతంగా పనిచేస్తుంది. మీరూ ప్రయత్నించండి.

మాటవరుసకు మీకు నీళ్ళు, ఒక కొండ, ఒక ఇంటర్వ్యూ, ఆడిషన్, మూసి ఉన్న తలుపులు - వీటిలో ఏదో ఒకటంటే భయమనుకోండి. మీకు ఈత కొట్టటమంటే భయమయితే, రోజుకు మూడు నాలుగు సార్లు స్థిరంగా ఐదు, పది నిముషాలు కూర్చుని, ఈత కొడ్తున్నట్టు ఊహించుకోవటం మొదలుపెట్టండి. ఇప్పట్నుంచీ. నిజానికి మీరు మనసులో ఈత కొడుతున్నారన్నమాట. ఇది ఒక ఆత్మగత అనుభవం. మానసికంగా మీరు నీళ్ళలో ఉన్నారు. చల్లటి నీటి స్పర్శ మీకు తెలుస్తోంది. కాళ్ళూ, చేతులూ కదుపుతున్న అనుభూతికి లోనయ్యారు. అది వాస్తవమైన, స్పష్టమైన, సంతోషకరమైన వార్త. ఇది పనికిరాని పగటికల కాదు. ఎందుకంటే, మీరు ఊహల్లో ఏది అనుభవిస్తే అదే మీ సుప్తచేతనాత్మక మనసులో వికసిస్తుందని మీకు తెలుసు. దాని తర్వాత, మీ మనసులోతుల్లో మీరు ఏర్పరచిన రూపాల వ్యక్తీకరణానికి, వాటిని సాకారం చేసుకునేటందుకు, మీ మీద ఒత్తిడి పెరుగుతుంది. ఇది సుప్తచేతనం యొక్క సూత్రం.

మీకు కొండలన్నా, ఎత్తైన ప్రదేశాలన్నా భయం ఉంటే, ఇదే పద్ధతిని ఉపయోగించవచ్చు. మీరు కొండ ఎక్కుతున్నట్టుగా ఊహించుకోండి. దాని వాస్తవికతను అనుభూతి చెందండి. కొండల్లోని అందాన్ని ఆస్వాదించండి. మానసికంగా మీరు ఇలా ఊహించుకుంటూ పోతే, భౌతికంగా ఆ పనిని ఎంతో తేలిగ్గా, ఎంతో హాయిగా చేసేస్తారు.

సాధారణ, అసాధారణ భయాలు

అప్పుడే పుట్టిన శిశువుకి రెండే భయాలుంటాయి. కిందకి పడిపోతానేమోనన్న భయం, పెద్ద చప్పుళ్ళంటే భయం. ఇవి ప్రకృతి సహజంగా ఆత్మరక్షణ కోసం మనలో ఏర్పడిన అలారం పద్ధతి లాంటివి. సాధారణ భయం మంచిదే. రోడ్డు మీద కారు రొద వింటూనే, ప్రాణాలు కాపాడుకోవడం కోసం పక్కకు తప్పుకుంటారు. కారు కింద పడతానేమోనన్న తాత్కాలిక భయాన్ని మీ చర్య మూలాన అధిగమిస్తారు. తదితర భయాలన్నీ మీ తల్లిదండ్రులు, చుట్టాలు, గురువులు, లేత వయసులో మీ మీద ప్రభావం చూపే తదితరుల వల్ల ఏర్పడ్డాయి.

అసాధారణ భయం

అసాధారణ భయం, మీరు మీ ఊహాశక్తిని రాజ్యమేలనిస్తే కలుగుతుంది. నాకు తెలిసిన ఒకామెకి ప్రపంచం అంతా విమానంలో తిరిగి రావటానికి ఆహ్వానం వచ్చింది. ఆమె విమాన ప్రమాద వార్తలన్నీ వార్తాపత్రికల నుంచి కత్తిరించి సేకరించటం ప్రారంభించింది. తను సముద్రంలో పడిపోయినట్టు, అందులో మునిగిపోయినట్టు, అలా ఏవేవో

ఊహించుకునేది. ఇది అసాధారణ భయం. ఆమె ఇలాగే ఆలోచిస్తూ పోతుంటే, తను దేని గురించి ఎక్కువ భయపడుతుందో, దాన్నే తనవైపు బలంగా ఆకర్షించుకుని, అలా జరిగేలా చేసి ఉండేది.

కొంతమందికి తమ పిల్లలకి ఏదో ప్రమాదం ముంచుకొస్తుందనీ, వాళ్ళకేదో ఘోరం జరిగిపోతుందనీ హడలిపోతుంటారు. ఏదో అంటువ్యాధి గురించో, లేదా అరుదైన అనారోగ్యం గురించో వింటే, అది వాళ్ళకి వస్తుందని భయపడతారు. కొంతమందైతే మరీను! వాళ్ళకి అనారోగ్యం వచ్చేసినట్టే ఊహించుకుంటారు. ఇదంతా అసాధారణ భయం.

అసాధారణ భయానికి జవాబు

విరుద్ధమైన దారిలో మానసికంగా కదలండి. మీరు భయపడుతూ ఉండిపోతే, అక్కడే ఉండిపోవటమే కాక, మానసికంగా, శారీరకంగా కృశించిపోతారు. మీలో భయం తలెత్తినప్పుడు, దానితోపాటు మీరు దేన్ని చూసి భయపడుతున్నారో, తక్షణం దానికి విరుద్ధమైన కోరిక ఏర్పడుతుంది. మీరు ఏది కావాలనుకుంటున్నారో తక్షణం దానిమీద మీ దృష్టి నిలపండి. ఆ కోరికలో మునిగిపొండి. దాని ధ్యాసలోనే ఉండండి. ఆత్మగత విషయం ఎప్పుడూ వస్తుగత విషయాన్ని అధిగమిస్తుందని తెలుసుకోండి. ఈ దృక్పథం మీకు ఆత్మవిశ్వాసాన్ని కలిగించి మీ ఆత్మబలాన్ని పెంచుతుంది. మీ సుప్తచేతనాత్మక మనసు యొక్క అపారమైన శక్తి మీ పక్షాన పనిచేస్తుంది. అది ఓటమి ఎరుగదు. అందువల్ల, మీకు శాంతి, ఆత్మవిశ్వాసం లభిస్తాయి.

తనను తానే ఉద్యోగంలోంచి తీసేయించుకున్నాడు

ఒక సంస్థలో జనరల్ మేనేజర్ మూడేళ్ళుగా తన ఉద్యోగం పోతుందేమోనని భయపడ్డట్టు నాకు చెప్పుకున్నాడు. అతనెప్పుడూ ఓటమినే ఊహించుకునేవాడు. అతను భయపడినది, నిజానికి లేదు అతని మనసులో అనారోగ్యమైన ఆలోచనగా తప్ప! అతని స్పష్టమైన ఊహాగానం అతను ఉద్యోగం ఊడినట్టుగా, ఎంతగా నాటకీకరిస్తూ వచ్చిందంటే, ఆఖరికి అతను హడలిపోయి, పిచ్చెక్కే పరిస్థితికి వచ్చాడు. చివరికి అతన్ని అతని ఉద్యోగానికి రాజీనామా చేయమన్నారు.

నిజానికి అతను అతని ఉద్యోగం తనే చేతులారా పీక్కున్నాడు. తన సుప్త చేతనాత్మక మనసుకి అతను నిరంతరం పంపిన వ్యతిరేకమైన ఊహలు, భయాల సూచనల ప్రవాహం – అతని సుప్తచేతనాత్మక మనసు వాటికి అనుగుణంగా ప్రతిచర్య తీసుకునేలా చేసాయి. అది అతను తప్పులు చేయటానికి, తెలివితక్కువ నిర్ణయాలు తీసుకోవటానికీ దారితీసింది. జనరల్ మేనేజర్‌గా అతని ఓటమి తథ్యమైంది. అతని మనసులో తక్షణమే వాటికి వ్యతిరేకంగా అతను ఆలోచించి ఉంటే, అతన్ని ఉద్యోగంలోంచి తొలగించి ఉండేవారు కాదు.

మీ భయాలన్నింటినుంచి విముక్తిని పొందండి

మీ సుప్తచేతనానికి ఉన్న అద్భుతాలను తెలుసుకోండి. అది ఎలా పనిచేస్తుందో గ్రహించండి. ఈ అధ్యాయంలో మీకు ఇచ్చిన 6 పద్ధతులని సాధన చేయండి. ఇప్పుడే, ఇవాళే వాటిని ఆచరణలో పెట్టండి. మీ సుప్తచేతనం స్పందిస్తుంది. మిమ్మల్ని అన్ని భయాల నుంచి విముక్తులని చేస్తుంది.

భయం నుంచి విముక్తి పొందటానికి చేయండి ఇలా

1. మీరు ఏ పని చేయటానికి భయపడతారో, ఆ పనిని చేయండి. దాంతో భయం నిశ్చయంగా మరణిస్తుంది. మీలో మీకు 'నేను ఈ భయాన్ని జయించబోతున్నాను' అని మనసారా అనుకుని చూడండి. తప్పకుండా జయిస్తారు.
2. భయం అనేది మీ మనసులో ఒక వ్యతిరేకమైన ఆలోచన. దాని స్థానంలో ఒక నిర్మాణాత్మక ఆలోచనని పెట్టండి. ఆత్మవిశ్వాసం భయంకన్నా గొప్పది.
3. మనిషి అత్యంత గొప్ప శత్రువు భయం,ఓటమి, అనారోగ్యం. బలహీనమైన మానవ సంబంధాల వెనుక భయం ఉంది. ప్రేమ భయాన్ని పారద్రోలుతుంది. జీవితంలో మంచి వస్తువులతో ప్రేమకు భావోద్రేక అనుబంధం ఉంటుంది. నిజాయితీ, సత్ప్రవర్తన, న్యాయం, మంచితనం, విజయాలతో ప్రేమలో పడండి. అత్యుత్తమమైన వాటిని ఆకాంక్షిస్తూ జీవించండి. అత్యుత్తమమైనవే మిమ్మల్ని వరిస్తాయి.
4. భయం గురించిన సూచనలని, వాటికి భిన్నమైన వాటితో ఎదుర్కోండి. ఉదాహరణకి, 'నేను చక్కగా పాడుతాను; నేను హుందాగా,ప్రశాంతంగా, నిర్మలంగా ఉన్నాను,' అది మీకు అద్భుతమైన లాభాలను తెచ్చిపెడుతుంది.
5. మౌఖిక, రాత పరీక్షల్లో కలిగే మతిమరుపుకు కారణం భయమే. ఈ భయాన్ని మీరు అధిగమించవచ్చు, తరచు ఇలా ధృవీకరిస్తూ, 'నేను తెలుసుకోవాల్సిన విషయాలు నాకు సంపూర్ణంగా జ్ఞాపకం ఉన్నాయి,' లేదా మీరు పరీక్షల్లో అద్భుతంగా విజయం సాధించినందుకు మీ స్నేహితుడు మిమ్మల్ని అభినందిస్తున్నట్టు ఊహించుకోండి.
6. అప్పుడే పుట్టిన శిశువుకి రెండే భయాలుంటాయి. కిందకి పడిపోతానేమోనన్న భయం, పెద్ద చప్పుళ్ళంటే భయం. తక్కిన భయాలన్నీ పెంపొందించుకున్నవే. వాటిని వదిలించుకోండి.
7. సాధారణ భయం మంచిదే. అసాధారణ భయం చెడ్డది, వినాశనకారి. నిరంతరం భయం గురించి ఆలోచించటం వలన, అసాధారణ భయం, తపనలు, మనోవైకల్యాలు ఏర్పడుతాయి. ఏదో ఒక దాని గురించి నిరంతరం భయపడుతూ కూర్చుంటే, అది భయాందోళనలకు దారితీస్తుంది.
8. మీ సుప్తచేతనాత్మక మనసుకున్న శక్తి పరిస్థితులని మార్చగలదని, మీ హృదయం కోరుకున్న కోరికలను నిజం చేయగలదని మీరు తెలుసుకుంటే, అసాధారణమైన

భయాన్ని జయించగలరు. భయానికి విరుద్ధమైన, మీ కోరికపై తక్షణమే మీ దృష్టిని నిలిపి, దానికే అంకితం కండి. ఇది భయాన్ని పారద్రోలే ప్రేమ.

9. మీరు ఓటమికి భయపడితే, విజయం మీద దృష్టి నిలపండి. మీరు అనారోగ్యానికి భయపడితే, సంపూర్ణ ఆరోగ్యం గురించి ఆలోచించండి. మీరు ప్రమాదానికి భయపడితే, అందరికీ మార్గదర్శకత్వం వహించే సార్వజనీనమైన మనసు గురించి ఆలోచించండి.
10. భయానికి సమాధానం ప్రత్యామ్నాయ సూత్రం. మీరు దేనికి భయపడినా మీ కోరిక రూపంలో దానికి పరిష్కారం ఉంది. మీకు ఒంట్లో బాగుండకపోతే, ఆరోగ్యాన్ని కోరుకోండి. మీరు భయం అనే జైలు గోడల మధ్య బందీగా ఉంటే, స్వేచ్ఛను కోరుకోండి. మంచినే కోరుకోండి. మానసికంగా మంచి వాటివైపే దృష్టి నిలపండి. మీ సుప్తచేతనాత్మక మనసు మీకు ఎప్పుడూ పరిష్కారాలు చూపుతుందని తెలుసుకోండి. అదెన్నడూ ఓటమినెరుగదు.
11. మీరు వేటికైతే భయపడుతున్నారో, అవి వాస్తవానికి లేవు. మీ మనసులోని ఆలోచనలుగా తప్ప! ఆలోచనలు సృజనాత్మకమైనవి. మంచి ఆలోచించండి, అంతా మంచే జరుగుతుంది.
12. మీ భయాలని చూడండి, వాటిని తర్కం వెలుగులో చూడండి. మీ భయాలని చూసి నవ్వటం నేర్చుకోండి. అదే అన్నిటికన్నా మంచి మందు.
13. మిమ్మల్ని మీ ఆలోచన తప్ప మరేదీ భంగపరచలేదు. ఇతరుల సూచనలకు, వ్యాఖ్యానాలకు, బెదిరింపులకూ ఏ శక్తీ లేదు. ఆ శక్తేదో మీలోనే ఉంది. ఒకే ఒక సృజనాత్మక శక్తి ఉంది. అది సద్భావన రూపంలో కదులుతుంది. అందులో బేదాభిప్రాయాలకూ, అసమ్మతులకూ తావు లేదు. దాని మూలం ప్రేమ.

22

భయం గురించీ, కోపంతో దాని అనుబంధం గురించీ మరికొన్ని అదనపు ఆలోచనలు

అధ్యాయం 14లో డా. మర్ఫీ ఇచ్చిన ఉదాహరణ నాకు చాలా ఇష్టం. నేలమీద ఉన్న చెక్క పలక మీద నడవమంటేనూ అదే పలకని 20 అడుగుల ఎత్తు మీద పెట్టి నడవమంటేనూ మన ఆలోచనల్లోనూ, ఊహల్లోనూ ఎంత తేడా ఉంటుందో చూపించారాయన. ఇప్పుడు భయమనే త్రాసులో ఖంగారు పాలు ఇంకొంచెం పెంచుదాం. అదే పలకని ఇప్పుడు రెండు 50 అంతస్థుల భవంతుల మధ్య పెడదాము.

తమాషా ఏమిటంటే, రెండు భవంతుల మధ్య వేలాడుతున్న పలకమీద నడవాలన్నా, నేలమీద ఉన్న అదే పలకమీద నడవాలన్నా, రెండింటికీ ఒకటే నడిచే ప్రజ్ఞ కావాలి. కాని ఆ రెండింటి మధ్యా పడే శ్రమలో ఉన్న కష్టాన్ని చూసే చూపులో ఉంది పెద్ద తేడా. అది నేల మీద ఉంటే, మీరు ఎగరవచ్చు, వెనక్కి నడవవచ్చు. మీ పక్కనే నేల మీద మీతోపాటు నడుస్తున్న వ్యక్తికి కొన్ని జోకులు కూడా చెప్పవచ్చు.

50 అంతస్థుల ఎత్తు ఉన్న భవంతుల మధ్య నడవాలంటే, బహుశా చాలామంది ఆ పలకమీద బోర్లా పడుకుని, జాగ్రత్తగా ఒక్కొక్క అంగుళం పాకుతారేమో. వాళ్ళు ఒక హెల్మెట్, ఒక పారాచూట్ దగ్గర పెట్టుకుని, 50 అంతస్థుల కింద జాగ్రత్త కోసం ఒక వల వేసి పెట్టమని నొక్కి చెప్తారు కూడా!

భయం మన నెత్తికెక్కి కూర్చుంటే, అది మనని చాలా కించపరచి, మన లక్ష్యాలూ, కోరికలూ తీర్చుకోనీయకుండా పెద్ద అడ్డంకి అవుతుంది.

డా. మర్ఫీ రాసిన ముందు అధ్యాయం 'భయాన్ని పారద్రోలటానికి మీ సుప్తచేతనాత్మక మనసుని వాడటం ఎలా' ని అనుసరించి మరికొన్ని అదనపు ఆలోచనలని చూద్దాము.

మన అభ్యుదయానికి, పెరుగుదలకి అడ్డంపడి మనని కించపరిచేవి, భయం కాకుండా, మరికొన్ని అంశాలు నాకు తట్టున్నాయి. లోతుగా పాతుకుపోయిన భయాలు మనని పూర్తిగా నిర్వీర్యం చేస్తాయి. అయితే మనం భయాన్ని అధిగమించటానికి దాని గురించి ఇంకా ఏం నేర్చుకోవాలి?

మొట్టమొదటి విషయం, భయం అన్నది అసలైన పరిస్థితి కాదు. ఆ పరిస్థితిని గురించి మనకున్న ఆలోచనలు, భావాల మేలు కలయిక అన్నది గుర్తించి, అర్థం చేసుకోవాలి. మనకి మన ఆలోచనలని అదుపులో పెట్టుకునే శక్తి ఖచ్చితంగా ఉంది కాబట్టి, భయమనే

మన భావాలని సరిదిద్దేందుకు మనలో ఒక పరికరాల పొది ఉంది. కాని ఏ పరికరాల పొది అన్నా అది ఎలా వాడాలో తెలియకపోతే, ఎలా దానికి విలువ లేదో, దీనికీ అంతే.

ఈ చర్యలో 'ఎలా' అన్న భాగంలోకి వెళ్ళేముందు, అసలు భయం దేని గురించి అన్న విషయం మీద మన ఆలోచనని మరింత విస్తారంగా చూద్దాము. దీన్ని మనం నిజమైన దృక్పథంతో చూద్దామనుకుంటున్నాం, ఆదర్శవంతమైన దృక్పథంతో కాదు. అందుకని, భయమనేది మానవ పరిస్థితిలో ఒక భాగమని ఒక నిముషం అంగీకరిద్దాము, అసలు భయమన్నది లేని మనుష్యులు మనకు తరచు తారసపడుతున్నా కూడా.

భయం అంటే ఇంగ్లీషులో ఫియర్. ఆ పదం తీసుకుంటేనే *F E A R* ని దీనికి లఘుపదం **(acronym)** అనచ్చు.

False Expectations Appearing Real

నిజంగా కనిపిస్తున్న తప్పుడు ఊహలు

భయమనే భావనని రెండుగా విభజిద్దాము. ఒకటి ప్రాణాపాయ పరిస్థితుల్లో భయం. దాన్ని మన చర్చ కోసం 'నిజమైన భయం' అందాము. రెండోది ఊహాజనిత పరిస్థితుల్లో '(అంతా మనసులోనే) భయం. దాన్ని 'భ్రమ వల్ల కలిగిన భయం' అందాము.

చాలామందికి నిజంగా ప్రాణాపాయ పరిస్థితులు చాలా అరుదుగా తటస్థిస్తాయి. నేను చెప్పే సందర్భం కొండ ఎక్కుతుంటే ఉన్నట్టుండి మీరు తల్లి ఎలుగుబంటి, పిల్ల ఎలుగుబంటిల మధ్య ఇరుక్కుపోవటం! జాగ్రత్తగా వినండి! నిజంగా భయం కొలిపే సందర్భం ఎదురైనప్పుడు ఎవరైనా వాళ్ళ ప్రజ్ఞని తారాస్థాయిలో ప్రదర్శిస్తారు. దాదాపుగా అతీత శక్తులు. *120* పౌండ్ల బరువున్న ఒక తల్లి తన చిన్నారి బాబు కారు కింద ఇరుక్కుపోతే, ఒక్క క్షణం కూడా ఆలోచించకుండా, కారుని ఎత్తితే, వేరే ఎవరో ఆ బాబుని బయటకి లాగటం లాంటి కథలు విన్నాము. తల్లి తన జీవితమంతా వ్యాయామాలు చేసి, బరువులు ఎత్తి ఉండి ఉండవచ్చు కాని, ఈ ప్రాణాపాయ పరిస్థితిలో అదనంగా విడుదల అయిన అడ్రినలిన్ లేకుండా ఎన్నటికీ కారు ఎత్తగలిగి ఉండేది కాదు.

కాని, మనలో చాలామందిమి ప్రతిరోజూ అనుభవించే భయం, మనని రాత్రంతా నిద్రపోనీయనిది, తరుచు ఒక విధమైన అనారోగ్యానికి గురి చేసేది, ఇటువంటిది కాదు. భ్రమ వల్ల కలిగిన భయం, అంటే మనకేదో చెడు జరుగుతుందని భావించి ఎదురుచూసే భయం. సాధారణంగా అది జరుగదు. ఒకవేళ మన సుప్తచేతనావస్థ మనసులోకి అటువంటి భయానక ఆలోచనలు లోతుగా నిక్షిప్తం చేస్తే అప్పుడు ఆ భయం మనం నెరవేర్చిన భవిష్యవాణి అవుతుంది. 'చెడు విషయం,' జరగలేదంటే దానికి కారణం – ఆ భయాన్ని అనుభవిస్తున్న వ్యక్తి తన భ్రమ వల్ల కలిగిన భయాన్ని చెదరగొట్టే కొత్త సమాచారమో, ఆ పరిస్థితిని గురించిన నిజమో కనుగొనటం. భయం కలిగించే ఆలోచనలు, భావాలకి ఆధారమైన తప్పుడు అంశం, అసలైన మూల సిద్ధాంతంతో స్థానభ్రంశం చెందింది. ఈ అసలైన

మూల సిద్ధాంతం, అంతకు ముందు భయం రేకెత్తించిన అసలు ఆలోచనలకి పూర్తి భిన్నంగా ఉండవచ్చు.

అందువల్ల, మీ భయాలతో వ్యవహరించటానికి ఇదంతా మీకు ఎలా సహాయపడుతుంది?

ప్రేమకి వ్యతిరేకం ద్వేషం అనుకునేవాడిని ఇన్నాళ్ళూ. తర్వాత జెరాల్డ్ జంపోల్స్కీ రాసిన లవ్ ఈజ్ లెటింగ్ గో ఆఫ్ ఫియర్* చదివాను. యం.డి. జంపోల్స్కీ నేను కొత్తకోణంలో విషయాలను చూడటానికి తోడ్పడ్డాడు. ద్వేషం, కోపం లాంటి తదితర భావాలన్నింటికీ భయంలోనే ఆధారం ఉందని గ్రహించటం మొదలుపెట్టాను. సాధారణంగా మనకి నిజంగా కోపం తెప్పించేది, దేన్నో పోగొట్టుకుంటామేమో నన్న భయం. ఆ 'దేన్నో' ఏదైనా అవచ్చు. ఉద్యోగం పోగొట్టుకోవటం, భాగస్వామిని పోగొట్టుకోవటం, పిల్లల ప్రేమ పోగొట్టుకోవటం, ఆరోగ్యం పోగొట్టుకోవటం వగైరా.

నీల్ డొనాల్డ్ వాల్ష్ తన పుస్తకం, కాన్వర్‌సేషన్స్ విత్ గాడ్ (బుక్ 1)**లో ప్రేమకీ, భయానికీ మధ్య ఉన్న అనుబంధాన్ని లోతుగా విశ్లేషించారు. ఈ విషయంలో వాల్ష్ చెప్పింది సబబే అనిపిస్తోంది నాకు. ఆయన పుస్తకంలోంచి ప్రేమ, భయాల మీద కొన్ని విషయాలు మీ ముందు పొందుపరుస్తున్నాను.

వాల్ష్ రాస్తున్నారు,

> మనిషి చేసే కర్మలన్నింటికీ ప్రేరణ అంతరాంతరాలలో పాతుకుపోయిన రెండు భావోద్రేకాల - భయం లేదా ప్రేమ - లో ఒకటి. నిజానికి మనిషికి రెండే భావోద్రేకాలున్నాయి. ఆత్మ పరిభాషలో రెండే పదాలు. గొప్ప ధృవానువృత్తిలో ఇవి ఉత్తర దక్షిణ ధృవాలు...

వాల్ష్ కొనసాగుతున్నాడు,

> ఇవి రెండు విషయాలు-ది ఆల్ఫా, ది ఒమేగా - రిలేటివిటీ సిద్ధాంతానికి సంబంధించినవి.
>
> విషయాలకి సంబంధించినంతవరకూ, ఈ రెండు భావనలు తప్ప వేరే లేదు. మనిషి చేసే ప్రతి ఆలోచనా, మనిషి చేసే ప్రతి కర్మా అయితే ప్రేమ లేకపోతే భయం మీద ఆధారపడి ఉంది. వేరే ఏ విధమైన ప్రేరణా లేదు. తక్కిన భావాలన్నీ ఈ రెండింటి నుంచీ పుట్టుకొచ్చినవే. మనిషి చేసే ప్రతి కర్మా కూడా, ప్రేమ మీదో భయం మీదో ఆధారపడి ఉంది. అది కేవలం అనుబంధాల విషయంలోనే కాదు. వ్యాపారం,పరిశ్రమ, రాజకీయాలు, మతం, మీ చిన్నారుల విద్య, మీ దేశాల సాంఘిక విషయాలు, మీ సమాజం యొక్క ఆర్థిక లక్ష్యాలకు సంబంధించిన నిర్ణయాలు, యుద్ధం, శాంతి,

*జంపోల్స్కీ, జెరాల్డ్, మరియు హ్యూజ్ ప్రథెర్. లవ్ ఈజ్ లెటింగ్ గో ఆఫ్ ఫియర్. సెలెస్టియల్ ఆర్ట్స్. 2004.

**వాల్ష్, నీల్ డొనాల్డ్. కాన్వర్‌సేషన్స్ విత్ గాడ్ (బుక్ 1). పుట్నమ్ అడల్ట్. 1996

ఎదుర్కోవటం, పరిరక్షించుకోవటం, దాడి చేయటం, అణిగిపోవటం విషయాల్లో ఎన్నుకునే అంశం; ఆశించాలా ఇవ్వాలా, దాచుకోవాలా, పంచుకోవాలా, కలిసి వుండాలా విడిపోవాలా అన్న విషయాలు తేల్చుకోవటం-స్వేచ్ఛగా మీరు తీసుకునే ప్రతి ఒక్క చిన్న నిర్ణయం కూడా కేవలం ఉండటానికి ఆస్కారం ఉన్న రెండే ఆలోచనల నుంచి ఉత్పన్నమవుతుంది. ప్రేమ అనే ఆలోచన లేదా భయమనే ఆలోచన.

భయం ఉంటే శక్తి ముడుచుకుపోయి, మూతబడి, లోపలికి అణగారిపోయి, పరిగెత్తి, దాక్కుని, పేరుకుని, బాధపెడ్తుంది.

ప్రేమ ఉంటే శక్తి విచ్చుకుని, తెరుచుకుని, బయటకు విడుదల అయి, నిలిచి, కనబడి, పంచుకుని, ఉపశమనం కలుగజేస్తుంది.

భయం మన శరీరాన్ని దుస్తుల్లో కప్పితే, ప్రేమ మనని నగ్నంగా నిలవనిస్తుంది. భయం మనకున్న వాటినన్నింటినీ అంటి పెట్టుకుని ప్రాకులాడేలా చేస్తుంది. ప్రేమ మనకున్నదంతా ఇచ్చేస్తుంది. భయం గట్టిగా పట్టుకుంటుంది. ప్రేమ ఇష్టాన్ని పట్టుకుంటుంది. భయం బంధిస్తే, ప్రేమ, స్వేచ్ఛనిస్తుంది. భయం బెదరగొడితే, ప్రేమ ఉపశమనమిస్తుంది. భయం ఎదిరిస్తే, ప్రేమ మార్పు తెస్తుంది.

మనిషి చేసే మనోవాక్కాయ కర్మలన్నీ కూడా ఏదో ఒక ఆలోచన మీద ఆధారపడి ఉన్నాయి. ఈ విషయంలో మీకు ఎన్నుకునే హక్కు లేదు. ఎందుకంటే వీటిని మించి ఎన్నుకోవటానికి వేరే ఏదీ లేదు. కాకపోతే ఈ రెండింటిలోంచి ఏది అన్న విషయంలో మీకు ఎన్నుకునే స్వేచ్ఛ ఉంది.

ధన్యవాదాలు. నీల్ వాల్ష్.

ఈ వాక్యాలను మొదటిసారి చదివినప్పుడు, నా మనసులో ఈ క్రింది చిత్రం ఏర్పడింది:

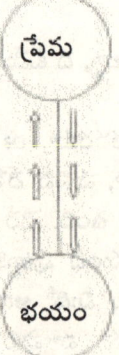

చాలామందిలాగే, నేను కూడా ఊహాచిత్రాలను నిర్మించుకుంటాను. పదాలు నా మనసులో చిత్రాలను సృష్టిస్తాయి. ఈ బొమ్మ వల్ల, ప్రేమ, భయం, ఉత్తర,

దక్షిణ ధృవాలుగా ఉన్నాయని నాకు స్పష్టంగా కనిపిస్తోంది. ఏ సమయంలోనైనా మనం అయితే ప్రేమని అనుభవిస్తున్నాము, లేదా భయాన్ని అనుభవిస్తున్నాము, ఈ రెండూ కాదంటే ఒక ధృవం నుంచి ఇంకో ధృవం వైపు ప్రయాణిస్తున్నాము. ఈ అవగాహనతో, నేను ఇప్పుడు భయమనే భావనని అనుభవిస్తుంటే, ఈ వృత్తాల్లో నేను ఎక్కడ ఉన్నానో తెలుస్తోంది. అంతేకాదు నేను ఎక్కడ ఉండాలనుకుంటున్నానో కూడా తెలుసు. అందువల్ల నేను ఉండాలనుకున్న చోట ఉండకపోతే, సరియైన చర్య తీసుకునేటట్టుగా నేను ప్రయత్నపూర్వకంగా నిర్ణయం (నా ఆలోచనలో) తీసుకుని, నా ఆలోచనలని ప్రేమ, కృతజ్ఞతలు నిండిన ఆలోచనలతో మార్చవచ్చు. అవి ప్రేమ పునాది వైపు వెనక్కి మళ్ళిస్తాయి నన్ను.

ప్రాథమికంగా పనిచేస్తున్న సూత్రాన్ని గుర్తుంచుకోండి. అది, 'ఏ ఆలోచన అయినా, సానుకూల లేదా వ్యతిరేక, చేతనాత్మక మనసులో నిరంతరం ఉంటే, దాన్ని నిజం చేసి తీరాలి సృజనచేతనాత్మక మనసు.'

ఎప్పుడైతే మనమే మనకి జరిగేవాటిని సృష్టిస్తామనీ, ఈ జరిగే వాటిని మన ఆలోచనా శైలి వల్ల సృష్టిస్తామనీ బాగా తెలుసుకుంటామో, అప్పుడే మన ఆలోచనలని అదుపులో పెట్టుకోవాల్సిన అవసరమూ, విలువా ఖచ్చితంగా తెలుస్తాయి. మనం ఒక భయాన్ని అంటిపెట్టుకుని దాన్ని పదే పదే మనసులో నెమరువేసుకుంటుంటే (అంటే, 'నా వ్యాపారం దెబ్బతింటుంది,' 'నా భాగస్వామికి నేనంటే ప్రేమ లేదిప్పుడు' వగైరా) వీటిని నిజం చేయాల్సి ఉంటుంది. సృజనచేతనాత్మక మనసుకి.

అందువల్ల మన భయం (భయాలు) గురించి మనకి తెలిస్తే, ఆ భయం గురించి మనలో మనం (అంతర్‌భాషణలో) ఎలా మాట్లాడుకుంటున్నామో తెలిస్తే, ఏ పరిస్థితి మనకి భయం కలుగజేస్తుందని మనం చెప్తున్నామో ఆ విషయాన్ని మన మనసులో మార్చి చెప్పగలిగే సామర్థ్యం ఉంది మనకు. మనకి ఏది కావాలో దాని వ్యతిరేక చిత్రం కాదు! సానుకూల చిత్రాన్ని ఊహించుకోవాలి. మనం కోరుకున్న అంతిమ లక్ష్యానికి చేయూతనిచ్చే కొత్త అంతర్‌భాషణా ప్రవాహాన్ని సృష్టించుకోవాలి. ఉదాహరణకి, 'విజయవంతంగా వ్యాపారం చేయటానికి ఈ ప్రపంచంలో కావాల్సినంత సామర్థ్యం నాకు ఉంది. నా వ్యాపారం రోజు రోజుకీ వృద్ధి చెందుతోంది,' లేదా, 'నా భాగస్వామి మీద నాకు బేషరతుగా ప్రేమ ఉంది. మా మధ్య అనుబంధం అంతకంతకూ పటిష్టమవుతోంది.

అంతమాత్రాన వ్యాపారాలు దెబ్బతినవు, మనుష్యులు విడాకులు పుచ్చుకోరు అని కాదు అర్థం. బంపర్ మీద పెట్టే స్టికర్‌కి 'అది జరుగుతుంది!' అని ఉంటుంది.

కాని, నిరంతరం విజయవంతంగా జీవితం కొనసాగుతున్నట్టు కనబడే మనుష్యులు చేతనాత్మకంగానో, సుప్తచేతనాత్మకంగానో అంతర్‌భాషణ విలువనీ, ఆలోచనే సృజనాత్మకమన్న నిజాన్నీ గుర్తించారన్నమాట.

భయం విషయంలో అంతర్‌భాషణ గురించిన ఒక ముఖ్య విషయం – మనందరికీ మన ఆలోచనలను అదుపులో పెట్టే శక్తి ఉందన్న గ్రహింపు. మన విలువలు, మన

లక్ష్యాలకు అనుగుణంగా మన ఆలోచనలను నిలపటానికి అత్యధిక సాధన చేస్తే, మన కర్మల మీద, వాటివల్ల వచ్చే ఫలితాల మీద మనకి మరింత ఎక్కువ ప్రభావం ఉంటుంది.

మన భయాల్లో 99% శాతం ఆలోచనలో రూపుదిద్దుకునేటట్టయితే, మనం మరింత సమర్థవంతంగా మన ఆలోచనలను అదుపులో పెట్టుకోవటం నేర్చుకుంటే, అప్పుడు మన జీవితాలని తరచు ప్రభావితం చేద్దామని ఉగ్రూతలూగే తప్పనిసరి భయాలని పారద్రోలవచ్చు మనం.

ఇప్పుడు భయానికీ, కోపానికీ మధ్య ఉన్న అనుబంధాన్ని పరిశీలిద్దాము.

ఈ అధ్యాయంలో అంతకుముందు రాసినట్టుగా, 'సాధారణంగా మనకి నిజంగా కోపం తెప్పించేది, దేన్నో పోగొట్టుకుంటామోనన్న భయం. ఆ 'దేన్నో' ఏదన్నా అవచ్చు. ఉద్యోగం పోగొట్టుకోవటం, భాగస్వామిని పోగొట్టుకోవటం, పిల్లల ప్రేమ పోగొట్టుకోవటం, ఆరోగ్యం పోగొట్టుకోవటం వగైరా.'

అసలు ఎక్కువ శాతం కోపాన్ని మనం కోరి తెచ్చుకున్నదనవచ్చు. అంటే నా ఉద్దేశం మనకి కోపం వచ్చిన అనేక సందర్భాల్లో మనలో అసంపూర్ణంగా వున్న దేనికో స్పందిస్తున్నామన్నమాట. మనం ఎలా ఉండాలని ఆశిస్తామో దానికి భిన్నంగా ఏదైనా జరిగినా, ఎవరైనా భిన్నంగా ప్రవర్తించినా ఈ అసంపూర్ణ భావనని తట్టి లేపినట్లవుతుంది. ఉదాహరణకి ఒక కుటుంబంలో ఒక పిల్లవాడు చేసిన ఒక పనికి తండ్రికి కోపం రావచ్చు, ఇంకో కుటుంబంలో వాళ్ళ పిల్లవాడు చేసిన అదే పని తండ్రికి అసలు కోపం తెప్పించకపోవచ్చు. లేదా ఆఫీసులో మీ తోటి ఉద్యోగితో మీరు అనవచ్చు, 'అలా బాస్ అరుస్తుంటే నీకు కోపం రాదా?' మీ సహోద్యోగి అనవచ్చు, 'లేదు, నాకు అది సరదాగా అనిపిస్తుంది.'

ఇక్కడ నా ఉద్దేశం ఏమిటంటే మనకి కోపం వచ్చినప్పుడు దానితో మనం మరింత సమర్థవంతంగా వ్యవహరించవచ్చు. అంటే మనకి కలిగిన భావాలు మనం కోరి ఎన్నుకున్నవే తప్ప, ఎవరో చేసిన పని వల్ల రాలేదు అన్న విషయాన్ని మనం (జ్ఞానపరంగా) అర్థం చేసుకోవాలన్నమాట. మన కోపానికి మనమే బాధ్యులం అని మనం ఒప్పుకుంటే (దానికి బలి అయ్యే బదులు), అదే పరిస్థితికి, కోపానికి తావు లేని మరో విభిన్న స్పందనని చూపించగలిగే అవకాశం దొరుకుతుంది మనకి. స్పందన(ల) గురించిన ఆత్మ విశ్లేషణ ఇలా ఉండవచ్చు, 'మా అబ్బాయి వీధి తలుపు తెరిచి వెళ్ళిపోతే నాకెందుకు ఎప్పుడూ కోపం వస్తుంది? అలా జరిగినప్పుడల్లా నిజంగా నాకు అరవాలని ఉంటుందా? నేను తలుపు తెరిచి పెట్టి వెళ్ళిపోయానని మా నాన్నగారు నా మీద అరిచారు కాబట్టి, నేను కూడా అలా ప్రవర్తిస్తున్నానా? ఇలా చిరాకు పడకుండా మెరుగ్గా ప్రవర్తించే అవకాశం ఉందా?'

ఇటువంటి ఆత్మవిశ్లేషణ చేస్తే ఆరోగ్యకరం. అది హాయిగా ఉన్న భావననివ్వటమే కాక అనుబంధాలని మెరుగుపరుస్తుంది కూడా.

అంటే కోపం తెచ్చుకోవటం చెడ్డదా? చెడ్డది అన్న పదం మంచిదో కాదో నాకు తెలీదు. కాని అనారోగ్యకరం అన్న పదం వాడతాను నేను. కోపం వల్ల ఎన్నో అనుబంధాలు చనిపోయిన మాట వాస్తవం. పైగా ఇప్పుడు ఖచ్చితమైన నిదర్శనాలు కూడా ఉన్నాయి, సుదీర్ఘకాలపు కోపం వల్ల అనారోగ్యం, క్యాన్సర్ వ్యాధితో సహా, కలుగుతుందని.

యు ఆర్ నాట్ ది టార్గెట్* అనే గొప్ప ఉపయోగకరమైన పుస్తకాన్ని రాసారు లారా హక్స్లీ. ఆ పుస్తకంలోని సారాంశం ఈ సూచనే. కోపంలో అధిక శాతం మనమే తెచ్చిపెట్టుకున్నదే. ఎవరైనా మీ మీద కోపం చూపించారంటే, దానికి తరచు ఒకటే కారణం చెప్పవచ్చు. ఎవరో కోపంతో మండిపడుతుండగా వాళ్ళకి మీరు ఎదురుపడటం జరిగింది అంతే. మీ మీద కాకపోతే వేరే ఎవరిమీదో చూపించి ఉండేవాళ్ళు ఎలాగూ.

ఒక ఉదాహరణ చెప్తాను చూడండి. అది చదివితే మీరు నవ్వుకోవచ్చు. కాని దురదృష్టవశాత్తూ, చాలా తరచు అది నిజంగా జరుగుతుంది.

మేరీ, పాపం తన భర్తకి ఆపేక్షగా వంట చేసి అతని కోసం ఎదురుచూస్తోంది. ప్రశాంతంగా, సరససల్లాపాలు ఆడుకుంటూ భోజనం చేస్తామని అనుకుంది. అక్కడ జాన్‌కి ఆఫీసులో ఆ రోజంతా ఎన్నడూ లేనిది చిరాగ్గా సాగింది. అందుకని దోవపొడుగూతా మండిపడుతూ ఉన్నాడు. అతను ఇంటి గుమ్మంలో అడుగు పెట్టగానే, భార్య చిరునవ్వుతో ఎదురువెళ్ళి అడిగింది, 'ఎలా జరిగింది ఈ రోజు, ప్రియతమా?' జాన్ కసిరికొట్టాడు, 'పరమ చెత్తగా జరిగింది. ఇక్కడ ఇంట్లో తీరిగ్గా కూర్చుని రోజంగా టీవీకి అంటుకుపోయే బదులు, ఒకరోజు నా కుర్చీలో కూర్చుంటే తెలుస్తుంది ఆ మజా ఏమిటో!'

లారా హక్స్లీ భాషలో చెప్పాలంటే, 'నువ్వు కాదు గురి.' మేరీ 'నేను నిన్ను ప్రేమిస్తున్నాను జాన్;' అనుకుంటోంది. కాని జాన్ మేరీని 'చూడ'ను కూడా లేదు. అతను బాస్‌మీద అంత చిందులు తొక్కుతున్నాడు మరి. మేరీ అనుకోకుండా ఎదురైంది. కుక్క గానీ (దాన్ని బహుశా ఒక తన్ను తన్నేవాడేమో), తన పిల్లల్లో ఎవరైనా గానీ, దేవుడు దయ తలచకపోతే అత్తగారు గానీ ఎదురైనా కూడా పరిస్థితి ఒకటే. ఎవరు ముందు ఎదురైతే వాళ్ళు అంతవరకూ అతనిలో మండుతున్న కోపానికి బలికావాల్సిందే.

ఈ ఉదాహరణ మీకు నవ్వులాటగా ఉండవచ్చు. కాని ఇది అక్షరసత్యం. పైగా తమాషా ఏమిటంటే మనం అత్యధికంగా ప్రేమించేవారినే అమితంగా బాధిస్తాము.

రోడ్డు మీద కోపాన్ని చూడండి. కొంతమంది వాళ్ళ కారు నడుపుతూ, తరచు పిచ్చివాళ్ళలా అరవటం చూడండి.

ప్రెషర్‌కుక్కర్‌కి స్టీమ్ వాల్వ్ ఉంటుంది. ప్రెషర్ ఎక్కువైతే, ఈ స్టీమ్ వాల్వ్ ఆ ప్రెషర్‌ని విడుదల చేస్తుంది, మూత ఎగిరిపోకుండా ఉండటానికి. అలా మనకి మనం స్టీమ్ వాల్వ్‌లని సృష్టించుకోవచ్చు–తీవ్రమైన వ్యాయామం చేయవచ్చు, ధ్యానం చేయవచ్చు, లేదా ఒత్తిడిని తగ్గించుకోవటానికి ఉన్న అనేక కార్యక్రమాల్లో ఏదైనా ఎన్నుకోవచ్చు.

జీవన విధానానికీ కోపానికీ మధ్య అనుబంధాన్ని సూచించే అధ్యయనం

*హక్స్లీ, లారా, యు ఆర్ నాట్ ది టార్గెట్. మార్లో & కంపెనీ: మే, *1998.*

ఎన్నడూ నేను చేయకపోయినా నా ఊహకి అందినది ఇది. అందమైన శరీరాకృతి లేకుండా, అతిగా తిని, వెర్రిగా తాగే వాళ్ళ కన్నా, సరిగా తిని, రోజూ వ్యాయామం చేసి, తగు మోతాదుల్లో తాగి, కంటినిండా నిద్రపోయిన వాళ్ళకి కోపం వచ్చిన సందర్భాలు చాలా తక్కువ.

ఆత్మాభిమానాన్ని సూచించే భావనలకీ, జీవన విధానాలకీ ఖచ్చితంగా అనుబంధం ఉంది. తమను తాము కించపరచుకునే వాళ్ళు ప్రపంచం మీద అకారణ ద్వేషం పెంచుకుంటారు. జీవితంలో చోటు చేసుకున్న ప్రతి చెడ్డపనికీ, అనుబంధాల్లో సమస్యలకీ, తదితర విషయాలకీ వాళ్ళని బలిచేసినట్టుగా వాపోతారు.

చివరగా, ముందే సూచించినట్టుగా, వైద్యశాస్త్రం, ఆరోగ్య సూత్రాలు చెప్పే వాళ్ళు వాళ్ళ రోగులకి వాళ్ళ జీవనశైలిని మెరుగుపరచుకోవాల్సిన అవసరాన్నీ, ఒత్తిడిని తగ్గించటానికి తోడ్పడే కార్యకలాపాలని చేపట్టటం గురించీ చెప్తున్నారు. వాళ్ళు ఎప్పుడూ వ్యాయామం, ఆహార నియమాల గురించి చెప్తూనే వస్తున్నారు. ఇప్పుడు అంతకంతకీ ఆరోగ్య విషయాల్లో సిద్ధహస్తులు యోగా, తైచీ, ధ్యానం వల్ల కలిగే లాభాలను గ్రహిస్తున్నారు.

అనారోగ్యానికి ఇంగ్లీషు పదం డిసీస్ *(disease)* ని చూడండి. దాని మధ్య గీత పెడితే డిస్-ఈస్ *(dis-ease)* వస్తుంది. శారీరక రుగ్మతలు, అనారోగ్యాలు ఎక్కువగా మానసిక లేదా భావోద్రేక డిస్-ఈస్‌నెస్ *(dis-easeness)* వల్ల కలుగుతున్నాయి.

> మనకి ఒక సాధారణ మార్గదర్శి వాక్యంగా, ఈ సామెతని స్వీకరిస్తే సహాయకారిగా ఉంటుంది. *'ఒత్తిడి కలిగించే పరిస్థితులు లేవు, ఒత్తిడిని పెంచే ప్రతిస్పందనలే ఉన్నాయి.'*

ఎప్పుడైతే మనం కోపం తెచ్చుకున్నందుకు మన బాధ్యతని అంగీకరించామో, అప్పుడే మనం క్షణాల మీద క్షమాపణ కోరే అవకాశం ఉంది. దీనివల్ల దేనికన్నా మనం ఏరి కోరి తెచ్చుకున్న ఏ ప్రవర్తన వల్లనైనా ఏదైనా చెడు జరిగితే దాన్ని బాగు చేయవచ్చు.

అందువల్ల భయానికీ, కోపానికీ మధ్య ఉన్న అనుబంధం ఏమిటి?

ఏదైనా కోప ప్రకటన తీసుకోండి. అందులో భయం లేశమాత్రమన్నా లేకుండా ఉన్న పరిస్థితి చూపగలరా?

రోడ్డు మీద కోపం విషయం తీసుకుంటే, ప్రమాదం జరుగుతుందేమోనన్న భయం లేదూ? భార్య మీదో, ప్రేమించిన వాళ్ళ మీదో కోపం అయితే, మిమ్మల్ని వదిలేసి ఇంకొకరిని వెతుక్కుంటూ వెళ్ళిపోతారేమోనన్న భయం ఉండవచ్చా? బాస్ మీద కోపం అయితే, ఉద్యోగం ఊడుతుందేమోనన్న భయం ఉండవచ్చా?

ఈసారి కోపం వచ్చినప్పుడు కేవలం మీలో మీరు ఇలా అనుకోండి, "ఇంక చాలు! నాకీ భావనలు ఎందువల్ల కలుగుతున్నాయి? దేన్ని చూసి భయపడుతున్నాను? ఇలాగే కొనసాగాలని ఉందా నాకు?' ఈ ప్రశ్నకి మీ జవాబు 'కాదు' అని వస్తే మీ మానసిక చిత్రాన్ని ప్రశాంతంగా ఉన్నదానికి మార్చుకోండి. మీరు ప్రాణంగా ప్రేమించే

వారిని గుర్తుతెచ్చుకోండి. దేనికి మీరు కృతజ్ఞతలు చెప్పాలో గుర్తు తెచ్చుకోండి. భయ ప్రకంపనలు కలిగే చోటి నుంచి ప్రయత్నపూర్వకంగా బయటకి వచ్చి, వెనక్కి అంతులేని ప్రేమని పంచే భూమివైపు సాగండి.

జాన్ మిల్టన్ తన గ్రంథం, ప్యారడైజ్ లాస్ట్‌లో రాసినట్టుగా:

మనసే ఒక సామ్రాజ్యం. అందులోనే అది నరకాన్ని స్వర్గంగా మార్చగలదు, స్వర్గాన్ని నరకంగా చేయగలదు.

23

భావోద్రేకాలపై ఆధిపత్యం : పరిపూర్ణ జీవన పరివర్తనకి ఇంగిత సూత్రాలు

లీ పులాస్, పిహెచ్‌డి, ఎబిపిపి

మనసు/శరీరంకి ఇచ్చే మందు గురించి ఇప్పటికీ ప్రబలంగా ఉన్న గొప్ప కల్పిత గాథల్లో ఒకటి, ఒత్తిడి ప్రాథమిక శత్రువనీ, అనేక సమస్యలకి అదే కారణమనీను. మన అనారోగ్యం, నిరాశా, నిస్పృహలు, విసుగు, త్రాగుడు అలవాటు, శక్తి హరించుకుపోవటం లాంటి అనేక విషయాలకి తేలిగ్గా సమాధానం దొరుకుతుంది ఒత్తిడి నుంచి. అనారోగ్యం కలగటానికి ఒత్తిడిని ఒక కారణంగా చూపిస్తే, అది ముఖ్యమైన కారణం కాదని కొట్టిపడేయలేము, అలాగే మన అనారోగ్యాలన్నింటికీ అదే కారణమనీ చూపించలేము.

మరణం సంభవించటానికి కారణం ఒత్తిడి అని ఎత్తిచూపిన ఉదాహరణలు లెఖ్ఖలేనన్ని ఉన్నాయి. ఒత్తిడి కలిగించే సంఘటనలలో ఆ ఒత్తిడిని తట్టుకోలేక, హఠాత్తుగా మనుష్యులు మరణించిన సందర్భాలెన్నో పేర్కొనబడ్డాయి. ఉదాహరణకి, స్పెయిన్ రాజు ఫిలిఫ్ 5, స్పెయిన్‌దేశం ఓడిపోయిందన్న వార్త వినగానే కుప్పలా కూలిపోయి ప్రాణం వదిలాడు. రోమన్ చక్రవర్తి నేవా కోపంతో మండిపడుతున్నప్పుడు మరణించాడు. తనని ఎదిరించిన ఒక సెనెటర్ మీద గుప్పించాడు ఆ కోపాన్ని.

ఇటీవల జరిగిందాంట్లో ఒక మోటెల్‌లో మార్టిన్ లూథర్ కింగ్‌ని చంపితే, ఆ మోటెల్ యజమాని భార్యకి కొన్ని గంటల తర్వాత గుండెపోటు వచ్చి, కాసేపటికే మరణించింది. లిండన్ జాన్సన్ ఎప్పుడు గ్రేట్ సొసైటీ మరణిస్తుందో అప్పుడు తను కూడా మరణిస్తాననేవాడు. అంతకు ముందు ప్రెసిడెంట్ వ్యవహారాలన్నింటినీ పూర్తిగా కాలదన్నుతున్నట్టు నిక్సన్ పరిపాలన ప్రకటించిన మర్నాడే గుండెపోటుకి గురయ్యాడు. అలా చెప్పుకుంటూ పోతే ఎన్నో.

పై ఉదాహరణలన్నింటిలోనూ, ఒత్తిడి కలిగించే సంఘటనని ప్రమాదకరమైన అంశంగా గుర్తించారు, దాన్ని ఆ వ్యక్తి ఎలా చూసాడు అన్న విషయంగా కన్నా. దానివల్ల మనకి ఏం జరిగింది అన్నది ముఖ్యం, మనం దాన్ని ఎలా చూసాం అన్న దాన్ని కన్నా అన్న తప్పుడు ప్రభావం మన మీద పడిపోయింది. ఈ విషయం మనకి విలియమ్ ఆస్లర్ చెప్పిన విషయం గుర్తు చేస్తుంది. ఆయన 19వ శతాబ్దపు వైద్యుడు. ఆయన్ని ఆధునిక వైద్యానికి

పితామహుడు అంటారు. ఆయన ఇలా చెప్పారు, 'రోగికి ఉన్న అనారోగ్యం కాదు ముఖ్యం - అనారోగ్యం ఉన్న రోగి ముఖ్యం'.

ఒత్తిడి - అనారోగ్యంల గాథ ఎంతగా కొనసాగుతోందంటే, 21వ శతాబ్దంలో మన సమస్యలన్నింటికీ ఒత్తిడే బలిపశువు అయి కూర్చుంది. అయినా చాలామంది అటు రోజువారీ ఒత్తిడికి లోనవుతూ, ఇటు ఒత్తిడిని పెంపొందించే పరిస్థితుల్లో ఉన్నా కూడా ఆరోగ్యంగా ఉన్నారని నిరూపించటానికి కావాల్సినన్ని నిదర్శనాలు ఉన్నాయి.

గ్రీకు వైద్యుడు, హిపోక్రటిస్ అన్నాడు, 'మనసులో ఏం జరిగినా, శరీరాన్ని ప్రభావితం చేస్తుంది. అలాగే శరీరంలో ఏం జరిగినా మనసుని ప్రభావితం చేస్తుంది.' ఇంకోమాటలో చెప్పాలంటే శరీరం, మనసూ ఒకటే, నిరంతరం ఒకదాన్నొకటి ప్రభావితం చేసుకుంటూ ఉంటాయి. ఆలోచనలు, నమ్మకాలు, ఊహలు కేవలం మనసు నుంచి వచ్చేవి కావు. అవి శారీరక మార్పులని తెచ్చే విద్యుత్ రసాయన చర్యలు.

తన పుస్తకం ది న్యూ బ్రెయిన్ * లో ఒక న్యూరాలజిస్ట్ డా. రిచర్డ్ రెస్టక్, చిన్న పిల్లల్లో అటెన్షన్ డెఫిసిట్ డిజార్డర్ (ADD), అటెన్షన్ డెఫిసిట్ హైపర్ ఆక్టివిటీ డిజార్డర్ (ADHD) గత పది పదిహేనేళ్ళుగా చాలా ఎక్కువైందని ఎత్తిచూపారు. ఇవి ఇంత ఎక్కువగా పెరగటానికి అనేక కారణాలున్నా కూడా. ఈ అనారోగ్యాలకి కొట్టొచ్చినట్టు కనబడే కారణంగా పదే పదే కనపడుతున్నది ఏక కాలంలో అనేక పనులని చేయటం (మల్టీ టాస్కింగ్) ఫాక్స్‌లు, ఈ మెయిల్‌లు, టెక్స్, ట్విట్టర్లు పంపటం, నిముషానికి ఎనిమది నుంచి వంద చిత్రాలని ఫ్లాష్ చేసే మ్యూజిక్ వీడియోలని చూడటం, సెల్‌ఫోన్లు వాడటం, భీభత్సంగా చూపించే హింసాత్మక చర్యలని పదే పదే చూడటం, లాప్‌టాప్, కంప్యూటర్లు, ఇంటర్నెట్‌లు వాడటం, ఒకటేమిటి ఇలా పెరుగుతూ వస్తుంది సంఖ్య. ఈ ఆధునిక యుగం మన మెదడులని రీవైరింగ్ చేస్తోంది. ADDకి కొన్ని లక్షణాలు ఎప్పుడూ ఆలశ్యం చేయటం, సాధించలేకపోయామన్న చిన్నతనం, ఒకేసారి అనేక ప్రాజెక్టులు అవుతుండటం, దానివల్ల సమస్యలు, తేలిగ్గా ఏకాగ్రత చెడటం, త్వరగా కోపం రావటం, నిరాశానిస్పృహలని తట్టుకోలేకపోవటం. ఆత్మాభిమానం విషయంలో నిరంతర సమస్యలు - అలా కనీసం పదకొండు అదనపు లక్షణాలు ఉన్నాయి. ఇప్పుడు కనీసం ఆరు రకాల ADDని మందుల వల్లో, న్యూరోఫీడ్‌బ్యాక్ ట్రైనింగ్ వల్లో లేదా ఎమోషనల్ ఫ్రీడమ్ టెక్నిక్ (EFT) వల్లో నయం చేయవచ్చు. వాటిని మరింత వివరంగా తర్వాత చెప్తాను.

ఇటీవల జరిగిన పరిశోధనలో, కొలంబియా యూనివర్సిటీకి చెందిన సైకాలజిస్ట్ డా. బెట్సీ స్పారో అన్నారు - గూగుల్ మన మెదడుని మార్చేస్తోందని. ఎక్కడ సమాచారం దొరుకుతుందో మనకి తెలియటంతో, దాన్ని గుర్తుంచుకునే అవసరం తగ్గిపోతుంది. ఈ మతిమరుపు పేరు 'ది గూగుల్ ఎఫెక్ట్'. 'సైన్స్'లో ఆమె పరిశోధనని ప్రచురించారు. అందులో మానవ మేథస్సు విషయ సేకరణ విషయంలో మార్పుచెందుతోందనీ, స్వచ్ఛమైన జ్ఞాపకశక్తి

*రెస్టక్, రిచర్డ్. ది న్యూ బ్రెయిన్: హౌ ది మాడర్న్ ఏజ్ ఈస్ రీవైరింగ్ యువర్ మైండ్. రోడెల్ బుక్స్. 2003

మీద ఆధారపడకుండా కొత్త సాంకేతిక పరిజ్ఞానంకి మారుతోందనీ ఉంది. ఇంకో మాటలో చెప్పాలంటే, నిజాలని నిజాలుగా గుర్తుంచుకునే బదులు, నిజాలని ఎక్కడ వెతికి పట్టుకోవాలో గుర్తుంచుకుంటున్నారు ఈ మనుష్యులు.

ఇంకో పరిశోధనలో, ఉద్యోగంలో కలిగే ఒత్తిడిని అంటువ్యాధిగా అభివర్ణించారు. అదే వ్యాసంలో, గుండెపోటులలో మూడవ వంతు సోమవారం నాడు పొద్దున 7 నుంచి 9 లోపు వస్తున్నాయనీ, పురుషులలో హార్ట్ ఎటాక్‌లు సోమవారం నాడు పొద్దున్న 8 నుంచి మధ్యాహ్నం 12 లోపు వస్తున్నాయనీ పేర్కొన్నారు. 600 అమెరికన్ వర్కర్ల మీద నార్త్ వెస్టర్న్ నేషనల్ లైఫ్ ఇన్సూరెన్స్ కంపెనీ పరిశోధనలు జరిపింది. ఇంకా అదనపు పరిశోధనలలో తేలిన విషయాలు - ఏడుగురు ఉద్యోగులలో ఒకరు ఒత్తిడిని భరించలేక ఉద్యోగాలు వదిలేశారనీ, అదే ఒత్తిడి కారణంగా ఉద్యోగం వదిలేద్దామని మరో మూడోవంతు ఉద్యోగులు తీవ్రంగా ఆలోచిస్తున్నారనీను. ఇది కాక, నలుగురు ఉద్యోగులలో ముగ్గురు ఏదో ఒక విధంగా ఒత్తిడికి సంబంధించిన అనారోగ్యాలను 'తరచుగా' అనుభవిస్తున్నారు. ఉదాహరణకి శక్తి హరించుకుపోవటం, ఉద్వేగం, కీళ్లనొప్పులు, తలనొప్పులు.

ఈ మధ్యలో, 75 నుంచి 90 శాతం వైద్యులు ఇళ్ళకి వెళ్ళిచూసే రోగులు ఒత్తిడి వల్ల కలిగిన అనారోగ్యంతో బాధపడుతున్నారని అమెరికన్ ఇన్‌స్టిట్యూట్ ఆఫ్ స్ట్రెస్ అంచనా.

స్టాన్‌ఫోర్డ్ యూనివర్సిటీకి చెందిన న్యూరో సైంటిస్ట్ రాబర్ట్ సాంపోల్‌స్కీ ఒత్తిడి మీద పరిశోధనలు జరిపి, వివరంగా రాసారు. ఒత్తిడిని అణచుకుంటే, అది అడ్రినలిన్ మరియు కార్టిసోన్‌లనే స్ట్రెస్ హార్మోన్లని విడుదల చేస్తుందనీ, దానివల్ల హిప్పోకాంపీ 12% నుంచి 15% తగ్గిపోతుందనీ, ఇవి ఎమోషనల్ లింబిక్ సిస్టమ్‌లో ఎక్కువగా జ్ఞాపకశక్తిని రిలే చేసే స్టేషన్లనీ పేర్కొన్నారు. రోడ్డు ప్రమాదం వల్లో, గొడవల వల్లో ఏర్పడిన ఒత్తిడికి గురియైన వాళ్ళకి ఎందుకు కొన్నాళ్ళు ఏమీ గుర్తుండవో దీన్ని బట్టి అర్థమవుతోంది. నా క్లయింట్లలో ఒకరు, గొప్ప వ్యాపారవేత్త. ఆయనకి ఒత్తిడి స్థాయి చాలా ఎక్కువగా ఉంటుంది. తనకి 'స్విస్ ఛీస్ మెమరీ' ఉందని అభివర్ణించేవారు.

ఆయనకి EFTఎలా చేయాలో నేర్పించాను. శరీరంలో విద్యుత్ లేదా శక్తిని పంచే కీలకమైన ఆక్యుపాయింట్లని ఉత్తేజపరచటం ద్వారా పనిచేస్తుందది. అతనికి అది చాలా నచ్చింది. ఒక గంట గడిచేసరికి, పది కొలిచే ఒక స్కేలు మీద అతని ఒత్తిడి స్థాయిని తొమ్మిది నుంచి ఒకటికి దింపాను. మూడు రోజుల తర్వాత ఫోన్ చేసి తను ఇంక ఏమాత్రం బరువుగా ఊపిరి పీల్చటం లేదనీ, తన శరీరంలో ఒత్తిడి 'దాదాపు పోయింద'నీ, రాత్రంతా చక్కగా నిద్రపోగలుగుతున్నాననీ చెప్పాడు.

శుభవార్త ఏమిటంటే, మెదడు చాలా తేలిగ్గా మారుతుంది. ఒత్తిడి ఆందోళన స్థాయిలని తగ్గించి, దానితోబాటు జీవన శైలిని మార్చుకుంటే మెదడు యొక్క న్యూరోప్లాస్టిసిటీ మామూలుగా పనిచేయగలదు.

చాలామంది 'శక్తి హరించుపోయింది' అన్న పదం వాడేస్తారు, వాళ్ళకెలా ఉందో చెప్పటానికి. కాని నిజంగా ఏ పరిస్థితులు ఒత్తిడిని కలగచేస్తున్నాయో వాళ్ళకి

తెలియదు. వాళ్ళ జీవితాలలో కొన్ని అంశాలని అదుపులో పెట్టలేని నిస్సహాయ స్థితినో లేదా నిర్వీర్యస్థితినో ఒత్తిడి అనుకుంటారు. ఒక్కోసారి అది ఉద్యోగంలో ఉండవచ్చు, లేదా కుటుంబ సమస్యో లేదా అనుబంధంలోని అపార్థమో కావచ్చు. అసలు చాలామందికి వాళ్ళు భావిస్తున్నవి ఎందుకలా భావిస్తున్నారో ఆలోచించేటంత తీరిక కూడా ఉండదు అదే ఒక ఒత్తిడి లక్షణం.

నిస్సందేహంగా ఇది నిద్రలేమితనానికి దారితీస్తుంది. ఎందుకంటే వ్యతిరేక అంతర్భాషణ పదే పదే చేస్తూ, మనం పూరించలేని సమస్యలతో సతమతమవుతూ పక్కమీదకి చేరుతాము. ఇంకో లక్షణం కోపాన్ని అదుపులో పెట్టుకోలేకపోవటం. అది పరిపూర్ణత్వం సాధించలేకపోవటం వల్ల వస్తుంది. అది గెలవాలన్న కోరిక ఉన్నా ఓడిపోతామేమోన్న భయం వల్ల వస్తుంది. స్వయంప్రతిపత్తి బదులు తరచు తమ శక్తిని ఎదుటివారికి ధారపోసేస్తారు. అనిశ్చయం, అధైర్యం, మన శక్తి మీద అపనమ్మం – ఇవన్నీ ఆత్మ గౌరవాన్ని తక్కువ చేయకపోలేదు. దీని వల్ల గుండ్రటి మెట్లలో కిందికి జారిపోతారు ఓటమిని స్వయంగా ఒప్పుకుంటూ.

సైకాలజిస్ట్ డా. జూడిత్‌రోడిన్ అదుపు యొక్క ప్రాముఖ్యత మీద పరిశోధనలలోనే ఎంతో సమయం వెచ్చించింది. మానసిక, శారీరక ఆరోగ్యాన్ని ప్రభావితం చేయటంలోనూ, వృద్ధులలో బహుశా ఆయుష్షు పెంచుకోవటంలోనూ అదుపులో పెట్టే ఆలోచనలూ, స్వయంపట్టుదలా ప్రముఖపాత్ర వహిస్తాయని పేర్కొన్నదామె.

నర్సింగ్ హోమ్ రెసిడెంట్స్‌లో అనేకమందిలో ఒత్తిడికి సంబంధించిన హార్మోన్లని కొలిచారు డా. రోడిన్, ఆమె సహోద్యోగులు. దాని తర్వాత రోజువారీ ఒత్తిడులని ఎలా ఎదుర్కోవాలో, దానికి తగ్గ కొన్ని ప్రజ్ఞలు నేర్పారు వాళ్ళు ఆ రోగులకి. వాళ్ళకేదైనా ఇష్టంలేని పని అడిగితే, ఎదుటివారిని బాధిస్తున్నామే అన్న చింత లేకుండా ఎలా మృదువుగా తిరస్కరించాలో నేర్పించారు. అంతేకాదు వాళ్ళకి స్వయంప్రతిపత్తి మీద కాల నియంత్రణ మీద శిక్షణలనిచ్చారు.

శిక్షణ ముగిసాక, వీళ్ళకి రక్తంలో కార్టిసాల్ స్థాయి బాగా తగ్గింది. ఇది ఒత్తిడితో దగ్గర సంబంధం ఉన్న ఒక హార్మోన్. అనేక రకాల రోగాలకి కారణహేతువు. అంతేకాక తమ గురించి 'నొక్కి చెప్పగలిగే శిక్షణ' పొందిన వాళ్ళలో 18 నెలల తర్వాత కూడా ఈ కార్టిసాల్ స్థాయి తక్కువే ఉంది. అదీకాక, ఈ శిక్షణ పొందని వాళ్ళతో పోల్చిచూస్తే వీళ్ళకి ఆరోగ్యం మెరుగ్గా ఉంది. మందుల అవసరం కూడా చాలా మేరకు తగ్గిపోయింది.

అదుపులో పెట్టటం లేదా పెట్టలేకపోవటం కూడా రోగంతో యుద్ధం చేయగలిగే మన సమర్థతతో ముడిపడి ఉంది. రోగ నిరోధక శక్తి అంటే శరీరంలోని 'డిఫెన్స్' సిస్టమ్. కాని మనం అదుపులో పెట్టలేక నిస్సహాయంగా అంటే 'డిఫెన్స్‌లెస్'గా అనిపించినప్పుడు, మన డిఫెన్స్ సిస్టమ్ సర్దుకుపోతుంది. అసలు అదుపులో లేని సంఘటనలని అనుభవించిన వారిలో రోగ నిరోధక శక్తి అణగారిపోయిందనీ, వాళ్ళకి ఎన్నో ఇన్‌ఫెక్షన్లూ, మరెన్నో రోగాలు వచ్చాయని డా. రోడిన్ నిర్ధారించారు.

హిప్నోసిస్ లేదా అంతర్భాషణని మేలుకొల్పటం వల్ల జీవితంలో మన పయనాన్ని శక్తివంతంగానో లేదా పరిమితంగానో ఎలా చేసుకోవచ్చో తెలుసుకున్నప్పుడు, మన అంతరంగాన్ని, ఆత్మగౌరవాన్ని మరింత పటిష్టం చేయటానికి ఇంకేం చేయాలి?

నా క్లయింట్లలో ఎక్కువమందిలో తరచు కనబడే అంశం వాళ్ళ అంతరంగంలో ఘర్షణ అతిగా ఉంటుంది. వ్యతిరేక భావోద్రేకాలు చూపటం గాని, తమని తాము సమర్థించుకోవటం కాని చేయకుండా ఉండటానికి దాదాపు ఏమైనా చేస్తారు. వచ్చిన చిక్కేమిటంటే ఏ వ్యతిరేక భావోద్రేకాన్ని పదే పదే 'ముంచు'తారో, అది చివరికి వీళ్ళని 'ముంచుతుంది'. అంటే, వ్యక్తీకరించని భావోద్రేకాలు కాలక్రమేణా శరీరంలో ఒకచోట ఎక్కడో చక్కగా, చల్లగా కదలకుండా కూర్చుంటాయి. సైకోసోమాటిక్ పరిస్థితులు ఏర్పడటానికి ఇది ఒక కారణం. నా వైద్య స్నేహితులలో ఒకామె తన రోగులతో చెప్తుంది, 'ఘనీభవించిన ఆలోచన శరీరం. మీరు ఏ భావోద్రేకాలని తప్పించుకోవాలని చూస్తున్నారో అవి మీ శరీరంలో రూపుదిద్దుకుంటున్నాయి.'

నా క్లయింట్లలో ఒకామె తన భర్త ఎప్పుడూ అరుస్తూ, తన మీద అధికారం చూపుతాడనీ, అతని మీద పీకలదాకా కోపం ఉంది కాని అది ఎలా ప్రదర్శించాలో లేదా అతనితో ఎలా వ్యవహరించాలో అర్థం కావటం లేదనీ అంది. చాలాసేపు మేమిద్దరం చర్చించుకున్నాక, ఈ విధంగా తన భావాలను వ్యక్తీకరించమని చెప్పాను, 'నీతో ఒక విషయం మాట్లాడాలి. అది నీకు బాధాకరంగా ఉంటుందేమో చెప్పలేను గాని నా ఉద్దేశం నిన్ను బాధపెట్టటం కాదు, మన బంధం మరింత పటిష్టమవ్వాలని. నా భావాలు నీతో పంచుకునేందుకు ఇప్పుడు నీకు వీలేనా?' మొట్టమొదటిసారిగా అతను ఆమె మాటలు విన్నాడుట, ఆమె బాధని అర్థం చేసుకున్నాడుట,వాళ్ళ అనుబంధం అంచుల్లో బీటలువారుతోంది కాబట్టి కొన్ని పద్ధతులు మార్చుకోవటానికి ఒప్పుకున్నాడట.

దీని అర్థం ఏమిటంటే మీ భావాల విషయంలో మీరు ఎంత పారదర్శకంగా ఉంటే, భావోద్రేకాల్లో ఎంత నిజాయితీగా ఉంటే అంత గొప్పగా ఉంటుంది మీ మానసిక, శారీరక ఆరోగ్యం. మీరు మీ ద్వేషాన్ని గాని, కోపాన్ని గాని ఎంతగా తప్పించుకుంటే లేదా తగ్గించుకుంటే అంతగా పలచనబడుతుంది మీరు ప్రకటించే ప్రేమ. మీరు కోపాన్ని ఎవరికీ కీడు జరుగకుండా, ఎంత నిజాయితీగా ప్రదర్శించగలిగితే, మీరు ప్రకటించే ప్రేమ అంత విశాలంగా, అంత లోతుగా ఉంటుంది.

నేను జంటలతో వ్యవహరించేటప్పుడు, ముందు వాళ్ళ చరిత్ర వింటాను. తర్వాత వాళ్ళని వంతులవారీగా ఏళ్ళతరబడి నింపుకొచ్చిన వాళ్ళ 'సంచీడు బాధల'ని దింపుకోమంటాను. ఇందులో ముఖ్యసూత్రం ఒకటే. ఈ పేరుకున్న బాధలని వింటున్న లేదా అందుకుంటున్న వ్యక్తి తనను తాను సమర్థించుకోకూడదు. ఒకసారి వాళ్ళిద్దరి 'సంచీ'లని దింపుకున్నాక, వెనక్కి వెళ్ళాక ఎన్నో ఏళ్ళ క్రిందట తమ జీవిత భాగస్వామి చేసిన తప్పులను గాని, పొరపాట్లను గాని, పాపాలని గాని పదే పదే గుర్తుచేయకూడదు. అక్కడ్నుంచి, భార్యాభర్తలిద్దరూ ఒక ఒప్పందంకి వస్తారు. వాళ్ళ బాంధవ్యం మరింత గట్టిపడటానికి

లేదా మెరుగుపడటానికి అవసరమైన ఒక చిన్న మార్పుని ఒకళ్ళకొకరు ఆజ్ఞాపించుకుంటారు.

ఇదొక అద్భుతమైన పరికరం. ఇది భావోద్రేక నిజాయితీ, పారదర్శకతని ప్రోత్సహించి మనసువిప్పి మాట్లాడటానికి, ఖచ్చితంగా చెప్పటానికి అవకాశం ఇస్తుంది. ముఖ్యంగా అంతరంగంలో ఘర్షణ అతిగా ఉన్నా, తమని తాము సమర్థించుకునే శక్తి లేకపోయినా ఈ పద్ధతి ఎంతో ఉపయోగకరం. పైగా ఈ పద్ధతి వల్ల సమానత్వం ఏర్పడుతుంది, అంతకుముందు ఎవరో ఒకిరిది పైచేయిగా ఉండి, అధికారం చూపుతున్నా కూడా. ఈ శిక్షణ అయ్యాక నా క్లయింట్లలో ఒకరు అన్నారు, 'ఇంక చెప్పు కింద తేలులాగా అనిపించటం లేదు. నా భర్తకి నా మనసులో మాట విని, నా నిరాశానిస్పృహలని అర్థం చేసుకోవాల్సి వచ్చింది. ఇప్పుడు అతనితో చనువు పెరిగినట్టుగా అనిపిస్తోంది నాకు.'

అందువల్ల 'టాక్సిక్' ఆలోచనలని నిర్వీర్యం చేయటానికి మానసిక 'ఆంటీబాడీస్'ని సృష్టించాల్సిన ఆవశ్యకత ఎంతైనా ఉంది. ఎప్పుడైనా మీరు మీ మనసుని 'చెడ్డ హిప్నోసిస్'తో గానీ వ్యతిరేక అంతర్భాషణతో గాని నింపుతుండగా పట్టుకుంటే, నిర్మాణాత్మకంగా మిమ్మల్ని మీరు ప్రశ్నించుకోండి ఎందుకిలా చేస్తున్నాను అని. 'నా సుప్తచేతనమనే తోటలో పూలని పెంచాల్సింది పోయి, ఎందుకు నేను కలుపుమొక్కలని నాటి, వాటికి రోజంతా నీళ్ళు పోస్తున్నాను?'

మనమందరం పాటుపడేది చక్కటి ఆరోగ్యం కోసమే కదా? అలాంటప్పుడు ఏవైనా అనారోగ్య లక్షణాలు పొడసూపితే, మన జీవితంలో దేన్నో మార్చుకోవాలని మన సుప్తచేతనం ఇస్తున్న సందేశమన్నమాట అది. మీకేదైనా శారీరక లక్షణం కనబడితే, దాని నుంచి పారిపోకండి. మీ శరీరంలో అది ఉన్నట్టుగా గుర్తించండి. దానికి సంబంధించిన భావోద్రేకాలు స్వేచ్ఛగా బయటకి ప్రవహించనివ్వండి. వాటి నుంచి మీరు విడుదల కోరుతున్నంత స్వేచ్ఛగావాటిని ప్రవహింపజేస్తే, అవి మీలో శారీరక అనారోగ్యాన్ని ఏర్పరచిన మూల కారణం లేదా నమ్మకాల దగ్గరికి మిమ్మల్ని తీసుకువెళ్తాయి.

మానసికంగా ఉన్న తప్పులు రొదబెడ్తున్నాయి. చేతనాత్మక మనసు పొరలు మారుతున్నాయి. మనలో చాలామందికి మన భావోద్రేకాల మీద ఆధిపత్యం వహించటానికి చక్కటి ఆరోగ్యం పొందటానికి అవసరమైన ముఖ్యమైన పరికరాలు కాని లోతైన జ్ఞానం కాని లేదు. మైఖేల్ మర్ఫీ, జార్జి లియోనార్డ్ వాళ్ళ పుస్తకం 'ది లైఫ్ వియ్ ఆర్ గివెన్'* లో నాకు తెలిసిన అనేక అద్భుత ప్రోగ్రామ్‌లలో ఒకటి వర్ణిస్తారు. అత్యున్నత స్థాయిలో మానసిక, భావోద్రేక, శారీరక ఆరోగ్యాన్ని సృష్టించి నిలబెట్టుకునే పద్ధతుల్లో ఒకటి అది. వాళ్ళ ప్రోగ్రామ్ ముఖ్య సారాంశం ఏమిటంటే, జీవిత కాలపు మార్పు ఎందులోనైనా రావాలంటే వేగంగా ముగిసిన సెమినార్ వల్ల కాదు, నిరంతర సాధన కావాలి దానికి అని.

వాళ్ళ ప్రోగ్రామ్‌లో అంతర్లీనంగా ఉన్న సందేశం – మనందరిలో నిగూఢంగా

*మర్ఫీ, మైఖేల్, మరియు జార్జి లియోనార్డ్. ది లైఫ్ వియ్ ఆర్ గివెన్: ఎ లాంగ్ టర్మ్ ప్రోగ్రామ్ ఫర్ రియలైజింగ్ ది పొటెన్షియల్ ఆఫ్ బాడీ, మైండ్, హార్ట్ అండ్ సోల్. జి.పి. పుట్నమ్స్ సన్స్. *1995.*

వనరులు లేదా శక్తి ఉంది. దాన్ని వెలికితీయాలి. రెండవ అంశం, మార్పు అనేది విశాలంగా ఉండి, శరీరం మనసునే కాదు, హృదయాన్ని, ఆత్మని కూడా కలుపుకోవాలి.

మర్ఫీ, లియోనార్డ్ ఏర్పాటు చేసిన అంతర్గతసాధన క్షణం తీరిక లేకుండా ఉండేవాళ్ళ కోసం తయారు చేయబడింది. అందులో ఈ క్రింది ఒప్పందాలు ఉంటాయి.

1. ఒక స్పష్టమైన లక్ష్యాన్ని ఏర్పరచుకోవటం. సానుకూల నిగూఢ శక్తి నుంచి ఒక శారీరక లేదా మానసిక విజయం పొందటం.
2. కనబడే సానుకూల మార్పు రావటం కోసం నమ్మే వాక్యాలని లేదా ధృవీకరణ వాక్యాలని ఏర్పరచుకుని,వినియోగించటం. అందులో పాల్గొన్నవారందరికీ సమానంగా ఒక ధృవీకరణ వాక్యం ఉంది: 'నేను ఉద్రేకాలకు లోనుగాకుండా, శక్తివంతంగా, ఆరోగ్యంగా ఉన్నాను' ఇవి కాక ఎవరికి వారివి అదనంగా ఉండేవి.
3. 'కట' లేదా వ్యాయామం చేయటం. ఉదాహరణకి, యోగా, కి గాంగ్ లేదా తాయ్‌కి. వీటివల్ల శరీరం సాగి, బలం ఏర్పడుతుంది.
4. 'కట' అయ్యాక, పదినిముషాల సేపు ధ్యానం, ఊహాచిత్ర కల్పన ఉంటుంది.
5. ఎవరికి వాళ్ళు, వాళ్ళ శరీరం లేదా మనసులో వాళ్ళకి నయమవాలనుకున్న ఒక ప్రత్యేక భాగాన్ని ఎన్నుకుంటారు.
6. చదవటం, రాయటం,చర్చించటం వల్ల బుద్ధిని వికసింపచేసుకోవటం.
7. వాళ్ళు తినే ప్రతిదాన్నీ అది ఏమిటో తెలుసుకోవటం. ముఖ్యంగా కొవ్వు పదార్థాలు తక్కువ ఉండేటట్టు, పీచు పదార్థాలు ఎక్కువ ఉండేటట్టు చూసుకోవటం.
8. అవకాశం దొరికినప్పుడల్లా, ప్రేమగా మనసువిప్పి మాట్లాడటం, సేవ చేయటం, కాని వాళ్ళ భావోద్రేక అవసరాలని కూడా పోషించుకోవటం.

వ్యక్తిగా ఎదగటానికి మూడు విషయాలు ఎంతో ముఖ్యం. ముందుగా, సాధించాలనుకున్న లక్ష్యం గురించి స్పష్టమైన అవగాహన ఉండాలి. రెండోది, రావాల్సిన మార్పుని ఎక్కువ చేసేందుకు రోజూ ధృవీకరణ వాక్యాలు చెప్పటం, మూడోది శరీరం, మనసులకి కట లేదా వ్యాయామం చేయటం, తర్వాత ధ్యానం, ఊహాచిత్రకల్పన చేయటం.

ఈ ప్రాజెక్ట్‌లో పాల్గొన్నవాళ్ళు చెప్పిన ఫలితాలు చూస్తే, నిజంగా ఎంతో అసాధారణంగానూ, లీలామాత్రంగానూ ఉన్నాయి. నలభయి రెండేళ్ళ వయసులో ఒక స్త్రీకి కాటరాక్ట్ వచ్చింది. ఆమె తండ్రికి కాటరాక్ట్ వల్లే చూపుపోయింది. చూస్తుంటే వాళ్ళ కుటుంబంలో వంశపారంపర్యంగా వస్తున్నట్టు ఉంది. జబ్బు ఇదీ అని నిర్ధారణ అయిన రెండేళ్ళకి ఆమె మర్ఫీ, లియోనార్డ్ ప్రోగ్రామ్‌లో చేరింది. అప్పటికి ఆమెకి కాటరాక్ట్‌లు ఎక్కువయి, చూపు మందగించింది. ఈ ప్రోగ్రామ్ ప్రతి శనివారం ఉదయం రెండు గంటల సేపు ఉండేది. ఆమె ఎన్నుకున్న ధృవీకరణ వాక్యం ఇది, 'నా కళ్ళకి శుక్లాలు లేవు. అవి రోజు రోజుకీ శక్తి పుంజుకుంటున్నాయి.' ఆమె డాక్టరేమో, 'నీ కళ్ళు ఎన్నటికీ బాగుపడవు' అన్నాడు. అందుకని ఆమె డాక్టర్లని మార్చింది. కట లేదా శారీరక వ్యాయామం

చేస్తున్నప్పుడు, తన ధృవీకరణ వాక్యం మరింత స్పష్టంగా ఉండాలని నిశ్చయించుకుంది. 'నా కనుగుడ్లకి శుక్లాలు లేవు' అది కాక, తన కళ్ళ మీదికి శక్తిని ప్రసరింపజేసింది, తద్వారా శుక్లాలని నయం చేయటానికి. కనుగుడ్ల మీద నీళ్ళు చినుకుతున్నట్టు లేదా కనుగుడ్లు తమని తాము శుద్ధి చేసుకుంటున్నట్టు ఊహాచిత్రాన్ని నిర్మించుకునేది. ఒక ఏడాది తర్వాత చలవ కళ్ళద్దాలు రాయించుకోవటానికి డాక్టరు దగ్గరికి వెళ్ళింది. డాక్టరు ఆమె ఎడమ కన్ను పూర్తిగా బాగయి, ఆరోగ్యంగా ఉందనీ, కుడి కంటి మీద చాలా చిన్న శుక్లం ఉందనీ, అది కనీ కనబడకుండా ఉందనీ, శుక్లాలు అనేటంత పెద్దగా లేదనీ అన్నాడు.

ఈ అసాధారణ విజయం వెనుక రహస్యం, ఏ రంగంలోనన్నా విజయం సాధించాలంటే కావాల్సింది ప్రతిభ కాదు, చెక్కుచెదరని, ఏకాగ్రతతో కూడిన సాధన. మర్ఫీ, లియోనార్డ్, వాళ్ళ పుస్తకంలో విజయం సాధించిన ఎన్నో స్ఫూర్తిదాయకమైన ఉదాహరణలను పొందుపరిచారు. కాని వాళ్ళ సిద్ధాంతం, 'మార్గదర్శకులం అవును, గురువులం కాదు.' ఇంకో మాటలో చెప్పాలంటే, మీ శక్తిని గురువుల అధీనంలో పెట్టేయకండి. అలా చేస్తే వాళ్ళ మీద ఆధారపడే సందర్భాలు ఎక్కువవుతాయి. దాని బదులు మార్గదర్శకులని, మీ స్వయంశక్తిని ఉపయోగించి, అత్యంత ఆరోగ్యకరమైన, సంతోషకరమైన, విజయవంతమైన భవిష్యత్తుని నిర్మించుకొండి.

జీవితంలో అర్థం కాని చిన్న చిక్కుముడులలో ఒకటి - ఎందుకు కొంతమంది జీవితం సాఫీగా ఏ అనారోగ్యం లేక ఒకవేళ ఉన్నా, చిన్న మోతాదులో సాగితే, మరికొంతమంది ఒక చిన్న దోమ కుట్టినా ఎందుకు అనారోగ్యం పాలవుతారు? హెన్రీ డ్రెహర్ ఒక ఉత్తేజకరమైన పుస్తకం, ది ఇమ్యూన్ పవర్ పర్సనాలిటీ* రాసారు. అందులో ఆయుఃప్రమాణం, ఆరోగ్యం అన్నవి ఒక వ్యక్తికున్న ఏడు లక్షణాల మీద ఆధారపడి ఉంటాయని పేర్కొన్నారు. ఆరోగ్యవంతులు:

1. వాళ్ళ సుఖ దుఃఖాల గురించి, ఆఖరికి వాళ్ళకి కలిగే అలసట, కోపం, విచారం గురించి వాళ్ళ మనసు - శరీరం ఇచ్చే సంకేతాలకి అలవాటు పడతారు.
2. వాళ్ళ రహస్యాలని, వాళ్ళ గాభరాలని, వాళ్ళ భావాలని వాళ్ళలోనే 'పాతి' పెట్టి, తాళం వేసే బదులు, వాటిని ఎవరికన్నా మనసు విప్పి చెప్పుకునే ఆత్మస్థైర్యం, సామర్థ్యం ఉన్నాయి.
3. వాళ్ళు మూడు లక్షణాలని బయటకి చూపిస్తారు. వాళ్ళ ఆరోగ్యం మీదా, జీవన శైలి మీదా అధికారం, పనిమీదా, అనుబంధాల మీదా బలమైన అంకిత భావం, ఒత్తిడిని బెదిరింపుగా కన్నా సవాలుగా తీసుకునే సామర్థ్యం.
4. వాళ్ళ అవసరాల గురించీ, భావాల గురించీ వాటికి తగ్గట్టుగా ధృవీకరణ చేస్తారు.
5. వాళ్ళ అనుబంధాలు అణగద్రొక్కబడిన శక్తి నుంచి కాక బేషరతుగా ఏర్పడిన ప్రేమ నుంచి ఏర్పడుతాయి.

* *డ్రెహర్, హెన్రీ. ది ఇమ్యూన్ పవర్ పర్సనాలిటీ. ఎడట్టన్ బుక్. 1995*

6. వాళ్ళకి సేవా తత్పరత ఉంటుంది. ఇతరులకు తోడ్పడుతారు.
7. వాళ్ళ వ్యక్తిత్వంలో ఉన్న అనేక ముఖాలని, మంచి అవనీ చెడు అవనీ, శోధించుకోవటానికీ, భావోద్రేకంగా నిజాయితీని ప్రదర్శించటానికి ఇష్టపడుతారు. ఏదైనా సవాలు కాని ఓటమి కాని ఎదురైతే వాటిని ఎదుర్కోవటానికి తమ అంతర్గత శక్తులను వెతుక్కుంటారు ఈ పరిశోధనలో.

కొత్త తరహాగా ఉండటానికీ, ఆలోచించటానికీ అందరూ క్షణాల మీద మారలేరు. ఎరుక ఉంటే వస్తుంది ఎన్నిక, అంకిత భావం. భావోద్రేక ఆధిపత్యం అంటే దీర్ఘకాలిక లాభాలు, సంతోషం, ఆరోగ్యం పొందటం కోసం మన వేగానికీ, మన జీవనశైలికీ తగ్గట్టుగా మనం మారటం మొదలుపెట్టాలన్న నిర్ణయం తీసుకోవటం.

దాదాపు యాభయి ఏళ్ళ కిందట, డా. జోసెఫ్ మర్ఫీ తన పుస్తకం మొదటిసారి రాసినప్పుడు, అందులో హిప్నోసిస్, మెడికేషన్స్ గురించి తప్ప, ఒత్తిడి, భయాలు, పిచ్చులు, చేసేపని గురించిన ఆందోళనలు లేదా నిస్పృహలతో బాధపడుతున్నవారి గురించి అట్టే లేదు. పరిష్కారం లేదు. కాని ఇరవయ్యి ఏళ్ళ కిందట, సైకాలజిస్ట్ డా. రోజర్ కలహాన్ ఆక్యుపంక్చర్ సిద్ధాంతాన్ని అనుసరించి ఒక పద్ధతిని కనుగొన్నాడు. అంటే శరీర కదలికల గురించిన విద్య అంటే కినిసాలజీ (Kinescology) ని అధ్యయనం చేసి కనుగొన్న వైద్య విధానం అది. దానికి ఆయన థాట్ ఫీల్డ్ థెరపీ (thought field therapy) లేదా TFT అని పేరు పెట్టారు. ఆయన వైద్యం ఎమోషనల్ ఫ్రీడమ్ టెక్నిక్ (Emotional Freedom Technique) లేదా EFT గా రూపొందింది. ఇది ఇంతో అంతో TFT `లో ఉన్న సిద్ధాంతపరంగానే ఉంటుంది కాని ఇది నేర్చుకోవటం దానికన్నా తేలిక. అంత సమర్థవంతంగానూ పనిచేస్తుంది.

నేను దాదాపు ఇరవయి ఏళ్ళు ,TFT, EFT లు రెండింటినీ వాడాను. నా మొదటి సెషన్‌లోనే నా క్లయింట్లలో చాలా మందికి నేర్పిస్తాను. అలా అయితే, క్లయింట్ తన ఇంట్లోనే తనే స్వయంగా వాడటం మొదలుపెట్టవచ్చు. ఎప్పుడైతే ఆ పద్ధతిలో బాగా ప్రావీణ్యం సంపాదిస్తాడో, అప్పుడు తనని తాను రెండు నిముషాలలోపే నయం చేసుకోగలడు.

EFT శక్తివంతమైన మన శరీరశాస్త్రం (anatomy) తో పనిచేస్తుంది. నాలుగువేల పై చిలుకు ఏళ్ళ నుంచీ చీనా, ఇండియాలలో శక్తివంతమైన మన శరీరశాస్త్ర లోతులు కొలిచారు. వాళ్ళు కనుగొన్నది, శక్తివంతమైన నదులు లేదా మార్గాలున్నాయనీ, వాటి ద్వారా మన ప్రాణశక్తి మన శరీరంలో ప్రవహిస్తుందనీను. భూమిమీద భూగర్భంలో ప్రవహించే కంటికి కనబడని సెలయేరుల అల్లికతో పోల్చవచ్చు దీనిని.

ఆసియా వైద్యంలో, ఈ మార్గాలని, 'మెరిడియన్లు' (meridians) అంటారు అవి పన్నెండు మెరిడియన్ల ద్వారా ప్రవహించే శక్తి సెలయేర్లు. వాటిని అక్యుపంక్చర్‌కీ EFTకీ ఆధారం చేస్తారు. వాటిలో ఆక్యుప్రెషర్ పాయింట్లు ఉంటాయి. వాటిని ఉత్తేజపరుస్తారు వైద్యంలో. చీనా వైద్యులు, జర్మనీ వైద్యులూ ఈ మెరిడియన్లు కాంతిని వెదజల్లుతాయనీ, నిజానికి ఇన్‌ఫ్రారెడ్ ఫొటోగ్రఫీలో వీటిని చూడవచ్చనీ అన్నారు. ఒత్తిడి, భయం లేదా అనారోగ్యం ఉంటే ఈ మెరిడియన్ల నుంచీ, ఆక్యుపాయింట్ల నుంచీ తక్కువ కాంతి లేదా

శక్తి వెదజల్లబడుతుందనీ, ఆక్యుపంక్చర్ లేదా ద్వారా కొన్ని పాయింట్లని నొక్కుతేనో, రాస్తేనో, అవి వెదజల్లే కాంతి పెరుగుతుందనీ పరిశోధకులు తేల్చారు.

మన శరీరంలో పన్నెండు మెరిడియన్లు ఉన్నాయి. అవి పన్నెండు విభిన్న అంగాలకి ప్రయాణించి, పన్నెండు వివిధ కండరాల సముదాయాన్ని శక్తివంతం చేస్తాయి. ఇవి కాక రెండు కారియర్ మెరిడియన్లు (carrier meridians) ఉన్నాయి. ఒకదాంట్లో 'ఇన్' (yin)లేదా నిద్ర మత్తెక్కించే శక్తి ప్రవహిస్తుంది. రెండో కారియర్ మెరిడియన్ యాంగ్ (yang)లేదా శక్తిని పెంచే శక్తిని తీసుకువెళ్తుంది.

తల, శరీరం, వేళ్ళ మీద ఉన్న పన్నెండు ఆక్యుపాయింట్లని నొక్కటమో లేదా రుద్దటమో చేసేముందు రెండు తేలిక తతంగాలు చేయాలి. ప్రతి మెరిడియన్ పాయింట్‌కి జతగా ఒక భావోద్రేకం ఉంటుందన్న విషయం గుర్తుంచుకోవాలి. ఉదాహరణకి మూత్రాశయం మెరిడియన్‌కి భావోద్రేకాలు - మానసిక గాయాలు, భయం, పిత్తాశయం మెరిడియన్‌కి కోపం, పొత్తికడుపు మెరిడియన్ ఒత్తిడి, ఆందోళన అలా సాగుతుంది.

ఇంకో ముఖ్యమైన విషయం, వైద్యం చేస్తున్నప్పుడు మీరు సమస్య లేదా విషయం మీద దృష్టి కేంద్రీకరించాలి. అంతర్వాణికి వ్యతిరేకంగా అనిపించినా కూడా నా క్లయింట్లని వాళ్లని ఒక వయొలీన్‌గా ఊహించుకోమంటాను. ఒకవేళ వాళ్ళ సమస్య ఆందోళన అయితే ఉపమానంగా చెప్పబడిన వయొలీన్ మొదటి తీగ వాళ్ళ ఆందోళనని సూచిస్తూ అపశృతి పలుకుతున్నట్టు లేదా కర్ణకఠోరంగా పలుకుతున్నట్టు ఊహించుకోవాలి. పన్నెండు ఆక్యుపాయింట్లని ఒకదాని తర్వాత ఒకటి ఉత్తేజపరుస్తుండగా, వాళ్ళు వాళ్ళ సమస్య మీద దృష్టి నిలిపితే, ఈపాయింట్లని ముట్టుకున్నప్పుడు మెదడు బీటా ఎండార్ఫిన్లని విడుదల చేసేలాగా చేస్తుంది. అవి శరీరంలోని సహజమైన మార్ఫిన్లు. అవి సింథెటిక్ మార్ఫిన్లకన్నా ఇరవయి ఏడు రెట్లు శక్తివంతమైనది. బీటా ఎండార్ఫిన్లని ఇంకేం విడుదల చేస్తాయి? వ్యాయామం, నవ్వు, చక్కటి సంగీతం, మైథునం, ఆక్యుపంక్చర్, ఇకపోతే జుఖీకూడా అని వేరే చెప్పాలా?

ఉదాహరణకి, ఇటీవల నా దగ్గరికి ఎవరో పంపిస్తే ఒక యువతి వచ్చింది. ఆమెకి తీవ్రంగా కారు ప్రమాదం జరిగితే ఒక మోస్తరు ఘాతుతో అవస్థ పడుతోంది. ఆమె మొదటి వయొలిన్ తీగని పదిస్కేలు మీద ఎనిమిది నుంచి ఒకటికి 'మళ్ళీ శృతి' చేయగలిగాము. దానివల్ల ఆమెలో డ్రైవింగ్ గురించిన భయం, ఇబ్బంది బాగానే తగ్గాయి. కాని ఆమె అన్నది, 'ఇంకా ఏదో సరిగ్గా లేదు.' ఇంకొంచెం లోతుగా వెళితే అర్థమయింది, ఉపమానంలో ఇంకో రెండు వయొలీన్ తీగలు శృతిలో లేవని. మొదటిది రాత్రిపూట వానలో కారు నడపటం అయితే రెండోది ఎడమవైపుకి కారుని తిప్పటం. ఈ రెండు సందర్భాలలోనే ఆమె చేయి విరిగి, కారు పల్టీకొట్టినంత పనయింది. అపశృతిలో ఉన్న ఈ రెండు 'కొత్త' తీగలకి మేము EFT చేసాము. ఈ మూడు తీగలని ఒక తీగ కింద తగ్గించేసాము. అప్పుడు ఆమె పెద్దగా చిరునవ్వు నవ్వి, 'నేనిప్పుడు ఊపిరి పీల్చుకోగలుగుతున్నాను. నాకు భయం వేస్తున్న భావన లేదు. అలాగే వానలో కారు

నడపాలన్నా, ఎడమపక్కకి తిప్పాలన్నా ఏమీ ఖంగారు లేదు.'

ఇలా వరుసక్రమంలో ఆక్యుపాయింట్లని ఉత్తేజపరుస్తూ పోతుంటే, ఎందరో ప్రత్యేకంగా రెండు, మూడు లేదా నాలుగు ఆక్యుపాయింట్లు విశ్రాంతి పొందినట్లు భావించేవారు. ఆ పాయింట్లనే మరింత ఎక్కువసేపు ఉత్తేజపరచమని నా సలహా. ఎందుకంటే మీ సమస్యకీ, ఆ మెరిడియన్లకి సంబంధించిన భావోద్రేకాలకీ అనుబంధం ఉంది.

భయం, ఒత్తిడి లేదా నిస్పృహలని స్కేలు మీద ఒకటికి తగ్గించాక, ఒక సానుకూల ధృవీకరణ వాక్యం చెప్తే, శక్తిని పెంచే నమ్మకానికి అది మరింత చేయూతనిస్తుంది. ఉదాహరణకి మీ సమస్య ఒత్తిడి లేదా ఆందోళన అయితే, మీరొక వరుసక్రమంలో తల, శరీరంలో ఉన్న ఒక్కొక్క ఆక్యుపాయింట్‌ని ఉత్తేజపరుస్తూ, ఇటువంటి ఒక ధృవీకరణ వాక్యం కూడా అంటూ వస్తారు. 'నాకు ఆత్మస్థయిర్యం ఉంది. నేను ప్రశాంతంగా, విశ్రాంతిగా ఉన్నాను.'

మీ మీద మీరు రెండు మూడు సార్లు ఈ ప్రక్రియని ప్రయోగించుకున్నాక, వరుసక్రమాన్ని గుర్తుంచుకోవటం చాలా తేలిక అయి, ముందు ముందు మొత్తం ఆక్యుపాయింట్ల పూర్తి వరుసక్రమాన్ని రెండు నిముషాలలోపే ముగిస్తారు.

దశలవారీగా చేసే పద్ధతి, ఉపశమన క్రమం, సానుకూల ధృవీకరణాలు పంపే విధానం - అన్నీ వివరంగా గ్రాఫిక్స్‌తో సహా - ఈ పుస్తకంలోని ఉత్తర పీఠికలో పొందుపరచటం జరిగింది. ఈ గ్రాఫిక్స్ సహాయంతో మీ తల, శరీరం, చేతుల్లో ఎక్కడ ఆక్యుపాయింట్లు ఉన్నాయో మీరు గుర్తించవచ్చు.

మనసుకి కలిగిన గాయం, తేలికైన, క్లిష్టమైన ఫోబియాలు, భయాలు, మందు ప్రభావం, నిస్పృహ, కోపం, ఒత్తిడి,సాధారణ ఆందోళన, నెప్పి, నిద్రలేమితనం లాంటి వాటిని నయం చేసేందుకు వైద్యులకి EFT ఒక సంచలనం తెచ్చింది. ఇప్పుడు 55 దేశాల్లో 70,0000 వైద్యులు ఉన్నారు.

అనుబంధంలో ఇచ్చిన EFT వరుసక్రమాన్ని ఒకసారి పరిశీలించి, కొంచెం సాధన చేస్తే, మీ జీవితం మీద ఆధిపత్యం, భావోద్రేక ప్రావీణ్యం సంపాదించటంలో కొత్త కోణాన్ని పెంపొందించిన వాళ్ళవుతారు.

24

ముందుకు సాగుతున్నాం... జ్ఞానోదయపు మార్గానికి ఆహ్వానం

జ్ఞాన సముపార్జన మార్గంలో
ఏదో ఒకటి పెరుగుతూ వస్తుంది రోజూ.
జ్ఞానోదయపు మార్గంలో
ఏదో ఒకటి వదులుతూ వస్తాము రోజూ
లా సూ

అయితే, ఏం నేర్చుకున్నాము? మన మనసులో ఉన్న మూడు భాగాల (చేతనం, సుప్తచేతనం, సృజనచేతనం) గురించి స్పష్టంగా అర్థం చేసుకోవాలి. అలాగే వాటి అవినాభావ సంబంధం కూడా తెలుసుకోవాలి.

1. **సుప్తచేతనం** మన 'హార్డ్ డ్రైవ్'. అందులో మనం నేర్చుకున్నవి, మన అనుభవాలు, వాటికి సంబంధించిన భావాలు అన్నీ నిక్షిప్తమై ఉంటాయి. తనకి చేతనాత్మక మనసు ఇచ్చిన సూచనలను, మంచికో చెడ్డకో, నిరంతరం పాటిస్తూనే ఉంటుంది. అది స్వయంగా నిర్ణయం తీసుకోలేదు. చేతనాత్మక మనసు కోరికలను, ఆజ్ఞలను నెరవేర్చటంలో సహాయపడుతూ ఉంటుంది. అలాగే మన శరీరంలో జరిగే ప్రక్రియలన్నింటినీ నడిపించి, కార్యదర్శకత్వం వహిస్తుంది.
2. **చేతనాత్మక మనసు** ట్రాఫిక్ పోలీస్. ఏది మంచో, ఏది చెడో, ఏది సత్యమో ఏది అసత్యమో (అన్నప్పుడూ **సత్యం** కాకపోవచ్చు, సుప్తచేతనంలో నిక్షిప్తమై ఉన్న మూల సిద్ధాంతం, అనుభవాల ఆధారంగా సత్యం గురించి తను అర్థం చేసుకున్నది కావచ్చు) నిర్ణయిస్తుంది. మనకి సౌఖ్యం కలగజేసి, హాయిగా అనిపించే సంఘటనలు, పరిస్థితులవైపు ప్రయాణించమనీ, మనకి అసౌఖ్యం కలగజేసే పరిస్థితులని వదిలేయమనీ మనని నిర్దేశిస్తుంది. (అంటే సుఖం వైపు కదిలి, దు:ఖాన్ని తప్పించుకోవాలి).
3. **సృజనచేతనం** స్వచ్ఛమైన మన సృజనాత్మకతలంతటికీ మూలాధారం. మన చేతనాత్మక మనసుకి సృజనాత్మకతకి కావలసిన మూల సిద్ధాంతం లేదా సమాచారం దొరికేటట్లు చేస్తుంది. ఆ సమాచారం మన సుప్తచేతనాత్మక జ్ఞాపకాల పొదిలో నిక్షిప్తమై ఉండి

ఉండదు. అంతేకాక మనం నిర్మాణాత్మకంగా ప్రేరణ పొందితే, స్వేచ్ఛగా ప్రవహించే శక్తిని అదనంగా అందజేస్తుంది.

చేతనత్వం పదార్థాన్ని, రూపాన్ని సృష్టిస్తుందన్న విషయం అర్థం చేసుకోవాలి. పదార్థం చేతనత్వాన్ని సృష్టించదు. పుస్తకం, ఐపాడ్ లేదా మీరు చదువుతున్న ఈ పుటలు అన్నీ ఈ పదాల లాగానే, చేతనాత్మక ఆలోచన వల్ల సృష్టించబడ్డాయి. మీరు కూర్చున్న కుర్చీ, మీరు పడుకున్న మంచం చేతనత్వం వల్లే సృష్టించబడ్డాయి. మీరున్న గదిలో నలుమూలలా చూడండి. అందులో కనబడే ప్రతీదీ చేతనాత్మక ఉద్దేశంతోనే సృష్టించబడ్డాయి.

అందువల్ల, మనకి ఈ నమ్మశక్యంకాని సృజనాత్మకత అనే అపూర్వ వరం ఉంది. మన చేతనాత్మక ఉద్దేశం ద్వారా మన గురించిన సత్యాన్ని నిజంగా సృష్టించుకుంటాము. ఇదెలా పనిచేస్తుందో ఇప్పుడు మనకి తెలుసు కాబట్టి, మనకేం కావాలన్నా దానికి తగ్గ పరికరాలు మన దగ్గర ఉన్నాయి కాబట్టి (అధ్యాయం 8, 'ధృవీకరణలు, ధృవీకరణ ప్రక్రియలు' చూడండి), మనం ఎన్నేళ్ళుగానో మనలో భద్రంగా మోసుకొస్తూ, ఇంక మనకి ఏమాత్రం ఉపయోగం లేని అసత్యపు నమ్మకాలని, తప్పుడు మూల సిద్ధాంతాన్ని పారద్రోలటం మొదలుపెట్టవచ్చు.

ఇకపోతే, జ్ఞానోదయం విషయానికొద్దాం.

నా పుట్టినరోజు నాడు, *2001*లో నేను జ్ఞానోదయం మీద రాసిన ఒక వ్యాసాన్ని మీ ముందు పొందుపరచటంతో ముగిద్దామనుకుంటున్నాను ఈ పుస్తకాన్ని. మీరు ఈ పుస్తకంలో ఇప్పటికే చాలా విషయాలు చదివేశారు కాబట్టి, ఈ వ్యాసంలోని కొన్ని విషయాలు చర్విత చర్వణం అవుతాయి. వాటిని తీసేద్దామనుకున్నాను గానీ, అలా చేస్తే జ్ఞానోదయం అంశం దెబ్బతింటుందనిపించింది. పైగా ఎన్నిసార్లు చదివితే అంత బాగా నేర్చుకుంటాం కాబట్టి ఇదిగో ముందుకు సాగుదాం:

జ్ఞానోదయం గురించి
(ఫిబ్రవరి 21, 2001)

70లు! ఆహా! ఎంత ఉత్సాహకరమైన దశాబ్దం.

జ్ఞానోదయం గురించి మాట్లాడేముందు, 1970ల నాటికి పెద్దవాళ్ళవని వాళ్ళకోసం ముందు కొంచెం చారిత్రాత్మక అవగాహన ఇస్తాను.

1950ల మధ్య నుంచీ 1970ల మధ్య ఉన్న ఇరవయి ఏళ్ళ కాలంలో జరిగినంత సాంఘిక మార్పు ఇటీవల చరిత్రలో మరే ఇరవయి ఏళ్ళ కాలంలో అన్నా జరిగిందా అని నా అనుమానం.

1950లలో అమెరికాలో జరిగిన పెళ్ళిళ్ళలో అధికశాతం, ఆ రోజుల్లో అనుకున్నట్టుగా, 'సాంప్రదాయ'బద్ధంగా జరిగేవి. ఆ పెళ్ళిళ్ళలో భర్త సంపాదించి కుటుంబాన్ని పోషిస్తే, భార్య ఇంటిని సంభాళించి, అధికారం చెలాయించేది.

ప్రేమ, ఉత్సాహం కలగలిపిన వైవాహిక సుఖాన్ని పొందటం ద్వారా అధిక శాతం పెళ్ళిళ్ళు మూడు పువ్వులు, ఆరు కాయలుగా సాగేవి. అందులో పిల్లల గురించిన ప్రణాళికలు ఉండేవి కావు (అప్పట్లో కుటుంబ నియంత్రణ మాత్రలు లేవు)

ఒక ప్రేమ జంట కలిసి ఉండాలంటే, పెళ్ళి చేసుకోవటమే మార్గం. 1950లలో పెళ్ళి కాకుండా కలిసి జీవించటమనే దానికి సంఘం ఆమోద ముద్ర వేసేది కాదు. అందుకని వాళ్ళ గురించి పుకార్లు పుట్టేవి.

అప్పటికి 'స్త్రీ స్వాతంత్ర్యం' అన్న పదానికి ఇంకా శ్రీకారం చుట్టలేదు. రాల్ఫ్ నాడెర్ ఇంకా స్కూల్లోనే ఉన్నాడు. అందువల్ల వినియోగదారుల హక్కులు ఇంకా పుట్టలేదు. స్వలింగ సంపర్కాలు లేనే లేవు.

అందువల్ల వ్యక్తిగతంగా, సాంఘికంగా పెరుగుతూ వచ్చిన ఒత్తిడుల సంగతి ఆలోచిస్తే, కాస్త అవకాశం చిక్కితే చాలు, అవి తప్పనిసరిగా బద్దలవుతుండేవి.

సాంఘిక విప్లవంగా రూపుదిద్దుకున్న దానికి ముఖ్యమైన ప్రేరణ కుటుంబ నియంత్రణ మాత్రలు (pill) కనుగొనబడి,వెలుగులోకి రావటం వల్ల వచ్చింది. ఇది 1960లలో జరిగింది. యువజంటలు (లేదా ఏ వయసుకి చెందిన వారైనా సరే) హాయిగా లైంగిక చర్యలో పాల్గొనవచ్చు, ప్రణాళిక లేకుండానో లేదా అనుకోకుండానో గర్భం దాలుస్తామన్న భయం లేకుండా. 1960ల మధ్య నుంచి ఆ దశాబ్దం చివరికి, ఎవరైనా ఒక జంట చర్చి నుంచి దీవెనలు పొందకుండా కేవలం కలిసి జీవిద్దామనుకుంటే సంఘం దానికి ఆమోద ముద్ర వేయసాగింది.

ఇంత విప్లవాత్మక సాంఘిక మార్పు రావటానికి ప్రభావం చూపిన ఇంకో పెద్ద మార్పు వియత్నాం యుద్ధం.

లివింగ్ రూములోకి పూర్తిస్థాయిలోకి తీసుకురాబడిన మొట్టమొదటి యుద్ధం వియత్నాం యుద్ధం. ఒక కుటుంబం రాత్రి భోజనం చేసాక, భయం భయంగా టీవీని చూడటం అసాధారణం కాదు. దేనికా భయం అన్నది వేధిస్తున్న ప్రశ్న. సైనికుల మీద విద్యార్థుల తిరుగుబాటు ఉండేది ఎప్పుడూ. తర్వాత కెంట్ రాష్ట్రం విషయం ఒకటి.

60ల చివరికి వచ్చేసరికి, బీటిల్స్ తారాస్థాయికి చేరుకుంది. 'హెయిర్' అన్నది బ్రాడ్‌వేలో ప్రథమ శ్రేణికి చెందిన సంగీత సంస్థ. అది కాలేజీ క్యాంపసుల నుంచి ఆఫీసుల్లో చోటు చేసుకుంది. స్త్రీలు లెఖ్ఖలేనన్ని బ్రాసరీలని తగులబెట్టారు. స్త్రీ స్వాతంత్ర్యం పెల్లుబికింది. రాల్ఫ్ నాడెర్ వినియోగదారుల హక్కులను వెలుగులోకి తెచ్చాడు. స్త్రీ, పురుషులలో స్వలింగ సంపర్కాలు రోజురోజుకీ బయటపడుతున్నాయి, మహేష్ యోగి ట్రాన్స్‌డెంటల్ మెడిటేషన్‌ని పశ్చిమ దేశాలకి తీసుకువచ్చారు.

ఇదంతా కేవలం ఇరవయి ఏళ్లలో జరిగింది. చివరికి మనుష్యులకి

వాళ్ళ ప్రవర్తనని, వాళ్ళ కార్యకలాపాలని వాళ్ళకి ఇష్టమైన రీతిలో తీర్చిదిద్దుకోనిస్తున్నారు.

పుంఖానుపుంఖాలుగా విడుదల అవుతున్న సెల్ఫ్ హెల్ప్ పుస్తకాలు, సెమినార్లు, ప్రయోగాత్మకమైన సాంఘిక మందుల వల్ల మానవజాతి మహోన్నత ఎదుగుదల బాగా సాగింది. అంతకంతకీ మనుష్యుల్లో ఆత్మ శోధన మొదలయ్యింది. 'నేనెందుకు పుట్టాను? జీవితం అంటే ఏమిటి? నా జీవన లక్ష్యం ఏమిటి?'

టిమ్ గాల్వే కొత్తగా రాసి బాగా పేరు తెచ్చుకున్న పుస్తకం, ది ఇన్నర్ గేమ్ ఆఫ్ టెన్నిస్, ఇచ్చాడు నా స్నేహితుడు నాకు 1975లో. ఆ పుస్తకాన్ని లాస్ ఏంజిల్స్ నుంచి పోర్ట్ ల్యాండ్‌కి విమానంలో వెళ్ళునప్పుడు చదివినట్టు గుర్తు. విజయం పొందాలనే ఏకాగ్రతతో ఆడే జీవితమనే అంతర్గత ఆటకి టిమ్ కేవలం టెన్నిస్‌ని ఉపమానంగా వాడటం చూసి నేను చెప్పలేనంతగా స్ఫూర్తిని పొందాను.

ఇంటికి తిరిగి రాగానే, టిమ్ ఎక్కడున్నాడో తెలుసుకోవటానికి ఫోన్ తీసుకుని ఆయన పుస్తకంలో పేర్కొన్న మనుష్యులు లేదా సంస్థలకి ఫోను చేయసాగాను. దాదాపు పది ఫోన్లు చేసాక, చివరికి టిమ్‌ని కాలిఫోర్నియాలోని మాలిబులో ఉన్న అతని ఇంట్లోనే పట్టుకోగలిగాను. నా మొట్టమొదటి వాక్యాలు ఇవి, 'టిమ్, నీకు నేను తెలియదు. కాని నాకు నువ్వు తెలుసు. ఎందుకంటే, నేను ఇప్పుడే నీ పుస్తకం చదివాను. మా ఉద్యోగస్థులతో మాట్లాడటానికి అతిధిగా రమ్మని (సొమ్ము చెల్లిస్తాను) నిన్ను పోర్ట్ ల్యాండ్‌కి ఆహ్వానిస్తున్నాను,' అలాగే వచ్చాడు అతను.

నేను కలిసిన సిద్ధాంతులలో స్పష్టమైన అవగాహన ఉన్న వాళ్ళలో టిమ్ ఒకరు. నేను ఏ ప్రశ్న అడిగినా ఏ అంశంలో అయినా అతని దగ్గర దానికి లోతైన సమాధానం ఉన్నట్టే ఉంది. ఏ మానవమాత్రుడూ అంతచేటు నేర్చుకోలేడన్న అపోహ ఉండేది నాలో. కాని టిమ్ తనకి వ్యక్తిగతంగా 'తెలిసిన' విషయాలని అధిగమించిన జ్ఞానం పొందటానికి కొన్ని ఛానెళ్ళని తెరిచాడు.

కొన్నాళ్ళు గడిచి, మేము ఎన్నోసార్లు కలిసాక, టిమ్‌ని ఈ ప్రశ్న అడిగాను, 'టిమ్, జ్ఞానోదయం అంటే ఏమిటి?' (గుర్తుంచుకోండి, బ్రాడ్‌వేలో 'హెయిర్' పాటలో ఏజ్ ఆఫ్ అక్వారియస్ పుట్టుకొస్తుందని వస్తుంది. 'జ్ఞానోదయం' అన్న పదం మన సంస్కృతిలో చోటు చేసుకుంటోంది. షర్లీ మాక్లైన్ మనని ముందుకు నడపబోతున్నారు)

సరే, జ్ఞానోదయానికి వద్దాం.

టిమ్ చెప్పిన మాటలు ఉన్నదున్నట్టుగా గుర్తులేదు కాని, అతను చెప్పిన అర్థం మాత్రం గుర్తుందని ఖచ్చితంగా నమ్ముతున్నాను (అందుకని టిమ్, నేను

కొంచెం మీ మాటలని నాకు తోచినట్టుగా చెపితే, క్షమించు)

నేను విన్నదాని సారాంశం ఇది: జ్ఞానోదయం అంటే మనం అవాలని ఎప్పుడూ కలలుగంటున్న ప్రతిదీ, మనం ముందే అయ్యాము అన్న విషయాన్ని కనుగొనటం మొదలుపెట్టే ప్రక్రియ. 'మనము' అని మనం పేర్కొనే ఈ భౌతికకాయంలో ముందే ఉన్నాయి సంపూర్ణ ప్రేమ, సంపూర్ణ సత్యం, జ్ఞానం, మేధస్సు, బుద్ధి, అందం, వగైరా. కాని, మనం ఆలా ఇంకా ఎక్కువగా అవటానికి, నిజానికి మనం ఇప్పటికే అయ్యాము, మనం ఎవరమని అనుకుంటున్నామో దాంట్లో తక్కువ అయ్యే సామర్థ్యం కావాలి.

అందువల్ల, నిజంగా జ్ఞానోదయం కలిగిన వ్యక్తికి, ఎదుగుదల అంటే తగ్గించుకునే ప్రక్రియ. మనం నేర్చుకున్నదేమిటి? ఎదుగుదల అంటే కలుపుకుంటూ పోవటం. అంతకంతకీ పెంచుకుంటూ పోవటానికి బానిసలయ్యాము మనము.

అసలైన ఎదుగుదల ఎప్పుడు వస్తుందంటే, మనం నిజానికి ముందే ఏది అయ్యామో, ఆ నిజం వెలిబుచ్చే సామర్థ్యానికి అడ్డుపడుతున్న విషయాలని మర్చిపోవటమో లేదా తీసివేయటమో చేస్తేనే వస్తుందంటున్నారు టిమ్. మనం పారద్రోలాలని టిమ్ చెప్పిన అంశాలు నా ఉద్దేశంలో–మన నమ్మకాలు, మన దృక్పథాలు, పాత చింతకాయ పచ్చడి భావాలతో ప్రపంచాన్ని చూసేతీరూను. ఇవి ఇప్పుడు మనకి ఎందుకూ పనికిరావు.

మనం ఈ భూమ్మీద మొట్టమొదట కాలు మోపినప్పుడు, మనం ఒక ఖాళీ పాత్రలా ఉన్నాము. మనకి దేనిమీదా అభిప్రాయాలూ, దృక్పథాలూ, నమ్మకాలూ లేదా తప్పుడు ఉద్దేశాలూ లేవు. అందుకేనేమో పసికందులని చూసినా, చిన్నపిల్లలని చూసినా అంతగా మురిసిపోతాము. వాళ్ళ అమాయకత్వమన్నా, ఏదీ అసాధ్యం కాదు అన్న వాళ్ళు నమ్మకమన్నా మనకి ఎంతో గౌరవం.

మనం చిన్నారులుగా ఉండగా మన తల్లిదండ్రులు, గురువులు, కోచ్‌లు, మనం గౌరవించేవాళ్ళందరి ముద్రా మనమీద బాగానే ఉంటుంది. ఇప్పుడు మనం ఎలా ఉన్నామనుకుంటున్నామో, అది వాళ్ళ ప్రభావంతో వాళ్ళు మనని తీర్చిదిద్దిన తీరు. 'మన గురించి మనమెలా ఉన్నాం' అన్న మన వ్యక్తిత్వం, లేదా ఇతరులకి మన గురించి వర్ణన వల్ల మనం ఎప్పుడూ దానికి తగ్గట్టే ఉండాల్సి వస్తోంది. అసలు ఈ వర్ణన (లేదా ఆత్మభావన) అన్నది మనం వేసుకునే దుస్తులకి భిన్నంగా లేదన్న విషయం అర్థం చేసుకోకుండానే లేదా గ్రహించకుండానే సగం మంది జీవితమనే బండిని లాగేస్తున్నారు. ఈ దుస్తులే నిజమైన మనం అనుకుంటున్నాం పొరపాటుగా. అందువల్లే దాన్ని ఎన్నడూ మార్చటానికి కానీ, తీసివేయటానికి కానీ ప్రయత్నించటం లేదు. ఎప్పుడూ అంటాము, 'నేను ఇలాగే ఉన్నాను, నేను ఎప్పుడూ (ఖాళీని

పూరించండి).'

మన అసలు వ్యక్తిత్వం మన గురించి మనం అనుకుంటున్నదానికి ఎన్నోసార్లు విభిన్నంగా ఉందన్న గ్రహింపుకి వస్తేనే మనం ఎదగటం మొదలుపెట్టవచ్చు. మళ్ళీ ఈ మాట చెప్తున్నాను, ఎదగటం అంటే గాధలనూ, తరచూ మనం నమ్మిన తప్పుడు అంశాలనూ తీసివేసే ప్రక్రియ. ఇన్నాళ్ళూ ఇవి మన అభివృద్ధిని, ఎదుగుదలని ఆటంకపరచాయి. చివరికి సత్యానికీ, 'సత్యం'గా మనం పరిగణిస్తున్నది తప్పన్న దానికీ మధ్య వ్యత్యాసం తెలుసుకుంటాం.

ఈ గ్రహింపు తెస్తుంది తనతో పాటు గొప్ప శక్తినీ, స్వేచ్ఛనీనూ. జ్ఞానోదయం కలిగిన వ్యక్తి తన కర్మలకి తనే బాధ్యుడని గ్రహిస్తాడు. పరిస్థితులకి బానిసగా భావించే పాత్రని ఇంక ఎన్నడూ ధరించడు.

ఇదీ జ్ఞానోదయమంటే.

చివరగా, ఈ సత్యం తెలుసుకోవటమూ, ఈ సత్యంగా ఉండటమూ - రెండూ ఒకటి కాదు. మన వస్త్రాలను తయారుచేసుకోవటానికి మనం బోలెడు సమయాన్నీ, శ్రమనీ వెచ్చిస్తాము. పాత అలవట్లు ఒక పట్టాన పోవు. పుట్టుకతో వచ్చిన అలవాట్లు పుడకలతో గానీ పోవంటారు. కానీ మనం ఎప్పుడైతే ఈ శరీరమనే వస్త్రాలు ఎలా ఏర్పడ్డాయో నేర్చుకుంటామో అప్పుడు చాలా తేలికగా మారవచ్చు. మనకి ఇది కేవలం ఒక వస్త్రమని స్పష్టంగా అర్థం చేసుకోగలుగుతాము.

ముక్తాయింపుగా, ఒక అంశం, ఈ సందర్భంలో జ్ఞానోదయం, గురించి సమాచారం ఉంటే, జ్ఞానోదయం గురించి మాట్లాడుతున్న లేదా రాస్తున్న వ్యక్తికి నిజంగా జ్ఞానోదయమయిందన్న రుజువేం లేదు. మనం ఏది ఎక్కువ నేర్చుకోవాలో, దాన్నే ఎక్కువగా బోధిస్తాము అని నానుడి.

దేవునితో నా అనుబంధం: దేవుడు ఎప్పుడూ నాతో ఉన్నాడు, కాని నేను ఎప్పుడూ దేవుడితో ఉండకపోవచ్చు.

డా. మర్ఫీతోనూ, నాతోనూ ఈ ప్రయాణంలో చేతులు కలిపినందుకు కృతజ్ఞతలు. ఉన్నది ఉన్నట్టుగా తీసుకుంటేనే మీరు అమోఘం. మీ అద్భుతాన్ని అంగీకరించండి.

ఒక చిన్న పడవ అతికష్టం మీద బోలెడు చెత్తా చెదారం నిండిన పెద్ద పడవని తాడు కట్టి నీటిలో ఈడ్చుకుపోతున్నట్టుగా ఊహాచిత్రం నిర్మించుకోండి. ఆ పెద్ద పడవ మీ 'అదనపు సంచీ' గా భావించుకోండి. ఇన్నాళ్ళూ మీరు పోగేసిన 'చెత్తా చెదారం' అంతా నింపుకున్న పెద్ద పడవ గురించి ఆలోచించండి. ఇప్పుడు మీరు జీవిద్దామనుకుంటున్న జీవన విధానానికి అది ఎంతమాత్రమూ సరిపోదు. మన ఇళ్ళలో చెత్తాచెదారాన్ని

ప్రతిరోజూ బయట పారేస్తున్నాము. మరదే పని ఎందుకు మన మనసు విషయంలో చేయకూడదూ? అది ఎలా చేయాలో ఇప్పుడు తెలుసు మీకు.

మనం చేయాల్సిందల్లా ఒకటే. చెత్తా చెదారాన్ని ఈడ్చుకు వస్తున్న తాడుని కోసేసి, లాగే పడవ (అంటే మన) శక్తిని కాపాడటమే. ఇప్పుడది హాయిగా జీవితమనే నీళ్ళ మీద సంతోషంగా తేలిపోవచ్చు. అనవసరమైన బరువును భారంగా ఈడ్చే బాధ్యత నుంచి విడుదల పొందినందుకు.

అందుకోండి మా ప్రేమ. మరింత మెరుగైన ప్రపంచాన్ని కలిసి సృష్టించే సామర్థ్యం మనందరికీ ఉంది. ఆ కొత్త ప్రపంచాన్ని తరతరాల ఆస్తిగా, కానుకగా మన పిల్లలకీ, మన మనవళ్ళ తరాలకీ అందజేద్దాము.

> తను వాడే రంగులతో మమేకం చెందడు చిత్రకారుడు. వాటిని ఎన్నుకుంటున్నాడని తనకి తెలుసు. వాటిని కుంచెతో వాడతాడు. అందుకని, అదేవిధంగా మీ భావాలతో మీ గురించిన నిజాన్ని చిత్రించండి. మీరు మీ భావాలు కాదు, మీ ఆలోచనలు కూడా కాదు. మీరు ఒక వ్యక్తి, వాటిని అనుభవించే వ్యక్తి. ఒకవేళ చిత్రకారుడు తన చిత్రం ముగిసాక, తన చేతికి రంగు అంటుకున్నట్టు చూస్తే, ఆ మరకలని తేలిగ్గా కడిగేసుకుంటాడు, దాని అసలు స్వభావం తెలుసు కాబట్టి. పరిమితి చెందించే ఆలోచనలను మీలో ఒక భాగంగా భావిస్తే, వాటితో శాశ్వతంగా బంధం ఏర్పరచుకుని, వాటిని కడిగేసుకోవాలనే ఆలోచన చేయరు.
>
> ది నేచర్ ఆఫ్ పర్సనల్ రియాలిటీ,* జేన్ రాబర్ట్స్

*రాబర్ట్స్, ఒపి., పుట 13.

అనుబంధం ఎ

ఒక ధృవీకరణ వర్క్‌షాప్

ఈ పుస్తకం చదవటం వల్ల పాఠకుడు నేర్చుకోవాల్సిన గొప్ప విలువల్లో ఒకటి, తన అంతర్‌భాషణ ఎంత శక్తివంతమైనదో (అధ్యాయం 3), చేతనావస్థలో ఉన్న మనసు జారీ చేసే 'ఆజ్ఞలను' అమలుపరచటానికి ఎలా తన సుప్తచేతనం ఎప్పుడూ అందుబాటులో ఉంటుందో పూర్తిగా అర్థం చేసుకోవటం. మన సుప్తచేతనం మనం ఇచ్చిన 'ఆజ్ఞల' విలువని ప్రశ్నించకుండా, జీ హుజూర్ అంటూ ఆ 'సూచనల'ని అమలుపరచటానికి ముందుకు సాగుతుందని ఇప్పుడు మనకి బాగా అర్థమయింది కాబట్టి, మనం మనతో మనం ఏం మాట్లాడుకుంటున్నామో, ఏం చేస్తున్నామో ఇంకా జాగ్రత్తగా, చేతనాత్మకంగా తెలుసుకుందాం.

ఒక్కోసారి నిరాశానిస్పృహలలో చెప్పేసిన కొన్ని ఆలోచనలను లేదా వాక్యాలను 'తుడిచిపెట్టి' (క్యాన్సిల్) మనం సృష్టించాలనుకున్న చిత్రానికి అనుగుణంగా ఉన్న పరిభాషని దాని బదులుగా పెట్టాలనుకోవచ్చు.

ఉదాహరణకి : *'నా క్యాలెండర్ చూసుకోనంత అయోమయంగా ఎలా ఉన్నాను? దీనివల్ల ఇంకో మీటింగ్‌కి ఆలశ్యమయ్యాను! ఛ, ఎప్పుడూ ఇలాగే చేసేటట్టున్నాను నేను!'*

అయ్యో! మరింత క్రమబద్ధంగా, మరింత సమయపాలన పాటించేటట్టుగా ఉండాలన్న లక్ష్యం పెట్టుకుని, ఇదా మన సుప్తచేతనానికి మనం జారీ చేద్దామనుకున్న ఆజ్ఞ! ససేమిరా కాదు. అందువల్ల, మనం అలాంటి వాక్యాలను కోపంలోనో నిరాశానిస్పృహల్లోనో చెప్పినట్టుగా గ్రహిస్తే, మనం 'పాస్' మీద ఉన్న రికార్డు బటన్‌ని నొక్కాలి. తర్వాత రెండుసార్లు గాఢంగా ఊపిరి పీల్చుకుని, 'తుడిచిపెట్టు' అని, మనం ఇప్పుడే అన్న వ్యతిరేక వాక్యాన్ని తుడిచిపెట్టున్నట్టుగా ఊహాచిత్రాన్ని చూడాలి.

ఇంకో రెండుసార్లు గాఢంగా ఊపిరిపీల్చుకుని, మన హృదయంలో చిరునవ్వులు చిందిస్తూ మనలో మనకి చెప్పుకోవాలి. *'ప్రతి రోజూ, అన్ని విధాలా నేను మరింత క్రమబద్ధంగా మారి, మరింత సమయపాలన పాటిస్తున్నాను. నేను నా మీటింగులకి ఎప్పుడూ సరిగ్గా సమయానికి వెళ్ళటానికి తోడ్పడే గొప్ప పరికరం నా క్యాలెండర్. నేను ఎప్పుడూ క్రమబద్ధంగా ఉండి, సమయపాలన చేస్తున్నందుకు నాకు చాలా బాగుంది.'*

ఇది *2-3*సార్లు చెప్పాలి. వ్యతిరేక వాక్యాన్ని పూర్తిగా తుడిచిపెట్టి (లేదా రద్దు చేసి), సుప్తచేతనానికి 'కొత్త నేను' గురించిన స్పష్టమైన చిత్రాన్ని ఇవ్వాలి. ఈ కొత్తనేను *ఎప్పుడూ క్రమబద్ధంగా ఉండి, సమయపాలన చేస్తున్నందుకు నాకు బాగుంది,'* అనుకోవాలి.

అధ్యాయం *8*, 'ధృవీకరణలు, ధృవీకరణ పద్ధతులు'లో చెప్పాను, ఏవో కొన్ని మాటలు

మనకి మనం చెప్పుకుంటే మన ప్రవర్తనలో సానుకూల మార్పులు వస్తాయన్న విషయాన్ని నేను మొదట్లో నమ్మలేదని - ఇంకోమాట కూడా చెప్పాను. ఈ ధృవీకరణ వాక్యాలు సమర్థవంతంగా పని చేస్తాయన్న నిర్ధారణ ఆ క్లాసులోని విద్యార్థుల నుంచి వచ్చింది. వాళ్ళలో కొంతమంది ఈ సెమినార్‌కి అంతకుముందు కూడా వచ్చి, ఇప్పుడు రిఫ్రెషర్ కోర్సు తీసుకుంటున్నారు. జాన్‌బాయిల్ ఈ విద్యార్థులని ముద్దుగా 'రి–ట్రెడ్స్' అని పిలిచేవారు. కాని సానుకూల మార్పులు, ఉపశమనాలు, పటిష్టమైన అనుబంధాలు, కుటుంబ బాంధవ్యాలు, క్రీడల్లో ప్రతిభ, వ్యాపారంలో విజయం వగైరా వగైరా విషయాల్లో వాళ్ళ నిజ జీవితాలలో జరిగిన అంశాలకు అంతూ పొంతూ లేదు. పైగా వాళ్ళ జీవితాల్లో ఈ ధృవీకరణ వాక్యాలను వాళ్ళ దైనందిన జీవితంలో చొప్పించినందుకు కలిగిన విజయాలు సాక్ష్యాలుగా నిలిచాయి.

గుర్తుంచుకోండి, మీ లక్ష్యాలను సాధించటానికి శక్తివంతమైన పరికరాలు ధృవీకరణ వాక్యాలే. మీ లక్ష్యాలను కాగితం మీద రాసుకుని, వాటి ప్రాముఖ్యతని బట్టి ఏది ముందో, ఏది వెనుకో నిర్ణయించుకుంటే బాగుంటుంది. ఒకసారికి 15 లక్ష్యాలకన్నా ఎక్కువ ఉండకపోతే కూడా మంచిది. మీరు ఒక్కొక్క లక్ష్యాన్ని, ఒకసారికి ఒకటి, సాధించిన కొద్దీ, ఇంకో లక్ష్యాన్ని చేర్చుకుంటూపోవచ్చు.

ఇంకో విషయం కూడా అదనంగా చేర్చునివ్వండి. మనం ఈ లక్ష్యాలను నిర్దేశించుకునేటప్పుడు, అందులో సమతుల్యత కూడా పాటించాలి. ఉదాహరణకి వ్యాపారంలో బాగా పేరుప్రఖ్యాతులు పొందిన కొందరు వ్యక్తులు, కుటుంబ బాంధవ్యాల విషయంలోనూ, వ్యక్తిగత ఆరోగ్య విషయంలోనూ దారుణంగా ఓడిపోవటం మనమంతా చూసాము.

అందుకని సమతుల్యత చాలా ముఖ్యం. ఈ క్రింద ఇచ్చిన వృత్తంలో ఒక్కొక్క గడిని మీ జీవితంలో అతి ముఖ్యమైన అంశాలుగా ఊహించుకోండి. ఒక్కొక్క గడిని నింపుకుంటూ వస్తే, బహుశా ఇలాంటిదేదో వస్తుంది.

జీవిత చక్రపు సమతుల్యత

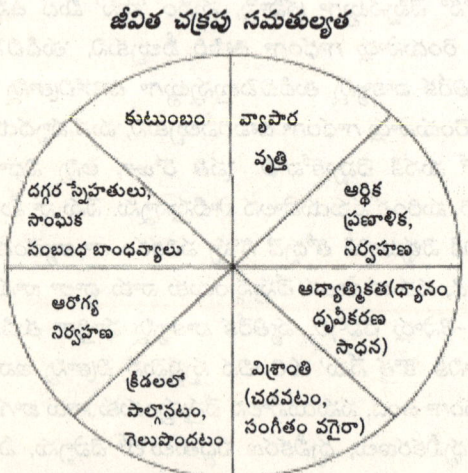

ఇవి కేవలం ఉదాహరణలు మాత్రమే. దీని సూత్రం మీ జీవితంలో ఏది ముఖ్యమో మీరు నిశ్చయించుకోవాలి. ఇది మనిషి, మనిషికీ మారుతుంది.

మీ లక్ష్యాలని స్పష్టంగా నిర్వచించుకున్నాక, మీ జీవితంలో ఆ లక్ష్యాలని నెరవేర్చుకుంటే ఎలా ఉంటుందో చూపించే మానసిక చిత్రాలను సృష్టించుకోవాలి. ముఖ్య గమనిక : మీకు ఎవరు తెలుసో, ఎవరు తెలియదో దాన్నిబట్టి గాని, మీ దగ్గర ఎంత డబ్బు ఉందో, ఎంత డబ్బు లేదో దాన్ని బట్టి గానీ మీరు చిత్రాన్ని ఊహించుకోరు. ఒక పరిపూర్ణ ప్రపంచంలో మీ లక్ష్యాలకు సరిపోయే చిత్రాలని సృష్టించి, 'నమ్మించే' ఆట ఆడాలి మీరు. ఎందుకంటే మీరు త్వరలోనే గ్రహిస్తారు, ఇదొక పరిపూర్ణమైన ప్రపంచమనీ, మనకి నిజంగా 'నమ్మబలికే' నమ్మకాలను నిజం చేసుకునే సామర్థ్యం ఉందనీను. మన దగ్గర ఎప్పుడూ దేవుడు ఇచ్చిన పరికరాలు ఉంటూనే ఉన్నాయి. కాకపోతే ఏళ్ళ తరబడి వాటిని వాడకపోవటం వల్ల వాటికి కొంచెం పదును పెట్టి, వాటికి పట్టిన తుప్పుని ఒదిలించి, పూర్తిగా సద్వినియోగం చేస్తే చాలు.

అందువల్ల, మనకున్న లక్ష్యాన్ని స్పష్టంగా నిర్ణయించుకుని, మన నిజ జీవితంలో అవి రూపుదిద్దుకుంటే ఎలా ఉంటుందో, మనం దాని గురించి వివరంగా ఒక చిత్రాన్ని నిర్మించుకోవాలి. దాని తర్వాత ఆ చిత్రాన్ని (లక్ష్యాన్ని) అది ఇవాళే జరిగిపోయినట్టుగా అనిపింపజేసే పదాలను సృష్టించాలి. అంటే,

'_______పౌండ్ల బరువు ఉండటం వల్ల నేను బాగున్నాను. నాకు హాయిగా ఉంది.'

'నా పరిపూర్ణమైన బరువు _______ పౌండ్లు ఉండటానికి సరిపడినంతమాత్రమే తింటున్నాను.'

'ప్రతిరోజూ వ్యాయామం చేయటం వల్ల కలిగే లాభాలను నేను ఆనందిస్తున్నాను. ఒక్కరోజు కూడా వదులుకోను.'

ఈ వాక్యాలను (ధృవీకరణలను) నాకు నేను చెప్పుకుంటున్నప్పుడు (పదాలు), నేను అంతిమఫలితం (చిత్రం) ఇవాళే జరిగినట్టుగా నా మనసులో ఊహించుకుంటాను. నాకు హాయిగా (భావోద్రేకం) ఉంటుంది, '...........పౌండ్ల బరువు ఉండటం వల్ల నేను బాగున్నాను, నాకు హాయిగా ఉంది.'

ముఖ్యగమనిక : ఈ పుస్తకంలో అంతకుముందు చెప్పినట్టుగా, భాష యొక్క ఉద్దేశం ఒక చిత్రాన్ని సృష్టించటం లేదా అందుబాటులోకి తెచ్చుకోవటం. మన సుప్తచేతనంలో రికార్డయిన మాటలు కాదు, ఆ మాటలు సృష్టించిన చిత్రాలు, ఆ చిత్రాలతో పెనవేసుకుని ఉన్న భావాలు లేదా భావోద్రేకాలు.

ఇప్పుడు, అనేక మంది జీవితాలలో చెప్పుకోదగ్గ మార్పులను తీసుకువచ్చిన ఆరు ధృవీకరణలు చెప్తాను చూడండి. మీరు ధృవీకరణ వాక్యాలను వాడటం మీకు ఇదే మొదటిసారి అయితే, నా సలహా వినండి. మీరు కొత్తగా ధృవీకరణలు కలిపే బదులు,

మొదటి *30* రోజులూ ఈ క్రింది ఆరు ధృవీకరణలని వాడండి.

1. 'నన్ను నేను బేషరతుగా ఇష్టపడుతున్నాను (ప్రేమిస్తున్నాను)'

ఇది అన్ని లక్ష్యాలకీ గొలుసులాంటిది. మీ జీవితకాలం ఈ ధృవీకరణని ఎప్పుడూ వాడుతూ ఉండాలి. ఈ ధృవీకరణ మీ ఆత్మగౌరవాన్ని నిలబెడుతూనే ఉంటుంది. మనని మనం ప్రేమించుకునే దానికన్నా ఎక్కువ ప్రేమని మనం ఇతరులకి ఇవ్వలేము.

'నాకు నేనంటే ఇష్టం' అని చిన్నపిల్లలకి నేర్పితే మంచిది. కొన్నాళ్ళు గడిచాక, 'నాకు నేనంటే ప్రేమ' కి మారి, ఆ తర్వాత 'ఇప్పుడు నన్ను నేను ప్రేమిస్తున్నాను కాబట్టి, నేను అందర్నీ ప్రేమిస్తున్నట్టుగా తెలుస్తోంది'గా మారుతుంది.

2. 'వినాశనకారి అయిన ఆత్మవిమర్శలు చేసి నన్ను నేను ఎన్నడూ కించపరచుకోను.' ఒక పక్కనుంచీ ఎంతసేపూ మనని మనం కించపరచుకునే, వినాశనం కోరి తెచ్చుకునే ఆత్మవిమర్శలు చేస్తుంటే 'నాకు నేనంటే ఇష్టం,' అనే ధృవీకరణ *1* చెప్పి ఏమిటి లాభం?

ఆత్మగౌరవం తక్కువగా ఉన్నవాళ్ళు ఒక ప్రశంస కన్నా ఒక విమర్శని తేలిగ్గా స్వీకరిస్తారు. వాళ్ళతో నేను ఇలా చెప్పచ్చు, 'రోజంతా మీ గురించి మీరు ఎలా మాట్లాడుకుంటారో, అలాగే మీ గురించి మీ ఆత్మస్నేహితుడు రోజంతా మాట్లాడుతూ ఉంటే మీకెలా ఉంటుంది? అతనితో తిరగాలని కోరుకుంటారా? ససేమిరా కోరుకోరు.

వెంటనే వినాశనకారి అయిన ఆత్మవిమర్శలకి స్వస్తి చెప్పండి.

'వినాశనకారి అయిన ఆత్మవిమర్శలు చేసి, నన్ను నేను (లేదా ఇతరులని) ఎన్నడూ కించపరచుకోను.'

3. నాకు అందరిమీదా, అన్నివేళలా బేషరతుగా ప్రేమాభిమానాలు ఉన్నాయి.' (దీనికి మినహాయింపు వెర్రివాడు. అతనికి చట్టపరంగానూ, వైద్యపరంగానూ మంచేదో, చెడేదో తెలియదు)

'నాకు అందరిమీదా, అన్నివేళలా బేషరతుగా ప్రేమాభిమానాలు ఉన్నాయి, అన్న ధృవీకరణ, మానవ అనుబంధాలను పటిష్టం చేయటానికి తయారుచేయబడింది. ఇలాంటి లక్షణం ఉండటం అద్భుతం. ఈ లక్షణాన్ని పాటించే వాళ్ళు మనుష్యుల్లో ఉన్న సారాంశాన్ని (మంచితనాన్ని) చూస్తారు, ఒక్కోసారి అది ఆ వ్యక్తి ప్రవర్తనకి చుక్కెదురుగా ఉన్నా కూడా. అధ్యాయం 19లో మేము రాసినట్టుగా, పనిని విమర్శించండి. పనిచేసిన వ్యక్తిని కాదు. ఒక తండ్రి తన పిల్లవాడితో చెప్పవచ్చు, 'నేను నిన్ను ప్రేమిస్తున్నాను. జానీ/మేరీ, కాని నువ్వు చేసిన దాన్ని ప్రేమించలేను. నువ్వు దానికన్నా ఎంతో మంచివాడివి/మంచిదానివి, ఆ పని (ఆ ప్రవర్తన)ని మళ్ళీ చేస్తావనుకోలేదు నేను.' ఇక్కడ ఉద్దేశం కేవలం పనిని విమర్శించి, దానిని చేసిన వ్యక్తి ఆత్మగౌరవం దెబ్బతినకుండా ఉండేటట్టు చూడటం.

చివరగా, ప్రేమాభిమానాలు ఉన్న వ్యక్తుల్లో దయాగుణం కూడా గొప్పగా ఉంటుంది. ప్రతి ఒకళ్ళకీ వాళ్ళ జీవన పయనం విభిన్నంగా ఉంటుందనీ, భిన్నంగా ఉన్న అటువంటి ప్రయాణాల వల్ల మనుష్యులు ఒకే పరిస్థితికి పూర్తి వ్యతిరేకంగా స్పందిస్తారనీ (ప్రతిస్పందిస్తారనీ) గ్రహిస్తారు వాళ్ళు.

ఒక పాత చెయన్నీ సామెత : 'ఇంకో వ్యక్తి మీద అరిచేముందు, అతని కాలిజోళ్లతో ఒక మైలు నడిచి చూడు'.

'నాకు అందరిమీదా, అన్నివేళలా బేషరతుగా ప్రేమాభిమానాలు ఉన్నాయి.'

4. 'ఏ క్షణంలోనైనా, ప్రతిరోజూ ప్రతి ధృవీకరణ వాక్యం వల్ల నేను తేలిగ్గా విశ్రాంతి తీసుకోగలుగుతున్నాను. నేను మానసికంగానూ, శారీరకంగానూ కూడా మరింత ఆరోగ్యకరంగా ఉన్నాను.'

అనేక ఆరోగ్యసమస్యలు ఒత్తిడి, దిగులు, విశ్రాంతి తీసుకోలేని అశక్తితో పెనవేసుకుని ఉన్నాయని విజ్ఞాన శాస్త్రం అంతకంతకూ చెప్తోంది. వేగంగా అభివృద్ధి చెందుతున్న సాంకేతిక సమాచార ప్రపంచంలో, మనం ట్రెడ్‌మిల్ మీద వేగంగా కదులుతున్నట్టు ఉంటుంది. వేగంగా పరుగులు తీస్తాము కాని ఎక్కడికీ వెళ్ళము.

మన జీవితంలో ఉన్న ఒత్తిడిని మనం తెలివిగా పరిష్కరించుకోవాలి. డిసీజ్ (disease) అన్న ఇంగ్లీషు పదానికి మధ్యలో గీత పెడితే అది డిస్-ఈజ్ (dis-ease) అవుతుంది. మనలో ఒత్తిడి పేరుకుపోయి దానికి ఆరోగ్యకరమైన విడుదల లేకపోతే అంటే వ్యాయామం, ధ్యానం లాంటివి చేయకపోతే మనకి శారీరక అనారోగ్యం (dis-easeness) కలగవచ్చు.

మారిలిన్ స్లిట్స్ అధ్యాయం *11* 'ఆధునిక యగంలో మానసిక చికిత్స' కి రాసిన ఉపోద్ఘాతం మళ్ళీ ఒకసారి చదవండి. విశ్రాంతి పొందాల్సిన అవసరాన్నీ, మన జీవితాన్ని సమతుల్యం చేసుకోవాల్సిన బాధ్యతనీ గుర్తుచేసే ఒక మంచి అడుగు ధృవీకరణ *4*.

5. 'నేను పూర్తిగా నిశ్చయం చేసుకున్నాను, ఇతరులకు కూడా అదే హక్కును ఒప్పుకుంటున్నాను.'

మనలో చాలామందికి ఈ ధృవీకరణలో మొదటి భాగంలో ఏ సమస్యా ఉండదు, కాని రెండో విషయంకి వచ్చేసరికి, అంటే వ్యాపారంలో భాగస్వామిగానీ, జీవిత భాగస్వామి గానీ, ఇతరులు కాని అదే పని చేయటానికి వాళ్ళ హక్కుని వినియోగించుకోవటానికి ప్రయత్నిస్తేనే వస్తుంది అసలు చిక్కంతా.

'నేను పూర్తిగా నిశ్చయం చేసుకున్నాను. ఇతరులకి కూడా అదే హక్కుని ఒప్పుకుంటున్నాను.'

6. 'ఇతరులతోనూ, అన్ని సంఘటనలలోనూ, నా ప్రతిస్పందనలన్నింటికీ నేనే పూర్తిగా బాధ్యుడిని.'

ఇది ఎంతో ముఖ్యం కాబట్టే ఈ పుస్తకంలో దీనికి పూర్తిగా ఒక అధ్యాయాన్నే కేటాయించాము. (అధ్యాయం 20, 'బాహ్య సంఘటనలపై మన నిర్ణయాలకీ, మన ప్రతిస్పందనలకీ మన వ్యక్తిగత బాధ్యతని అంగీకరించటం' చూడండి)

ఈ ఆరు ధృవీకరణలూ రాయటం మొదలుపెట్టండి. కేవలం ఈ ఆరే వాడండి, 30 రోజుల వరకూ. అందరూ మీతో అంటారు, 'ఏం చేస్తున్నావు నువ్వు. నువ్వు మారిపోయావు' ఇది వాళ్ళు సానుకూలంగా, నిర్మాణాత్మకంగా చెప్తారు.

సారాంశం:

ధృవీకరణలని, సరిగ్గా వాడితే, అవి మన జీవితంలో శక్తివంతమైన పరికరాలు. దయచేసి అధ్యాయం 8 'ధృవీకరణలు, ధృవీకరణ పద్ధతులు' మళ్ళీ చదవండి. మీ ధృవీకరణలని ఎప్పుడు చేయాలో, వాటితోపాటు అనేక ప్రయోజనకరమైన సూచనలు కూడా ఇచ్చాము కాబట్టి, వాటిని ఇక్కడ మళ్ళీ చెప్పను.

ధృవీకరణల మీద మీ అవగాహనని పెంచి, వాటిని ఎలా వాడాలో మరింతగా తెలుసుకునేందుకు ఈ అనుబంధం మీకు సహాయపడిందని ఆశిస్తాను.

నమస్తే

అనుబంధం బి

డా. ఫులాస్-శిక్షణలో సాహసాలు

ఎమోషనల్ ఫ్రీడమ్ టెక్నిక్ (EFT)

చికిత్సా విధానం

EFT యొక్క ప్రాథమిక ఉద్దేశం శరీరంలోని మెరీడియన్ సిస్టమ్‌లో గానీ ఎలక్ట్రికల్ సర్క్యులేటరీ సిస్టమ్‌లో గానీ ఏదైనా అడ్డంకులు ఉంటే తీసేయటం.

దశ 1 : 1-10 పాయింట్లున్న స్కేలుమీద, మీ ఆందోళన గానీ, భయం గానీ, మీ సమస్యగానీ 5-6 కన్నా ఎక్కువ ఉంటే *EFT* బాగా పనిచేస్తుంది.

దశ 2 : మానసిక అస్తవ్యస్తతని సరిదిద్దటంతో చికిత్స మొదలుపెట్టండి. (దీని అనుబంధ చిత్రాన్నీ, పదాల వివరణలనీ చూడండి). మూడు వేళ్ళు బొడ్డులో పెట్టి, రెండోచేతి బొటనవేలు, ఉంగరం వేలుతో కాలర్‌బోన్ పాయింట్లని (మూత్రపిండం 27) పది క్షణాలపాటు రుద్దండి.

మూత్రపిండం 27- స్టెర్నల్ నాచ్ *EFT* నుంచి కిందకి ఒక అంగుళం, మధ్య గీత నుంచి బయటకి రెండు అంగుళాలు, మీకొక చిన్న గంటు తగిలేదాకా. అది సాధారణంగా సుతారంగా ఉంటుంది.

దశ 3 : *న్యూరోలింఫాటిక్ రిఫ్లెక్స్ (గుండెపైన ఉండే నాజూకు భాగం) ని 5-7 క్షణాలపాటు రుద్దండి.* (ఉపమానం చెప్పాలంటే దీన్ని శరీరంలోని ఫ్యూజ్ బాక్స్‌లో కొత్త ఫ్యూజ్ పెట్టున్నట్టుగా ఊహించుకోండి)

దశ 3ఎ : ఈ 'సుతారమైన ప్రాంతాన్ని' రుద్దుతున్నప్పుడు క్షమాగుణం (మీకిష్టమైతేనే) సూచించే ఈ క్రింది ధృవీకరణలు మీలో మీరు చెప్పుకోవచ్చు.'

ఎ) నాకు ఈ ఆందోళన/భయం/సమస్య ఉన్నా కూడా, లోతుగా పూర్తిగా నన్ను నేను అంగీకరిస్తున్నాను, వాటికి నేనేవిధంగా కారణమయినా.

బి) నాకు ఈ ఆందోళన/భయం/సమస్య ఉన్నా కూడా, నేను లోతుగా, పూర్తిగా నన్ను నేను క్షమించుకుంటున్నాను.

సి) నాకు ఈ ఆందోళన/భయం/సమస్య ఉన్నా కూడా, వీటికి కారణం ఎవరైనా కూడా పూర్తిగా నన్ను నేను అంగీకరిస్తున్నాను. కారణమైన వాళ్ళనీ, నన్ను కూడా క్షమిస్తున్నాను.

గమనిక : 'అన్ని ఉపశమనాలూ క్షమాగుణమనే ద్వారం నుంచే వెళ్ళాలి.'

డా. కారోలిన్ మిస్.

దశ 4 : మీ అనుభవం/ఆందోళన/సమస్య మీద దృష్టి నిలుపుతున్నప్పుడు (అంటే 'శృతిపోయిన' వయోలిన్ మీద దృష్టి నిలుపుతున్నట్టు) ఈ క్రింద ఆక్యుపంచర్ పాయింట్లనే 7-10 క్షణాలపాటు రుద్దండి లేదా మీట నొక్కినట్టుగా నొక్కండి.

స్థానము	మెరిడియన్	భావోద్రేకం
1. కనురెప్పల మొదట	మూత్రాశయం -2	మానసిక గాయం, నిరాశానిస్పృహలు
2. కళ్ళకి బయటకొనల నుంచి 1/2 అంగుళం	పిత్తాశయం -1	కోపం, ఆవేశం
3. కళ్ళకింద(కనుపాప కింద, కంటి ఎముక కింద తాకుతూ)	పొత్తికడుపు -1	ఆందోళన, ఒత్తిడి
4. ముక్కు కింద	గవర్నింగ్ వెసల్ -26	ఇబ్బందిపరచుట
5. కిందిపెదవి	కన్సెప్షన్ వెసల్ - 24	అవమానము
6. కాలర్ ఎముక	మూత్రపిండం - 27	భయం
7. చేతికింద (చంకలో 4 అంగుళాల కింద)	ప్లీహము 21	భవిష్యత్తు, భద్రతల గురించిన ఆందోళన
8. బొటనవేలి గోరు లోపలి అంచు	ఊపిరితిత్తులు -11	తిరస్కారము, భరించలేనితనము
9. చూపుడువేలి గోరు లోపలి అంచు	పెద్దప్రేగు - 1	అపరాధ భావన, విచారం, దు:ఖం
10. మధ్యవేలి గోరు లోపలి అంచు	ట్రిపుల్ వార్మర్ 9	పశ్చాత్తాపం, ఈర్ష్య, లైంగిక ఒత్తిడి
11. చిటికెనవేలి గోరు లోపలి అంచు	గుండె 9	కోపం, ప్రేమ
12. కరాటే దెబ్బకొట్టే చోటు (మీ చేయి బయటి అంచు)	చిన్న ప్రేగు 3	విచారం,సంతోషం

13. ఎనర్జీ కార్డ్ - ఒక వేలుని, 'మూడోకంటి' మీద, ఇంకో వేలిని పెదిమ కిందా పెట్టండి. సమస్య మీద దృష్టి పెట్టి ఉంచే 3 సార్లు దీర్ఘంగా ఊపిరి పీల్చండి.

గమనిక : ఎక్కడైనా, ఒకచోట చేసిన ఉపశమనం మీకు మరింత విశ్రాంతిగా/సమర్థవంతంగా ఉంటే, ఆ పాయింట్‌నే మరికొంతసేపు ఉత్తేజపరచండి. ఎందుకంటే ఆ మెరిడియన్‌లో ఎక్కువ శక్తి 'బందీ'అయి ఉండవచ్చు.

మానసిక అస్తవ్యస్తత

కీళ్ళ నిర్మాణం, కదలికల గురించిన శాస్త్రజ్ఞులు 'పొలారిటీ స్విచ్చింగ్ అంటారు, శక్తి ప్రసారం, శక్తి ప్రవాహంకి కలిగే ఆటంకాన్ని. ఈ ఆటంకాన్ని సరిదిద్దటానికి బొడ్డు దగ్గర మొదలుపెట్టారు.

ముఖ్యం! ముఖ్యం! ముఖ్యం!

ఒకవేళ ఆక్యుప్రెజర్ పాయింట్ల ఉపశమనం (రుద్దటం లేదా నొక్కటం) మిమ్మల్ని 10 పాయింట్లస్కేలు మీద 3 లేదా 4 కన్నా కిందకి తీసుకెళ్ళకపోతే, మీ ఆందోళన లేదా మీ సమస్య మీ సిస్టమ్ మీద 'అధిక బరువు' పెట్టేసిందన్నమాట. అంటే 'సర్క్యూట్ బ్రేకర్'ని భంగపరుస్తోందన్నమాట. మళ్ళీ బొడ్డు దగ్గర సరిదిద్దటంతో మొదలుపెట్టి, ఉపశమన పద్ధతిని మళ్లీ చేయండి.

ప్రతీసారీ బొడ్డు దగ్గర మొదలుపెట్టాల్సిన పని లేదు. రుద్దటం లేదా నొక్కటం మిమ్మల్ని ఒకటికి దించకపోతేనే చేయండి.

సైకలాజికల్ రివర్సల్

ఇది టిబెట్ వాళ్ళ ఎనర్జీ థియరీకి, శరీరంలో '8 అంకె' శక్తి ప్రవాహంకి సంబంధించినది. మనం ఈ సమస్యను అధిగమించలేము అన్న నమ్మకం సుప్తచేతనంలో ఏర్పడినా, సుప్తచేతనం తనని తాను హింసించుకునే సమస్యలు ఎదురైనా, సైకలాజికల్ రివర్సల్ ఏర్పడుతుంది.

బొడ్డుని సరిదిద్దాక , న్యూరోలింఫాటిక్ రిఫ్లెక్స్‌ని క్లాక్‌వైజ్‌గా రుద్దటంతో చికిత్స మొదలుపెట్టండి. (ఇంకో ఉపమానం : ఈ చిన్న తతంగాన్ని 'ఎలక్ట్రికల్ రీసెట్ బటన్'గా ఊహించుకోండి.) ఇది పోలారిటీస్‌ని సరిదిద్ది, ఆ విధంగా మెరిడియన్లని రుద్దటం ద్వారా నొక్కటం ద్వారా వాటికి శక్తిని 'అందుకునేలా' చేస్తాయి.

ఆనందించండి, మీ విజయానికి మా శుభాకాంక్షలు!

లీ ఫులాస్ పిహెచ్‌డి, ఎబిపిపి.

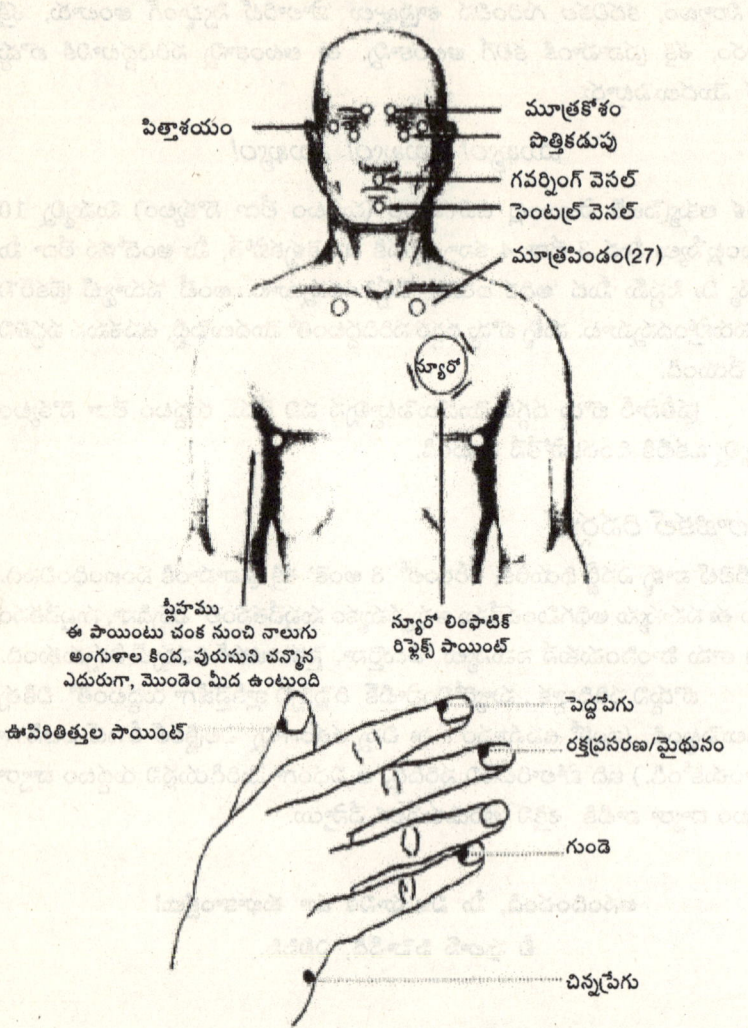

పెద్దపేగు
చిన్నపేగు

డా. లీ పులాస్ EFT, హిప్నోసిస్, విజువలైజేషన్ టెక్నిక్కుల
గురించి మరిన్ని వివరాలు కావాలంటే
దయచేసి చూడండి:

www.drpulos.com

పుస్తకాలు - డీవిడీలు- సిడి ప్రోగ్రాములు -యంపి3 డౌన్‌లోడులు - సెమినార్లు

కృతజ్ఞతలు

నా మొట్టమొదటి కృతజ్ఞతలు మీకు, పాఠకులకి. ఈ పుస్తకం పేరు మీకు నచ్చిందన్న సత్యమే, మీరు మారే విషయంలో ఏ దశలో ఉన్నారో ఎంతగానో చెప్తుంది. ధన్యవాదాలు. ఈ భూమ్మీద జీవన ప్రమాణాన్ని మార్చటంలో నాకు తోడుగా నిల్చిన మిమ్మల్ని మార్పుకై పాటుపడే తోటి ఏజెంట్‌గా ఆహ్వానిస్తున్నాను.

మూడు సంస్థలలో 30 ఏళ్ళల్లో 5000 పైచిలుకు ఉద్యోగస్థులతో పనిచేసే అవకాశం దొరికినందుకు వాళ్ళకి కృతజ్ఞతలు. ప్రతి సంస్థా దేనికదే తన రంగంలో ముందుకు దూసుకుపోయింది. ఈ పుస్తకంలో బోధించిన ఎన్నో సూత్రాలు మన ఉద్యోగస్థులకి అందుబాటులో ఉన్నాయి. 'కూల్ -ఎయిడ్' పానీయాన్ని త్రాగిన ఎందరికో ప్రత్యేకమైన మార్పులు అటు వ్యక్తిగతంగా, ఇటువృత్తిపరంగా జరగటం నేను కళ్ళారా చూసాను. 'నేను మిమ్మల్ని (అందరినీ) బేషరతుగా ప్రేమిస్తున్నాను.'

నా జీవిత భాగస్వామి, జెరీకి అనేకసార్లు రాసిన నా రాతప్రతిని అనేకసార్లు చదివి, ఈ పుస్తకం మరింత మెరుగ్గా ఉండటానికి తన నిర్మాణాత్మక సూచనలు ఇచ్చినందుకు.

నాకు 14 ఏళ్ళుగా అసిస్టెంట్‌గా ఉన్న మేరీ ఫాబిష్‌కీ, ఈ పుస్తకంలోని అక్షరమక్షరం వేనవేల సార్లు టైపు చేసినందుకు, మార్పులూ చేర్పులూ చేసినందుకు ఎన్నో ధన్యవాదాలు మేరీ.

మా అమ్మాయి జూలీ, అల్లుడు టిడ్ కాల్మస్‌లకి నా 70వ పుట్టినరోజుకి నన్ను ఆశ్చర్యంలో ముంచెత్తినందుకు, నా పుస్తకం చివరి రాతప్రతి మీద నాలుగు గంటల సమీక్ష వాళ్ళ కానుక అని చెప్పినందుకు. నాకు తెలియకుండా మేరీ నుంచి ఒక కాపీ సంపాదించారు. వాళ్ళు ఎత్తి చూపిన విషయాలూ, వాళ్ళ సూచనలూ ఈ పుస్తకం మరింత అందంగా రూపుదిద్దుకోవటానికి తోడ్పడింది.

మా అమ్మాయి జిల్, ఆమె భర్త జేసస్ ఆండర్సన్‌లకు, వాళ్ళ సలహాలకూ, గ్రాఫిక్ డిజైన్‌లో తోడ్పడినందుకూ. మా అబ్బాయిలు బ్రయన్, జెజెలకూ, జెజె అందమైన భార్య వెండీకి, వాళ్ళు ఇచ్చిన నిరంతర సహాయ సహకారాలకు. ప్రత్యేక కృతజ్ఞతలు జెజెకీ, వెండీకి, వాళ్ళు నాకు ఇచ్చిన సాంకేతిక సహకారానికి.

ఇప్పుడు ఈ పుస్తకం చదవటానికి తోడ్పడిన వాళ్ళకి. ధన్యవాదాలు బిల్ గ్లాడ్‌స్టన్, మీ నాయకత్వానికీ, వాటర్‌స్టైడ్ ప్రొడక్షన్‌లోనూ, వర్దీ షార్ప్స్‌లోనూ ఉన్న అందరు వ్యక్తులకీ కూడా. మీరొక అద్భుతమైన టీము. బహుమతి గెలుచుకోపోతున్న జర్నలిస్ట్ అత్యధికంగా అమ్ముడుపోతున్న గుడ్ లైఫ్ నెట్‌వర్క్స్ రచయిత జెస్సీ డైలన్‌కి ముందుగానే ధన్యవాదాలు. మమ్మల్ని మీరు ఎక్కడికి తీసుకుపోతారోనని కుతూహలంగా ఎదురుచూస్తున్నాము.

మీ అందరికీ నా ధన్యవాదాలు

జిమ్